ENGLISH

Pocket Dictionary

J. Safari & H. Akida

MKUKI NA NYOTA PUBLISHERS
DAR ES SALAAM

First published by Mkuki na Nyota Publishers,
6 Muhonda Street, Mission Quarter, Kariakoo.
P.O.BOX 4246, Dar es salaam.

First published in 1991

Copyright © J. Safari & H.Akida, 1991

ISBN 9976 973 04 7

Supplied by : Rainbow International,
195 Jagriti Enclave, Delhi-110 092
India

Publishers' Note

Publication of this pocket English - Swahili dictionary brings to fruition many years of dedicated labour, by the authors, to the service of English speakers who have learned, or are in the process of learning Swahili and who need constant reference to a dictionary. Swahili speakers will find this pocket dictionary equally invaluable. The authors, Dr J. Safari and Mzee Hamis Akida are well known and respected for their experience as Swahili teachers to students of many nationalities. Dr Safari is author of the popular Swahili grammar book, Swahili Made Easy (TPH, 1980), which was based on his understanding of difficulties non Swahili speakers from different language backgrounds face while learning the language. Mzee Akida, has over the years, made important contributions to the development of Swahili, perhaps the most significant being his part in the compilation, under the auspices of the Institute of Kiswahili Research of the University of Dar es Salaam, of the Swahili Dictionary, **Kamusi ya Kiswahili Sanifu.**

Two considerations guided the work on this dictionary. Firstly, the dictionary had to remain truly concise and easily portable. Secondly, and this was particularly important, the Swahili equivalents of the English words as well as their usages had to correspond to those of the best Swahili speakers. This will become apparent when it is compared to other dictionaries which have been compiled by experts who are not, however, its native speakers.

All efforts have been put into making this dictionary free of errors. If, however, any are found, the authors and publisher will be pleased to have them pointed out as, indeed, they will be to receive suggestions for improvement of the dictionary for the next printing.

Introduction to Swahili Pronunciation, Morphology and Grammar

Swahili words are easy to pronounce, so much that a non Swahili speaker reading a Swahili text for the first time may make him/herself largely understood. That is not by any means to say that acquisition of the correct pronunciation is easy. On the contrary, one would need to spend a considerable stretch of time living and talking with good Swahili speakers to be able to acquire good diction. The following rules are a guide to Swahili pronunciation:

All consonants with the exception of G are pronounced as in English. G is pronounced as in "get", "go" and never as in "gin". F is pronounced as in "fire", "from", "field" and never as in "of". S is always pronounced as in "salt", "sail", "song" and never as in "visit" or "vision".

Some words have two consonants together followed by a vowel as in chakula, dhahabu, shamba and thelathini. Thus; CH is pronounced as in "child", "change", DH is pronounced as in "father", "fathom"; SH is pronounced as in "shoe", "shirt"; and TH is pronounced as in "thin", "think".

Words with dh, th and gh sounds are of Arabic origin and present pronunciation difficulties for Bantu language speakers who would naturally pronounce them as z, s and g. Examples are dhana (concept) thamani (value), ghali (expensive).

Swahili has 5 vowels, a, e, i, o, u and each has one sound.

a is pronounced as a in "fast";
e is pronounced as e in "west";
i is pronounced as i in "see";
o is pronounced as o in "wall";
u is pronounced as u in "book".

When two vowels appear together, care must be taken to pronounce each one separately and distinctly, for the words with the two vowels have totally different meanings from those with one. For example: kufa (to die), kufaa (to be useful); paka (cat), pakaa (paint); kukata (to cut), kukataa (to refuse); and so on.

Swahili Morphology Grammar

Since this dictionary is aimed at serving English speakers who have learned or are in the process of learning Swahili, the following summary of Swahili morphology and grammar may be found useful. Swahili morphology (the internal structure of Swahili words), is briefly described under the main headings: Pronouns and Pronominal Prefixes, Noun Classes, and Verbs. Many Swahili words are made up of roots and prefixes (or suffixes). Whereas roots do not change, prefixes may be changed. Hence for the same root, e.g. -tu, one may have m̱tu (a person, class 1), w̱atu (persons, class 2), ḵitu (a thing, class 7), v̱itu (things, class 8), j̱itu (a giant, class 5), and m̱ajitu (giants, class 6). The following summary should be used for reference purposes since it is really very brief:

1. *Pronouns and Pronominal Prefixes*
1.1 *Personal Pronouns*

I: mimi; you (singular): wewe; he/she: yeye
We: sisi; you (plural): ninyi, nyinyi; they/them: wao/hao

1.2 *Pronominal Prefixes*
1.2.1 *Subjects*

mimi ṉi naamka, ṉaamka (I am waking up, I wake up);
wewe ṉnaamka, w̱aamka (you are waking up, you wake up);
yeye a̱naamka, a̱amka (he/she is waking up, he/she wakes up);
sisi ṯunaamka, ṯwaamka (we are waking up, we wake up);
ninyi m̱naamka, m̱waamka (you are waking up, you wake up);
wao w̱anaamka, w̱aamka (they are waking up, they wake up);

1.2.2 *Object*

mimi utaṉiamsha (you will wake m̱e up);
yeye ataḵuamsha (he/she will wake you up);
mimi nitam̱wamsha, nitam̱piga (I will wake him/her up, I will beat him/her);
wewe utaṯuamsha (you will wake us up);
sisi tutaw̱aamsheni (we will wake you up);
mimi nitaw̱aamsha (I will wake them up);

2. Noun Classes

Traditional grammar categorised Swahili nouns into eighteen classes. These classes followed the Bantu languages class system which includes Swahili, as follows:

Class	Noun Prefix	Possessive Prefix	Demonstrative	Subject Prefix	Object Prefix
1	mu-(m-, mw-)	w-	huyu, huyo, yule	a-	-mu-(-m-, mw-)
2	wa-	wa-	hawa, hao, wale	wa-	-wa-
3	mu-(m-, mw-)	w-	huu, huo, ule	u-(w-)	-u-(-w-)
4	mi-	y-	hii, hiyo, ile	i-(y-)	-i-(-y-)
5	ji, ∅	l-	hili, hilo, lile	li-(l-)	-li-
6	ma-	y-	haya, hayo, yale	ya-	-ya-
7	ki-(ch-)	ch-	hiki, hicho, kile	ki-(ch-)	-ki-
8	vi-(vy-)	vy-	hivi, hivyo, vile	vi-(vy-)	-vi-
9	n-, ∅	y-	hii, hiyo, ile	i-(y-)	-i-
10	n-, ∅	z-	hizi, hizo, zile	zi-(z-)	-zi-
11	u-	w-	huu, huo, ule	u-(w-)	-u-
12	nyu-	z-	hizi, hizo, zile	zi-(z-)	-zi-
13	u-(w-)	w-	huu, huo, ule	u-(w-)	-u-
14	ma-	y-	haya, hayo, yale	ya-	-ya-
15	ku-(kw-)	kw-	huku, huko, kule	ku-(kw-)	-ku-

16	pa-	p-	hapa, hapo, pale	pa-(p-)	-pa- (definite)
17	ku-(kw-)	kw-	huku, huko, kule	ku-(kw-)	-ku- (indefinite)
18	mu-(mw-)	mw-	humu, humo, mle	mu-(m-, mw-)	-mu- (m-, mw-) (insideness)

On the list above, the class prefixes are shown in their singular and plural forms respectively. (Where there is the symbol "∅", it indicates that no prefix may be present.)

Other grammarians have contracted these classes to eight in which singular and plural nouns that go together and use the same concordial prefixes make one class. The exceptions are in class five which combines both abstract and concrete nouns where concrete nouns take plural concordial prefixes and abstract nouns do not. However classes five and six share the same concordial prefixes in their plural forms. The other exception is class eight which combines traditional class sixteen, seventeen and eighteen as shown below.

	Class	*Examples*
1.	A-WA	m̲toto a̲nalia wa̲toto wa̲nalia.
2.	U-I	m̲ti u̲meanguka m̲iti i̲meanguka.
3.	KI-VI	k̲iti k̲imevunjika v̲iti v̲imevunjika.
4.	LI-YA	jiko l̲imechafuka majiko y̲amechafuka.
5.	U-(ZI)	ugonjwa u̲meenea uzi u̲mekatika nyuzi z̲imekatika.
6.	I-ZI	nyumba i̲meungua nyumba z̲imeungua.
7.	KU	kuimba k̲uzuri.

8. PA-MU-KU   nyumbani p̲a̲na kilio
                   jikoni m̲(u)na panya
                   mezani ku̲na chakula.

3. Verbs

In the indicative or interrogative mood, the essential components of any finite verbs are: a subject prefix, a tense/aspect marker, and a verb root, in that order. If an object prefix is inserted, this always precedes the verb root (see 1.2.2 above). When a verb is in the negative, a negation marker always precedes the subject prefix. The negation markers are /si-/, which replaces the pronominal subject prefix /ni-/, and /ha-/ before all the other subject prefixes.

3.1 Tense/Aspect markers

	Affirmative	Negative
present simple	-a-	-∅-
present continuous	-na-	-∅-
past simple	-li-	-ku-
future simple	-ta-	-ta-
perfective	-me-	-ja-
suppositional	-nge-	-singe-
conditional	-ki-	-sipo-
consequential	-ka-	-ku-
present habitual	hu-	-∅-

3.2 Verb suffixes/extensions

These occur after the root. When the verb root contains either of the vowels /a/, /i/ or /u/ the extension will contain the vowel /i/, and when the root contains either the vowel /e/ or /o/, the extension will contain the vowel /e/. The most common extensions are the following:

3.2.1 Applicative Extension: -i-, -e-
e.g. pit̲i̲a (pass at), sem̲e̲a (speak for), kat̲i̲a (cut at for), kom̲e̲a (stop at), shuk̲i̲a (descend at);

3.2.2 *Causative Extension: -ish-, -esh-, -sh-, -z-*

e.g. piti<u>sh</u>a (make pass), sem<u>esh</u>a (make speak), kati<u>sh</u>a (cross, make out), kom<u>esh</u>a (force to stop), o<u>z</u>a (make wed, marry);

3.2.3 *Stative Extension: -ik-, -ek-, -lek-*

e.g. pit<u>ik</u>a (be passable), sem<u>ek</u>a (be pronounceable), kat<u>ik</u>a (be cuttable), ol<u>ek</u>a* (be marriageable);

3.2.4 *Passive Extension: -w-, -lew-*

e.g. pit<u>w</u>a (be passed), sem<u>w</u>a (be rebuked), kat<u>w</u>a (be cut), ol<u>ew</u>a* (to be wed/married);

3.2.5 *Reciprocal Extension: -na-*

e.g. pit<u>an</u>a (pass each other), sem<u>an</u>a (rebuke each other), kat<u>an</u>a (cut each other), o<u>an</u>a (marry each other);

For thorough instruction in Swahili grammar, the following three books are recommended:

J.F. Safari, **Swahili Made Easy**, Tanzania Publishing House, Dar es Salaam;

P.M. Wilson, **Simplified Swahili**, Kenya Literature Bureau, Nairobi;

E.O. Ashton, **Swahili Grammar**, Longmans, U.K.

Dr J. Safari   Mzee Hamis Akida

---

* Words ending in *oa* (e.g. tob*oa*, t*oa*, n*oa*, etc.) had an *l* in their original Bantu forms; thus, tobo*la*, to*la*, no*la*, etc. Standard Swahili under the direction of the Inter-territorial Language Committee, composed of British Linguists with Swahili informants, during British rule (1918 – 1961) decided to drop *l* in the active mood, but retained it in the passive. Hence *oa* becomes ol*eka*/ol*ewa* from o*la*; tob*oa*, tobo*leka*/tobo*lewa*; t*oa*, to*leka*/to*lewa*; n*oa*, no*leka*/no*lewa*; etc.

English has vowels (6) and consonants (24). The pronunciation of vowels and of some consonants can only be learned from good English speakers.

a

a Vokali inayotumika kisarufi ambayo ikiwekwa mwanzo au mbele ya jina la kitu huonyesha umoja, mfano, *a table*, meza moja yeyote; *a thing*, kitu chochote.

aback adv. *be taken aback*, shangaa, shtuka, duwaa.

abandon v.t. 1. tupa, acha, *He abandoned his wife*, alimtupa mkewe. *He abandoned the attempt*, aliacha kujaribu. *Abandon oneself to despair*, kata tamaa kabisa. 2. hali ya kutojizuia, *The children played and shouted with abandon*. Watoto walicheza na kupiga kelele ovyo. *abandoned* — liotupwa, *an abandoned car*, gari iliyotupwa. — ovu sana, *an abandoned criminal*, mtu mbaya sana.

abase v.t. tweza, fedhehesha, vunja heshima au cheo, *abasement*, n. utwezo, fedheha.

abash v.t. fedhehesha; tia haya *abashment,* haya, soni.

abashed a. -enye haya, ilofedheheka.

abate v.t. punguza, v.i. pungua, punguka.

abbreviate v.t. fupisha, punguza, *abbreviation*, n. ufupisho, mkato wa neno.

abdomen n. fumbatio, tumbo, *abdominal,* a tumbo, *abdominal pains,* msokoto wa tumbo.

abduct v.t. chukua kwa hila au nguvu, *abduction*, n. tendo la kuchukua kwa nguvu, unyang'anyi.

abhor v.t. chukia, *abhorrence,* n. karaha, chuki kubwa.

abide v.t. (p.t. abode), ngoja 2. vumilia, *abide by,* fuata, shika, *abide by law,* tii sheria.

ability n. uwezo, ustadi.

abject a. nyonge kabisa, hafifu, duni; *abject poverty,* ufukara.

abjure v.t. kana kwa kiapo, jitanibu, kiri kwa kiapo.

able a. -enye uwezo wa kufanya kitu, *He is able,* anaweza; *be able,* weza.

abnormal a. -siyo ya kawaida, siyo ya desturi, geni.

aboard adv. and prep. chomboni, *it's time to go on board,* muda umewadia wa kuingia melini, au kwenye ndege.

abode n. makao, maskani.

abolish v.t. tangua, futa, batili, *abolition,* n. tanguo.

abominable a. -a kuchukiza mno.

abomination n. chukio, kitu cha kuchukiza mno, *slavery is an abomination,* utumwa ni mbaya mno.

abortion n. tendo la kutoa mimba, haribu.

abound v.i. wa tele pomoni, *Tanzania abounds in, with, natural resources,* Tanzania imejaa maliasili tele.

about prep. *Let us go about the school,* twendeni tukazunguke shuleni, kuzungukwa. *The school has a fence about it,* shule imezungukwa na ua. Karibu, *It is about time,* saa imekaribia; Juu ya *What do you know about him?* Unajua nini juu yake! *What are you about?* Unataka kufanya nini? *Bring about,* sababisha, fanya *Come about,* tukia, fanyika, *He had no money about him,* hakuwa na fedha.

above adv. and prep. juu, juu ya, zaidi, *above all,* juu ya yote hayo.

abreast, adv. sawa kwa sawa sambamba, *Keep abreast of the times,* jitahidi kujua dunia inavyokwenda.

abridge v.t. fupisha, katiza; *abridgement,* ufupisho, muhitasari.

abroad adv. ugenini, ughaibuni *He went abroad,* amesafiri nchi za nje, za mbali. *Be all abroad,* hangaika, kutofahamu chochote, tapatapa. *Scatter abroad,* tawanya, eneza, *spread abroad,* vumisha, tangaza.

abrupt a. -a ghafula, —siyotazamiwa, *His departure was abrupt,* aliondoka ghafula tu, uondokaji wake ulikuwa wa ghafla.

absess n. jipu, ma- uvimbe.

absence n. ukosekano, kutokuwapo, *absence of mind,* vurugika akili, kutokuwa na mawazo, *In his absence,* wakati hayupo.

absent a. kutokuwako, *He is absent,* hayupo, *He is absent-minded,* msahaulifu sana, akili yake haikutulia.

absolute a. 1. kamili, timilifu, halisi; 2. pasipo kiasi wala mipaka *absolutely,* adv. hasa, kabisa.

absolution n. uondoleo wa dhambi, maghufira; *absolve,* v.t. ghufiri, samehe makosa, dhambi.

absorb v.t. la, -nyonya, (kama kitambaa au karatasi inavyofanya) sharabu, *This paper absorbs ink,* karatasi hii inanyonya wino, *be absorbed,* nywewa kabisa, *in thoughts,* wa katika fikira. *That book absorbs him,* kitabu kile kinamvutia sana, *absorbent* a -a kunywa -a kunywea; *absorbing,* -a kuvuta moyo sana, -a kusahaulisha vingine.

abstain v.i. (from), epukana (na), jinyima kitu, *abstention,* n. kitendo cha kujinyima; *abstinent,* a. -a kuepukana na.

abstinence n., mfungo, kuacha kula au anasa, saumu.

abstract v.t. toa, ondoa, tenga; *abstracted, adj.* be *abstracted,* tolewa katika, ondolewa katika.

absurd a. -siyo na maana, — pumbavu.

abundance n. *abundant* a. taz. *abound,* vitu vingi sana.

abuse v.t. 1. tumia vibaya, dhulumu 2. tukana shutumu, *abusive,* a., -enye matusi.

abyss n. shimo refu sana kwa kwenda chini; *abyssmal* adj. bila mwisho kwa kwenda chini.

academy n. chuo, skuli hasa mnamofundishwa elimu za juu, *academic* a. -a kuhusu elimu ya juu -a chuoni -a kitaaluma.

accelerate v.t., chapuza ongeza mwendo; *accelerator* n. kichapuzo, akselereta.

accent n. tamko, (ma) lafudhi; vt. and vi. kazia sauti, tia mkazo.

accept v.t., kubali, pokea — *able,* -enye kupendeza, -a kukubalika -*ance,* ukubalifu.

access n. njia ya kufikia, ruhusa ya kuingia, — *ible,* - enye kufikika, -a kuweza kukaribiwa.

accessory n. nyongeza, mshiriki, mchanganyiko (mi); a. -a zaidi, -a kusaidia.

access road n. barabara ya kuingilia, njia itokeayo.

accident n. ajali, *accidental,* -a bahati *by accident,* kwa bahati tu.

acclimatize v.t., zoeza hali ya hewa au mazingira ugenini, *be — d,* zoea ugenini.

accommodate v.t., karibisha, patia mtu pa kulala au pa kukaa, *accommodation,* n.

makao, au pa kukaa, mahali pa kukaa.

accompaniment n. ufuatano, sauti linganifu.

accompany v.t., fuatana na, sindikiza.

accomplice n. msiri hasa katika uhalifu, mwenzi, mshiriki.

accomplish v.t., timiza, maliza, faulu, — *ment,* n. adabu njema, mwisho, ukomo, maadili, —*ed,* a., timilifu, kamilifu, enye maarifa mengi.

accord v.t., tokea, jalia; (with) v.i. patana, lingana, *with one accord,* kwa umoja. —*ance,* n. upatano, *in accord with his wish,* ndivyo alivyotaka — *ing to, prep.,* kwa kupatana, kwa kadiri ya — *ingly,* adv., kwa hiyo, kufuatana na hayo.

account v.t., hesabu; fanya jumla v.i. kadiria, — *for,* toa hesabu ya, eleza sababu ya jambo, *on no* — , hata kidogo, sivyo kabisa, *on any* — kwa vyovyote vile, *on* — *of,* kwa sababu ya, *take into* —, kumbuka, hesabia, *call to* —, taka hesabu, maelezo, — *for,* eleza, —*ing,* n. uwekaji hesabu, *Give an* — *of,* eleza, *Turn to* —, tumia vema.

accumulate v.t., kusanya, limbika, lundika v.i. ongezeka, zidi.

accuracy n., usahihi; hali ya kuwa bila tofauti.

accurate sahihi; *accurately, adv.* sahihi, sawasawa.

accusation, n. mashtaka, lawama.

accuse v.t. shtaki, laumu, *the accused,* mshitakiwa, *the accuser,* mshitaki.

accustom v.t. zoeza, *be accustomed to,* zoea, — *oneself to,* jizoeza, — *ed,* a desturi, —*a kawaida, he is accustomed to walking,* amezoea kutembea.

ache (s) n., maumivu, *headache,* maumivu ya kichwa, *ache,* v.i. umiza, uma, *My whole body aches,* mwili wote unaniuma.

achieve v.t., pata, faulu, *achievement,* n. kazi bora, kazi iliyofaulu, mafanikio.

acid a., -kali, n. asidi, *acid test,* jaribio la kupata uhakika kabisa wa tabia au thamani ya kitu au mtu.

acknowledge v.t. kiri, kubali, shukuru, — *ment,* n. kukiri, shukrani, stakabadhi.

acoustics n. elimu ihusuyo usikizi wa sauti, *acoustic* a.

acquaint / **address**

-enye uwezo wa kusikia kwa masikio, -a kuhusu elimu ya sauti.

acquaint v.t. julisha, fahamisha, pasha habari, -ance, n. ujuzi, maarifa, 2. mtu unayemfahamu.

acquainted a. — *with*, jua habari za, fahamu.

acquire v.t. pata, jipatia, fuzu.

acquisition n. pato (ma) yaliyopatikana.

acquit v.t. achilia, *he acquitted himself well*, alifanya vizuri sana. —*al*, n. tendo la kuachilia mtu kisheria.

acre n. kipimo cha eneo sawa na yadi 4840 au meta 4047 za mraba.

acrid a. -kali (kwa mwonjo kama acid) -enye ugwadu.

across *adv. and prep.* toka upande huu hadi upande wa pili, *go across*, vuka, *come, run,* kata, pita kati ya, ona, kutana, *lie across*, kingama, *lie across each other*, pandana.

act n. tendo, kitendo, v.t. and v.i., fanya, tenda kazi, *act for* fanya badala ya, *act up to, promise*, timiza ahadi, tekeleza wajibu. *Act of God*, rehema ya Mungu, *Act of Grace*, fadhili, msamaha. 2 kusingizia, *He was acting,* alijisingizia, alijifanya, *act* n. sheria iliyopitishwa na Bunge la Nchi.

action n. kitendo, amali, hali ya kuwa katika kutenda.

active a. -tendaji, *activity*, n. utendaji.

actor, actress n. mtendaji, mchezaji wa kuigiza.

actual a. -a halisi, kweli, hakika.

acute a. enye ncha kali, — nchani, -enye akili, -a makini.

adapt v.t. rekibisha geuza, tengeneza ili kupata ulingano.

adaptation n. tendo la au hali ya kufanya vitu vilingane; maelezo yaliyogeuzwa.

add v.t. vi. jumlisha, ongeza, unga, a. v. up, fikiri, tumia akili.

addict n. yule asiyeweza kujinasua kutoka katika mazowea mabaya, mlemavu wa tabia.

addict v.t. *be addicted to*, zoea vibaya ulevi, au uvutaji.

addition n. nyongeza, tendo la kujumlisha, *in* —, kwa nyongeza, *in — to*, zaidi ya hayo, juu ya hayo.

address v.t., ambia, simulia; hutubia, *letter*, andika anwani, manzili, maskani. n. anwani, *speech*, hotuba; *address oneself,* jitia kwa bidii, jishughulisha, *pay addresses to,* jipendekeza, chumbia.

adequate a., -a kutosha, -a kukifu haja fulani; *adequacy,* — *ness,* n. utoshelevu, kifu.

adhere v.i. (to) ambata, shikamana, gandamana, fuata, **adhesive,** a., -a kunata *adhesion,* n. ufuasi, uambatano, mshikamano.

adjacent a., -a karibu, -a kupakana, -a jirani.

adjective n., neno linaloeleza habari za mtu au kitu; kivumishi, sifa; kwa mfano, -zuri, -kubwa, hafifu.

adjoin v.i. pakana na, *adjoining,* a., -a mpakani, — a karibu na jirani.

adjourn v.t., ahirisha, chelewesha, kawiza, —*ment,* kuahirisha, subira.

adjust v.t., v.i., panga ili vitu vilingane, patanisha vitu, au watu, tengeneza, rekebisha, linganisha, amua; *adjustment,* -n. ulinganishaji, mlingano.

administer v.t. tawala, simamia, toa, nywesha; tia, pasha adabu, *administration,* utawala, serikali, —*ive,*
a. enye kiutawala.

administrator n. mtawala, kabidhi wasii.

admirable a., -a kustaajabisha, -zuri, -a kupendwa.

admiration n. mshangao, sifa, **admire** v.t. shangaa, sifu, heshimu.

admissible a., halali, -enye kukubalika, *admission,* ruhusa ya kuingia, *admittance,* ruhusa ya kuingia.

admit v.t., ruhusu, kubali, ingiza (mtu) shuleni, n.k. (ted.) laza.

admonish v.t., onya, gombeza, karipia, taradhia.

ado n. shida, fujo, *without much ado,* bila shida yoyote, bila maneno.

adolescent n., kijana, *adolescence,* n., ujana.

adopt v.t chagua, kubali kitu kwa matumizi, chukua mtoto yatima, —*ion,* n., uchaguo.

adoration n., tendo la kuabudu Mungu, ibada.

adore v.t. abudu Mungu.

adorn v.t. pamba, remba, tia nakshi.

adult a., -pevu; n. mtu nzima, ngumbaro.

adulterate v.t. punguza nguvu au uzuri wa kitu, chovya, ghushi, *adultery,* n. ugoni,

advance/african

fumanizi.
advance v.i. nyongeza, endesha mbele, zidi, endelea mbele, v.t., endelea, *advance an opinion,* toa kauli; *in advance,* kabla ya, *he made advances,* alijaribu kutaka urafiki (na mwanamke, n.k.).
advantage n., faida, mafao, manufaa, be an -, faa, faidia, *have the —,* -wa katika hali bora zaidi ya mashindano, *take — of,* tumia, faidi.
adventure n., ujasiri, *adventurer* n mtu jasiri, asiyeogopa hatari v.t., v.i., jasiri, *adventurism* n ujasiri usiokuwa na busara.
adverb n., kielezi, kisifa, neno lenye kuongeza sifa ya kitendo au hali, kwa mfano, sana, vizuri, n.k.
adversary n., adui, mpinzani. *adverse,* a., -baya, -pinzani, *adversity,* n. msiba, maafa, shida.
advertise v.t. tangaza, eneza sifa za, vumisha habari za, n.k. *—ment,* n. tangazo.
advice n., shauri, onyo, kauli, nasaha, *advise,* v.t., onya, toa shauri, nasihi.
advocate n., wakili, mteteaji; v.t., tetea, nenea.

aeroplane n., ndege, eropleni.
affair n., jambo, shughuli, *foreign affairs,* mambo ya nchi za nje.
affect v.t. choma moyo, geuza, athiri, *be affected (by),* sikitishwa na *—ion,* n., upendo, huba, *mutual affection,* urafiki, mapenzi.
affectionate a., -enye upendo.
affinity n., udugu, ukoo, *likeness,* n., ufananaji.
affirm v.t., thibitisha, hakikisha, kiri. *— action,* n., thibitisho, *— ative,* a., -enye kuthibitisha, *-a uthabiti. He answered in the affirmative,* alikubali.
afflict v.t. tesa, adhibu, umiza, sumbua, *—ion,* n., taabu, usumbufu, mateso.
affluence n., usitawi, utajiri, *—ent,* a., tajiri.
afford v.t., -wa na uwezo, tosheleza, toa, *he afforded his wife no chance of defending herself,* hakumpa mkewe nafasi ya kujitetea. *Can you afford it?* Unaweza? *Yes I can afford it,* ndiyo naweza.
affront v.t. chukiza, tukana udhi. n. tusi, maudhi.
afraid *be — of,* ogopa, hofu.
african, a. -a kiafrika, -enye asili ya Kiafrika.

after *adv. and prep.*, baada ya, halafu, kisha, *go after him,* mfuate, *after all,* hata hivyo, *good afternoon,* umeshindaje? *in the afternoon,* wakati wa mchana, wakati wa alasiri.

again *adv.* tena, mara ya pili.

against *prep.* dhidi ya, *speak* —, pinga.

age *n.* muda wa uhai au wa upevu wa kitu, hasa mtu kufuatana na miaka, umri, *old age,* uzee, ukongwe. *Come of age,* haleho, vunja ungo, kua, *at the age of,* akiwa na umri wa, *for ages,* kwa muda mrefu.

agenda *n.* orodha ya mambo yatakayo zungumzwa kwenye mkutano; ratiba ya; ajenda.

agency *n.* utendaji au uwakili, hali inayosababisha utendaji wa kitu au jambo, **agent** *n.* mwakilishi kwenye biashara au shughuli kwa niaba ya kampuni au shirika fulani, ajenti, wakala.

aggravate *v.t.* ongeza, chokoza zaidi, zidisha kwa ubaya.

aggression *n.* shambulio, ugomvi usio kisa.

aggressive *a.* -enye tabia ya vita, -chokozi, gomvi.

agile *a.* epesi wa mwendo, *agility,* *n.* wepesi wa mwendo.

agitate *v.t.* sukasuka, chochea, koroga, vuruga, *agitation,* *n.* ghasia, msukosuko, wasiwasi.

ago *adv.* zamani, *long ago,* zamani sana, *some time ago,* juzi juzi, *how long ago?* tangu lini?

agony *n.* maumivu makali.

agree *v.i.* kubali, patana, *agree-able,* *a.* -zuri, -enye kukubalika, *agreement,* *n.* mapatano, ukubalifu, ahadi.

agriculture *n.* kilimo, ukulima.

ahead *adv.* mbele, *go—,* endelea, tangulia, enda mbele, *straight —,* moja kwa moja.

aid *n.* msaada. *v.t.* saidia, *foreign—,* msaada toka nchi za nje.

aids ukimwi.

ail *what ails you?* Unaumwa nini? Chamno nini?

ailing *a.,* -enye kuumwa, gonjwa, enye uwele.

aim *v.t.* piga, (lenga) shabaha, kusudia -n. shabaha, azimio, nia.

air *n.,* hewa, upepo, *tune* wimbo, *give oneself airs,* jiona, jigamba, jitapa -v.t. anika, tangaza, *to go by* — kwenda kwa ndege, *in the open —,* wazi kabisa, nje kabisa, *on the —* kwa redio; *aircraft.*

ndege, pia *air plane; air force,* jeshi la anga; *air line,* shirika la ndege; *air mail* — barua ziendazo kwa ndege, *air port,* uwanja wa ndege; *be in the air,* julikana, vumika, -wa angani.

ajar adv. *leave the door —,* acha mlango wazi kidogo.

akin to a., -a jamaa moja, enye kulingana na.

alacrity n. wepesi, bidii, chapuri.

alarm v.t. julisha hatari, ii habari za hatari, *alarm clock,* saa yenye kengele, *alarming,* a. -a kutia hofu, —a kutisha, *give the alarm,* julisha watu hatari, piga kelele.

alcohol n., ulevi, pombe, mvinyo, hamvi.

alert a., -a macho, *be on the—,* kaa macho, tayari, tahadhari.

alien a., -a kigeni, -a nchi nyingine, — si enye tabia sawa na, a namna mbali; mgeni toka nchi za nje, *alienate,* v.t. fitini, farakisha, tenga, vunja, *alienation,* mfarakano, utengano, mvunjiko wa urafiki.

alight v.t. shuka, tua, teremka. *alight,* a. -a mng'ao, -enye mmeko.

alike a. sawa sawa, -enye kufanana, -akushabihiana. adv. kwa namna ile ile.

alive a., -zima, hai, *be alive to a thing,* angalia, tambua, *look—,* haya changamka. *Is he still —?* bado yu hai?

all a., —ote; zima, bila ya kubakia, *in,* haswa, kabisa, *at—,* hata kidogo, *not at all,* hata kidogo, sivyo kabisa, *all the same,* mamoja, haidhuru; *once for all,* mara moja halafu basi, *after all,* ingawa hivi, hata hivi, *for good and all,* mwisho kabisa.

allege v.t. toa hoja, suta, *allegation,* hoja isiyothibitishwa bado, tuhuma.

alleviate v.t. punguza, tuliza, *alleviation,* faraja.

alley n. njia ndogo, kichochoro, ujia.

alliance n. mwungano, *see ally.*

allow v.t. ruhusu, kiri, achilia, *allowance,* n. posho, *make — for,* achilia, *make an —,* toa posho.

alloy v.t. changanya madini.

allude v.i. taja, dokezea, *allusion,* n. dokezo.

ally v.t. ungana, -n. rafiki.

almighty a. -enye enzi zote, *The Almighty,* Mwenyezi, Mungu.

almost adv. nusura, *he almost*

went mad, karibu apate wazimu.
alms n. zaka, sadaka.
aloft adv. juu.
alone a. pekee I, — peke yangu, upweke, ukiwa, *leave him*— usimsumbue, mwache peke yake.
along adv. *and pre. along with,* pamoja na, *come along,* haya, njoo, *all along,* wakati wote, *go along the river,* ambaa kando ya mto, *alongside,* mbavuni.
aloud adv. kwa sauti kubwa, *speak aloud,* sema kwa sauti.
alphabet n. alfabeti, abjadi.
already adv. tayari, *he has already heard of it,* amekwisha sikia.
also adv. pia, vilevile.
alter v.t. badili, geuza, *alteration,* n., geuzo, badiliko. v.i. badilika, geuka.
alternate v.t. fanya kwa zamu, badilishana, fanya kufuatana zamu kwa zamu, *alternative,* a., -a hiari, huru kuchagua kati ya mawili, *you have no alternative,* huna hiari, huna budi.
although *conj.* ijapokuwa, ingawa, juu ya hayo.
altitude n. urefu, kimo.
altogether adv. pamoja, kwa jumla kabisa.

aluminium n. namna ya madini nyepesi sana, nyeupe.
always adv. siku zote, daima, kila mara.
am v. (mimi) ni, *I am here,* niko hapa.
amaze v.t. shangaza, staajabisha, — *ment,* n., mshangao, mastaajabu.
ambiguous a. -siyo wazi, -a kutatanisha, -enye maana isiyofahamika, *ambiguity,* n., utatanishi, shaka ya maana ya maneno.
ambition n., tamaa ya ukuu, shauku, tamaa ya cheo, heshima, *ambitious,* a. -enye kutamani makuu., enye tamaa ya kutaka kuendelea. adv. kwa tamaa ya nguvu, hali bora.
ambulance n., gari la wagonjwa, namna ya machela ya kuchukulia wagonjwa.
ambush v.t. kuvizia, otea njiani kwa nia mbaya.
amend v.t. sahihisha, tengeneza. v.i., pona (kwa mambo na hali) lipa, *make amends,* lipa mema kama fidia, *amendment,* n., masahihisho, badiliko.
amiable a. -ore, -a kupendeza, enye tabia nzuri, latifu.
amicable a. -a kirafiki, -pole —a amani.

amidst prep. kati ya, katikati ya.

amiss a. and adv. —siyo sawa. *What was—?* kulikuwa na nini? Kulikosekana nini? *take amiss,* kosa kufahamu vyema, onea chuki.

ammunition n. zana za vita, hasa risasi na baruti.

amnesty n., msamaha wa serikali.

amongst prep. miongoni mwa, katikati ya, baina ya.

amount n., jumla, kadiri —to, wa sawa na, v.i., pata kiasi (cha), kadiri ya.

ample a., -ingi, -tele, a. kutosha, *amplify,* v.t. zidisha, ongeza, kuza.

amputate v.t. kata kiungo (k.v. mguu au mkono) n.k. *amputation* n., mkato wa mguu, n.k.

amulet n., hirizi, talasimu.

amuse v.t. chekesha, furahisha, — *ment,* n., ucheshi, mchezo wa kufurahisha, wa kupendeza, *amusing,* a., —cheshi. -a tafrija.

anaemia n., upungufu wa seli nyekundu katika damu.

anaesthetic n., dawa ya kumfanya mtu asisikie maumivu.

analogous a., -a kufanana, —a mfano, *analogy,* n. ulingano, mfano.

analyse v.t. changanua, pambanua, *analysis,* n., uchambuzi.

anatomy n., elimu ya mwili na viungo vyake.

ancestor n., mzee mkale muanzilishi wa kabila au ukoo. *ancestry,* n. jadi ya kabila la mtu au ukoo wa watu; uhenga.

anchor n., nanga, baura; —v.t. tia nanga, ng'ogi, *anchorage,* n bandari au mahali, vyombo vinapoweza kutia nanga.

ancient a. a zamani -a kale, — n., mzee sana.

and conj. na, pamoja na; hutumika kuunganisha kati ya sehemu za sentensi au maneno zaidi ya moja. — *and bora, he took a banana and ate it,* alichukua ndizi akala; *and so on,* na kadhalika.

anecdote n., hadithi ndogo yenye mkasa, kisa.

anew adv. tena, upya.

angel n., malaika mjumbe wa Mungu; a -ema sana.

anger n., hasira, chuki, uchungu, *angry,* a., -a hasira, -enye ghadhabu, *be angry,* kasirika, chukia, ghadhibika.

angle n., pembe, ncha za vitu viwili au zaidi inapokutana,

nukta ikutanapo mistari miwili, nukta.
angry -enye hasira, *see anger*.
anguish n., uchungu mkubwa, maumivu makali ya mwili au roho.
animal n., mnyama hayawani, nyama, kiumbe hai chenye uhai, chenye kuwa na hisia na uwezo wa kuteua jema na baya.
animate v.t. tia uzima, nguvu, changamsha, tia moyo, tia raghaba, *animation,* n., moyo wa nguvu, wepesi, bidii.
animosity uhasama, uadui.
ankle n., kifundo cha mguu, tindi.
annex v.t. unga, nyang'anya (nchi, n.k.) jitwalia; n. — ongezeko.
annihilate v.t. haribu kabisa, angamiza, *annihilation,* angamizo.
annotation n. maelezo, ufafanuzi, *annotate,* v.t., eleza.
announce v.t., tangaza, bashiri; piga mbiu, —*ment,* n. tangazo, *annunciation,* n., tangazo, mbiu.
annoy v.t. sumbua, chokoza, udhi, *annoyance,* n. kero, *he was annoyed,* alichukizwa.
annual a., -a mwaka, *annually, adv.* kila mwaka.
annul v.t. tangua, futa, batili. *annulment,* n., tanguo, mfuto.
annunciation n., tangazo.
anoint v.t. paka mafuta.
another a., -ingine, a pili.
answer v.t. -jibu, itika,— n., jibu, jawabu, —*able,* a. *(for),* paswa kujibu juu ya.
ant n., mchwa, chungu, —*hill,* kichuguu.
antagonism ushindani, uadui.
antelope n., kongoni, pofu, n.k.
anthem n., wimbo wa sifa (agh.) za taifa au dini.
anthropology n., elimu ihusuyo habari zote za asili ya watu na utamaduni wao.
anti n. neno lionyeshalo kinyume, kwa mfano, *anti-development,* apingaye maendeleo.
anticipate v.t. tazamia aghalabu kwa furaha au hofu; fanya kabla ya wakati wake. *He anticipated my wishes,* alinitimizia nia zangu kabla hata sijamweleza.
antidote n. dawa inayoshinda sumu.
antipathy n. chuki.
antiquated a. -a zamani, kuukuu-a kale, *antiquity,* n, mambo ya kale,

anvil/appreciate

makumbusho.
anvil n. fuawe.
anxiety n. wasi wasi, fazaa, shauku *anxious*, a. -a wasi wasi, enye hamu kubwa, *be anxious about,* ona wasiwasi juu ya; *anxiously*, adv. kwa wasiwasi.
any a. -ote, *any one, anybody,* ye yote, *anyhow, anyway,* kwa vyo vyote; *anywhere,* popote, *not anymore,* siyo sasa tena, *anything else?* (Kuna) kitu kingine?
apart adv. moja moja, mbali, *set apart,* tenga, bagua, *apart from,* isipokuwa, *force apart*— mamanua, nanua.
apartment n. chumba, *let—s,* pangisha vyumba, *—house,* nyumba ya kupangisha.
apathetic a. -tepetevu, *apathy,* n. utepetevu.
ape n. nyani, ma- -v.t. iga matendo kama nyani.
apiece adv. kwa sehemu sehemu, kwa kila moja moja.
apologize, v.i. toa udhuru, omba radhi, kiri kosa, *apology,* n. udhuru, maneno ya kuomba radhi.
apoplexy n. kiharusi.
apostasy uasi wa dini.
apostle n. mtume.
appal v.t. tisha, ogofya, *—ling,* a. -a kutisha, -a kuogofya.
apparatus n. vyombo vya kufanyia kazi, zana za kazi.
apparent a. wazi. dhahri, *apparently*, adv. labda, kwa kiasi ionekanavyo.
appeal v.i. taka rufani, omba, kimbilia.
appear v.i. tokea, zuka, *—ance,* n. sura.
appease v.t. tuliza, ridhisha, nyamazisha.
appetite n. tamaa, ulafi (kwa chakula) hamu ya kutaka kula, uroho.
applaud v.t. shangilia kwa kupigia makofi, tukuza.
applause n. vifijo, shangwe kwa makofi, vigelegele.
apple n. matunda kama pera, tufaha; *apple of the eye, Adam's apple,* koromeo, zoloto.
apply v.t. tumia, (for) omba, peleka ombi (to) pasa, *this does not — to us,* haituhusu *— oneself to,* shiriki kwa dhati.
appoint v.t. weka, fanya, agiza, *—ment,* n. maagizo, miadi ya kukutana wakati maalum.
apportion v.t. gawanya, gawa; v.i., tengeka, gawanyika.
appreciate v.t. tambua thama-

ni ya kitu, pendezwa na, —*ion,* shukrani.
apprehend v.t. shika, kamata, fahamu, baka, tambua.
apprehension n. hofu, fahamu, ujuzi.
apprentice n. mwanafunzi wa kazi, —*ship,* uanafunzi. v.t. tia wanafunzini, kiwandani.
approach v.t. karibia, jongea karıbu, endea; —*able,* a. fikika, ambilika.
appropriate v.t. jitwalia, iba, -a. -a kufaa, -a kuhusu. adv. kwa jinsi ya kufaa.
approval n. kibali, idhini.
approve v.t. kubali, sifu, penda, toa idhini.
approximate a. -a karibu sawa; v.t. karibia, wa karibu sawa sawa, —*ly,* adv. karibu sawa, kwa kiasi hivi.
apron n. vazi livaliwalo kuzuia uchafu, aproni.
apt a. —epesi, elekevu, —*to forget,* sahaulifu.
aquatic a. -a majini, *aqueduct,* n. mfereji wa maji.
acquiline a. -a tai, -a mfano wa tai.
Arab n. Mwarabu, *arabic,* a. -a kiarabu.
arable a. -a kufaa kulima, — inayolimika.
arbitrary a. geugeu, -siyo na sheria, siofuata kanuni.

arc n. sehemu ya kizingo cha duara, aka.
arcade n. njia yenye safu za nguzo.
arch n. tao, *archway,* n. njia chini ya tao.
archaic a. -a kale, isiyotumika.
archaelogy n. elimu ya mambo ya kale.
archer n. mpigaji upinde.
architect n. fundi wa kuchora ramani za nyumba na kujenga.
archives pl, n, makumbusho, mahali pa kuhifadhi, nyaraka za kale.
archway taz. *arch.*
ardent a. -kali, -enye bidii, —enye shauku.
arduous n. bidii, ari.
area n. eneo, uwanja.
argue hojiana, bishana.
argument hoja, sababu, mabishano.
arise v.t. (arose, arisen), inuka, tokea, panda.
arithmetic n. hesabu, elimu ya hisabati.
arm n. mkono, *keep at arm's length,* epuka, *with open arms,* kwa urafiki, kwa mikono miwili, —*ment,* n. *armament,* zana za vita.
armistice n. mapatano ya kuacha vita, amani.
armpit n. kwapa.

arms n. silaha.
aroma n. harufu nzuri, uturi.
around adv. and prep. kando kando ya, papa hapa; *he is —,* yupo hapa hapa.
arouse v.t. amsha, chochea.
arrange v.t. *put in order,* panga, ratibu, *arrange a quarrel,* amua, tuliza, *—ment,* n. mpango, maagano, ahadi.
arrears n. deni, *to be in —,* wiwa, chelewesha malipo au hozi wa nyuma ya ahadi.
arrest v.t. shiku, tia nguvuni, bamba, kamata.
arrive v.i. fika, ja, wasili; *— at,* fikia, *arrival,* majilio, *new arrival,* mgeni.
arrogance n. kiburi, ufidhuli, *arrogant,* a. -enye kiburi, *arrogantly,* adv. kwa kiburi.
arrow n. mshale.
arson n. tendo la kuchoma nyumba (shamba) kwa moto.
art n. sanaa. ufundi, *arts and manufactures,* kazi za akili na za mikono, *artful,* a. —stadi, -erevu.
artery mshipa mkubwa wa damu.
article n. kitu, nakala, makala, maandishi.
articulate a. dhahiri, v.t. tamka vizuri, fafanua.
artificial a. - si halisi, - liofanywa, -si asili, a ughushi.
artillery silaha (mizinga n.k.)
artisan n. fundi, *artist,* n. msanii.
as adv. and conj. -vyo, *as you like,* upendavyo, *such things as chairs,* vitu kama viti, *as long as,* kama, kadiri, *as soon as you can,* upesi uwezavyo, *as far as English is concerned he is O.K.* Kama ni kwa Kiingereza tu hana shida; *as if,* kana kwamba, *as well,* pia, *as it were, kama vile* ingekuwa. *As yet,* bado.
ascend v.i. panda juu, kwea *to be in the ascendant n.*
ascendancy n. nguvu, uwezo.
ascension mpao, mpando.
ascertain v.t. tafuta ukweli, pata hakika, thibitisha, yakinia.
ascribe v.t. andikia, tolea, *ascribe wrongly to* msingizia bure.
ash n. majivu, *Ash Wednesday,* Jumatano ya majivu.
ash. n. namna ya mti.
ashamed a. *be —,* ona haya, aibika, tahayari.
ashore adv. pwani, *we went —,* tulikwenda pwani, *the boat has gone ashore,* jahazi imekwama pwelewa ufukweni.

aside adv. kando kando. *Set—,* tangua, weka kando.

ask v.t. uliza, omba, *ask after,* ulizia, *ask someone to dinner,* alika chakulani.

askance *askew, aslant,* adv. kwa upande, *look — at,* tazama kitongotongo, tazama kwa kusinzilia.

asleep *be—,* lala usingizi, *He was fast asleep,* alikuwa kwenye usingizi mzito, alilala fofofo, *fall —,* lala, sinzia.

aspect n. sura, umbo, *(view)* maoni, *under this —,* kwa hali hii—

aspire v.i. taka sana, *to, after* tamani.

ass n. punda, kihongwe; *fool* mjinga.

assail v.t. rukia, shambulia, fanya shari; *—ant,* n. mshari, adui.

assassin n. mwuaji wa siri, *—ate,* v.t. ua kwa siri au hila, *—ation,* n. mauaji ya siri.

assault v.t. shambulia. taz. *assail,* n. shambulio la ghafula.

assemblage n. mkutano, *assemble,* v.t., kusanyika, 2. kusanya, *assembly,* n. makutano, mkusanyiko.

assent v.i. kubali, kiri, toa idhini.

assert v.t. dai, tetea, thibitisha kwa maneno, *—ion,* n. madai, *mere assertion,* maneno matupu yasiyo thibitika.

assess v.t. kisia kitu na thamani yake, *—ment,* tendo la kukadiria thamani ya kitu, tathmini.

assets n. (pl.) mali, rasilmali.

assign v.t. gawanya kazi, pa mtu dhima. n.k., *—ment,* n. kazi aliyopewa mtu kufanya.

assimilate v.t. chukua, meza, (chakula n.k.), fananisha, fanya sawa.

assist v.t. saidia, auni, *—ance,* n. msaada, *—ant,* n. msaidizi.

associate v.t. shirikisha, tia pamoja -n. mwenzi v.i. shirikiana na, ungana na, *be associated with,* changamana na, *association,* jumuia, *form an —* fanya ubia (chama), *association of ideas,* mawazo yalinganayo.

assort v.t. chagua, ainisha, *—ment,* n. mchaguo.

assume v.t. chukua, chukulia, fanya kuwa kama, *assuming that,* ikiwa, iwapo.

assurance n. uhakika.

assure v.t. hakikishia, thibitisha, *can you assure me it is there?* Unayo hakika kiko pale?

asthma n. ugonjwa wa pumu.

astonish v.t. ajabisha, shangaza, *be astonished at,* shangazwa na, —*ment,* n. mshangao, astonishing, -a. ajabu sana, —*ngly adv.* kwa jinsi ya ajabu.

astray adv. *go astray,* potea, potoka.

astronaut n. mtaalamu wa mambo ya anga, mwana anga.

asunder adv. vipande vipande, mbalimbali, *put —,* tenganisha, weka mbali mbali.

asylum n. kimbilio, nyumba watunzwamo wasiojiweza.

at prep. kwa, katika, *at rest,* mapumzikoni, *at home,* nyumbani, *at once,* mara moja, *not at all,* sivyo kamwe; *what is he at,* anataka kufanya nini? *at length,* baadaye, hatimaye.

ate taz. *eat,* kula.

athlete n. mwana michezo. kakawana, *athletics,* ustadi katika michezo, mashindano ya michezo, michezo.

atlas n. kitabu cha ramani.

atmosphere n. anga, upepo, mandhari, hali ya hewa.

atom n. kitu kidogo mno, kijichembe, nukta.

atomic bomb, bomu la atomiki.

atone v.i. lipia, tambikia, lipia haka, —*ment,* n. malipo, haka.

attach v.t. ambatisha. fungasha, gandamiza; *I — much importance to his speech,* maneno yake yana maana sana kwangu, *attachable,* -a. a kuweza kufungiwa, *attached,* a. fungiwa pamoja, shikwa; - *attachment,* n. ambatisho, upendo.

attack v.t. shambulia, enda kwa nguvu, anza vita.

attempt v.t. jaribu jitahidi, *they made an attempt on her life,* walljaribu kumuua, —n. jaribio, jitihada, *make an attempt,* jaribu.

attend v.i. ngojea, angalia, sikiliza, tumikia. - v.t. hudhuria, alika, soma, *attend school,* soma katika shule fulani, *the doctor attended him,* mganga alimwangalia —*ance,* n. mahudhurio, huduma.

attention n. usikizi, tendo la kusikiliza, *pay*—, sikiliza.

attest v.t. shuhudia, apisha, lisha kiapo, —*ation,* n. ushuhuda, haki ya kushuhudia kiapo.

attic n. chumba cha juu cha jengo la ghorofa kifuatiliacho paa.

attitude n. *(position)* msimamo, *mental,* nia, maelekeo, tabia. *"Socialism is an attitude of mind",* Ujamaa ni imani.

attorney n. wakili, mwanasheria; — General, wakili mkuu, *Power of attorney,* Wakala.

attract v.t. vuta, pendeza, tamanisha, —*ion,* n. mvuto, nguvu ivutayo; madaha, haiba. —*ive, a* -zuri, -a kuvutia.

attribute v.t. *(to)* fikiria kuwa ndiyo sababu, *he attributes his failure to illness,* anafikiri ugonjwa ndiyo sababu ya kushindwa kwake.

attune v.t. rekebisha sauti, patanisha, linganisha.

auction n. mnada, lilani, *sell by* —, nadi, —*eer,* n. dalali.

audacious a. —jasiri, hodari, —shupavu, *audacity,* n. ujasiri, ukavu wa macho.

audible a. -a kusikika; *audibly, adv.* kwa jinsi ya kusikilikana.

audience n. wasikilizi, hadhara, *have an* — *with,* onana na mtu maarufu, *hold* —, barizi, pokea wageni (afanyavyo Pope au Rais, n.k.).

audit n. ukaguzi wa mahesabu ofisini, —*or,* n. mkaguzi wa mahesabu, *audit,* v.t. kagua hesabu.

august a. —tukufu, *August,* Agosti.

aunt n. shangazi.

auspices n. pl. msaada, himaya, *Under the* — *of,* kwa msaada wa.

austere a. -a kujinyima anasa, —gumu, -a kukaa bila ya nakshi.

authentic a. halisi, kweli, —*ate,* v.t. thibitisha, hakikisha.

author n. mwandishi vitabu, mtunga nyimbo au mashairi, mtengenezaji, —*itative,* a. —enye uwezo wa kuthibitisha, —*ity,* n. mamlaka, amri, *he has no authority over this matter,* hana uwezo juu ya jambo hili, *he is an authority on this matter,* anajua vizuri sana jambo hili. Yeye anaweza kusikizwa bila shaka, —*ize,* v.t. shirikisha madaraka, idhinisha, ruhusu, —*ship,* n. utungo, mwanzo uanzilishi.

autobiography n. habari za maisha ya mtu zilizoandikwa naye.

automatic a. —enye kujiendesha peke yake, enye kufuata kawaida, taratibu wenyewe na kubadili.

autumn n. kipindi cha mwaka

auxiliary/azure

Septemba-Novemba; vuli.
auxiliary -a kuongeza nguvu. *(grammar) auxiliary verb,* kitenzi cha msaada, a. -a kusaidia, n. msaidizi.
avail v.t. and i. faa weza, starehe, —*able,* a. patikana, -wa tayari, *water is now available,* maji yapo sasa, *It is of no avail, It does not avail anything,* haifai chochote, haifaidii kitu.
avarice n. ubahili, tamaa ya mali, *avaricious,* a. bahili, -a choyo,
avenge v.t. lipiza kisasi.
avenue n. barabara ya mjini yenye kupandwa miti kandoni.
average n. wastani, kiasi au kadiri ya hesabu fulani.
averse a. *(to)* chukia a kutopenda; *aversion,* chuki.
avert v.t. epa, kinga, pishia mbali.
aviation n. elimu ya kuendesha ndege, *aviator,* n. rubani, taz. *pilot,* n.
avoid v.t. epuka, ambaa, —*able,* a. -a kuepuka.
avow v.t. *and i.* kiri, ungama, —*al,* n. ungama, —*al,* n. ungamo, *he is an avowed liar,* ni mwongo dhahiri.
await v.t. ngoja, tazamia, subiri.
awake awaken, v.t. *(awoke, awaked),* amsha, chochea, tia chonjo — v.i. amka, *be awake to,* fahamu, jihadhari, *she is now awake,* yu macho sasa, *awakening,* n. mwamko.
award n. tuzo, hukumu, v.t. toa tuzo, tuza, hukumia.
aware a. *be*—, tambua, fahamu.
away adv. mbali, mbele, *go*—, nenda zako, *he is* —, hayupo, *to pass* —, kufa, *away with it,* tupa, achilia mbali, *Do* — *with,* komesha, achisha mara moja, *far and away the best,* bora kabisa.
awe n. hofu, uchaji, —*ful,* a. -a kuogofya, -a kutisha, *he is in awful pain,* anaumwa sana. — v.t. tisha, ogofya *awestruck, a. (be)* pagawa kwa ajili ya kitisho.
awkward a. —ovyo, -—inga, —sio na ustadi.
awry a. *and adv. (be awry)* potoka, enda kombo, haribika (tabia).
axe n. shoka.
axis n. mhimili wa dunia, kitu kama mhimili, kipenyo.
azure n. rangi chanikiwiti, buluu, samawati.

b

b n. herufi ya pili katika alfabeti ya Kiingereza.
baa v.i. lia kama kondoo — n. mlio wa kondoo.
babble v.i. bwata, payuka. sema ovyo n. upuuzi.
babe, baby n. mtoto mchanga.
bachelor n. mseja, kapera, mhuni.
back n. mgongo, -adv. nyuma, kinyume, *some time back,* zamani kidogo, juzi juzi. *give back,* rudisha, *go back,* rudi, rejea; *break the back of,* maliza sehemu iliyo ngumu; *turn the back on,* tupia mgongo, dharau; *back up,* saidia; *backbite* v.t. sengenya; *backbone,* n. uti wa mgongo; *backward(s) adv.* —a nyuma, —sioendelea.
bad a. —baya, *go bad,* oza, vunda; *go to the bad,* kuwa mbaya, potoka, *bad blood,* hasira, chuki.
badge n. beji, alama, nishani, kitu cha kutambulisha.
baffle v.t. fadhaisha, tia wasiwasi, tatanisha, potoa, pinga, shinda batili, n. ubatilisho, *a baffling situation* — hali ya kutatanisha.
bag n. gunia, mfuko, mkoba, *let the cat out of the bag,* toa siri.
baggage mizigo, *bag and baggage,* vitu vyote.
bail n. fedha inayotolewa kwa ajili ya kumkomboa mtu kwa muda kutoka gerezani, dhamana, wekea dhamana v.t..
bait n. chambo — v.t. tega kwa chambo (fig.) n. kishawishi, ihilisi.
bake v.t. and v.i., choma, oka, (mkate, n.k.) *bakery,* pahali pa kuokea mikate.
balance n. mizani, *be in the —,* wa mashakani; *strike a —,* jumlisha hesabu.
bald a. —enye upara, *baldness,* upaa.
bale n. mtumba, robota, furushi, bunda v.t. funga (katika) mizigo.
ball n. mpira, tufe, *keep the ball rolling,* endelea, 2. ngoma, dansi.
ballast n. farumu, *he has no —,* si imara.
ballet n. ngoma ya kuigiza hadithi.
ballon n. namna ya fuko lililojaa hewa na kuruka juu - purutangi.

ballot n. kura, *cast —,* piga kura.

balm n. malhamu ya kutuliza, dawa ya mafuta.

bamboo n. mwanzi.

ban n. tangazo la kupiga marufuku, uzuiaji; laana v.t. kataza, piga marufuku, hamisha.

banana n. ndizi.

bandage n. kitambaa cha kufungia kidonda, au bendeji — v.t. funga kidonda.

bang n. shindo — v.t. pigisha (mlango ...) and v.i. fanya kishindo; piga sana; v.t. 2. bangi. 3. kata nywele duara, n. kibwenzi.

bangle n. bangili.

banish v.t. fukuzia mbali, toa katika mawazo; *—ment,* n. kufukuzwa nchini.

banjo n. banjo, zeze, gambusi.

bank n. ukingo, benki, *be bankrupt,* filisika.

banns n. tangazo la ndoa.

banquet n. karamu.

baptism n. ubatizo, *baptize,* v.t. batiza.

bar n. ufito, bango, komeo, kizuizi, 2. *colour bar,* ubaguzi wa rangi, 3. baa, kilabu, 4. v.t. zuia, pinga, kataza.

barrier n. kizuio, mgogoro.

barb *barbed wire,* seng'enge.

barber n. kinyozi

bare a. —tupu, *bare feet,* miguu mitupu, *bare one's head* vua kofia, *barefaced,* bila haya.

barely adv. kwa shida; *bareness,* n. hali ya kuwa wazi, utupu, uwazi.

bargain n. mapatano, *make a —,* afikiana — v.i. pigania *(for)* zabuni, tia zabuni, *She did not bargain for that,* hakutazamia mambo hayo, *a good bargain,* bei nzuri.

barge n. mashua kubwa isiyo mkuku, hutumiwa aghalabu katika mito na mifereji kwa kupakia na kupakulia bidhaa toka melini.

bark n. gamba la mti, gome. 2. mlio wa mbwa. 3. jahazi. — v.i. lia kama mbwa: *His bark is worse than his bite,* anatisha kwa maneno tu, hana lolote.

barley n. shayiri.

barn n. ghala ya kuwekea nafaka, ukoka na k.w. kwa ajili ya kutumia wakati maalum.

barometer, barometa, kipimo cha hewa.

barracks n. kambi ya askari.

barrel n. pipa

barren a. tasa, tupu, kame.

barricade, n. boma, - v.t. jenga boma.

barrier kizuizi, mpaka.
barrister n. mwanasheria.
barrow n. gari dogo lenye gurudumu moja au mawili na miguu miwili.
barter v.t. badilishana bidhaa -n. biashara ya mali kwa mali.
base a. —baya, -n. msingi, chanzo, — *ment,* sehemu ya nyumba chini ya ardhi, *base,* n. kifusi.
bashful a. -enye haya.
basic a. -a msingi.
basin n. 1. bakuli, dishi, tasa; 2. bonde, *river basin,* bonde la mto.
basis msingi, chanzo.
bask v.i. ota jua, furahisha nafsi.
basket n. kikapu, pakacha.
bass n. sauti nene hasa ya kiume katika muziki 2. aina ya samaki wa maji baridi na maji chumvi.
bastard n. — mwanaharamu, mtoto anayezaliwa nje ya ndoa, *(Vulg.)* mtu (ovyo) a. haramu, —a kujifanya si halisi; *bastardize,* v.t. tangaza, kana kwamba si halali.
bat n. popo, nundu. 2. kibao cha kuchezea mpira wa kriketi.
bath n. maji ya kuoga; 2. birika au chombo cha kuogea ambacho mtu huingia kuchovyesha mwili majini. v.t. ogesha, *bathe, v.t. and v.i.* oga, ogesha; chovya; chovyesha, *bathing-suit,* nguo za kuogea; *bathroom* chumba cha bafu, hamamu. *In the —,* bafuni; hamamuni; *bathtub,* n. chombo kama mtumbwi cha kuogea.
battalion sehemu ya jeshi la askari (wa miguu) lenye kikosi cha wanajeshi wa miguu wasiopungua 1000.
battery n. sehemu ya silaha za mizinga 2. chombo cha kutolea nguvu za umeme, 3. mawe ya tochi au redio, betri.
battle n. vita, - v.i. pigana, — *ship,* meli kubwa ya vita; manuwari.
bay n. ghuba, hori. 2. v.i. gumia, lia, kama mbwa, *keep at bay, hold at bay,* zuia, kinga (adui).
bayonet n. singe.
bazaar n. soko, duka sehemu yenye maduka.
be v.i. — wa, *be quiet,* nyamaza, *be tired* —mechoka.
bead n. ushanga, *beads,* shanga.
beak n. mdomo wa ndege, omo ya jahazi.
beam n. mhimili, boriti, *a beaming face,* uso

mkunjufu.

bean n. haragwe, fiwi, kunde.

bear n. dubu, mtu mkali, - v.t. chukua, 2. zaa, 3. stahimili, vumilia, pata mimba, *bear with him,* mvumilie, *bear in mind,* kumbuka, zingatia; *bear a hand,* saidia, auni, *bear out,* hakikisha, shuhudia, *bear a likeness to,* fanana, *bear a grudge against,* kuwa na chuki na, wekea kisasi, *bear children,* zaa.

beard n. ndevu, sharafa.

beast n. mnyama, *beastly,* — chafu, -baya.

beat *beat, beaten,* v.t. piga, *beat about the bush,* tangatanga, tapatapa, acha hili sema hili kwa kuwayawaya, *beat time,* ongoza nyimbo kwa mkono au kifimbo kuonyesha mapigo.

beautiful a. —zuri, *beauty,* uzuri.

because adv. and conj. kwa sababu, *because of,* kwa sababu ya.

beckon v.t. pungia mkono, konyeza, *at one's beck and call,* chini ya amri ya, *you are at his beck and call,* huna hiari, lazima umtii.

become v.i. *(became, become),* — wa katika hali fulani, pata kuwa, *It is becoming warm,* hali ya hewa inaanza kuwa joto, kwaanza kufuruka. *That dress becomes you,* nguo hiyo inakupendeza, vazi lile linakuagia, *Ali has become a thief,* Ali amekuwa mwizi.

bed n. kitanda, —*ding,* shuka, matandiko 2. *bed of a river* — bonde la mto; chini ya mto, *bed* -v.t. weka kitandani, weka msingi, — *room,* chumba cha kulala, *go to bed,* lala, *make the bed,* tandika.

bee n. nyuki, *bee-hive,* mzinga wa nyuki.

beef n. nyama ya ng'ombe; *beefsteak,* - chinyango ya nyama, *weakbeef (fig.)* kitu kisicho thamani; mtu asiyethaminika.

beer n. bia, pombe.

beetle 1. n. aina ya jamii ya mende; 2. nyundo ya ubao; *beetle* a. and v.i. enye nyuzi za kutokea, enye mchanganyiko. 3. enenda, ondoka.

befall *(befell, befallen)* v.t. and i., pata, angukia, tukia, shukia.

before *adv. and prep.* kabla ya, mbele ya, *beforehand, adv.* kabla.

befriend v.t. saidia, karibisha,

fanyia usuhuba.

beg v.t. omba, *beg the question*, zungusha maneno, v.i. omba omba kitu, *Beg for pardon*, lalama, omba msamaha, *I beg your pardon*, kunradhi, niwie radhi, *to go begging*, kudharauliwa, kutokuwa na mnunuzi.

began wakati uliopita wa *begin*, anza.

beget v.t., *begot, (begotten)*, zaa fanya, sababisha.

beggar n. maskini, - v.t. filisi, *It beggars description*, haielezeki, haina kifani.

begin v.t. *(began, begun)*, anza, ingiza, anzisha. v.i. anza *to begin with*, kwanza kabisa, kabla ya yote, *beginning*, n. mwanzo, awali, *from the beginning*, toka mwanzo.

begot taz. *beget*, zaa.

begun taz. *begin*, anza.

behalf n. *on — of*, kwa niaba ya —kwa ajili ya.

behave v.i. tenda, jiweka, wa katika silka. *behaviour*, tabia, mwenendo, adabu.

behind *pre.* nyuma.

behold v.i. *(beheld, beholden)* angalia.

behove *That being the case, it behoves us*, kama ni hivyo yatupasa.

being n. kitu. *Human —*, mtu, uanadamu.

belief n. imani, itikadi, *believe*, v.t. sadiki.

bell n. kengele, mbugi, njuga.

belligerent a. -enye kupenda vita.

bellow v.i. lia kama ng'ombe, nguruma, imba kwa sauti ya gonda 2. *bellows*, mivukuto, viriba, mivuvio.

belly n. tumbo, fumbatio, *beer belly*, kitambi cha bia.

belong v.i. -wa mali ya, *It belongs to him*, ni mali yake, *—ings*, n. mali, vikorokoro.

beloved a. —penzi, —pendwa, —n., mpenzi, muhibu.

below adv. and prep. chini ya *here below*, hapa duniani.

belt n. ukanda, mshipi.

bench n. benchi, bao la kukalia.

bend v.t. (bent), pinda, kunja. -v.i. pindika, nesa, kunjika. -n. pindo, mkunjo.

beneath adv. and prep. chini ya.

benediction n. baraka, neema.

benefactor n. wa- mfadhili, karimu.

beneficial a. -enye manufaa, -a msaada.

benefit n. faida, tija; v.t. faa, nufaisha; -v.i. faidi.

benevolence n. ukarimu, upaji, wema.

benevolent/beware

benevolent a. -karimu, -ema.
bent, tz. *bend*. -a. -enye kasoro, -a upinde, *He is bent on doing it,* amenuia kufanya hivyo.
benzine n. namna ya uowowevu uwashikao kwa haraka.
bereave v.t. ondolea, acha katika hali ya ukiwa, twalia, *the bereaved,* aliyefiwa, mfiwa.
bereft *be — of reason,* potewa na akili.
berry n. tunda dogodogo lolote, fuu, kunazi, *coffee berry,* buni.
berth n. sehemu bandarini ambapo meli hutia nanga, gatini, *to give a wide berth to someone,* jitenga kando, mkwepe, jitanibu.
beseech v.t. *(besought),* sihi, omba sana, tadhalali.
beside prep. kando ya, *he is beside himself,* amekuwa mwehu, *that is beside the question,* hiyo haimo, hakuna uhusiano na swali, *besides,* zaidi ya.
besiege v.t. zunguka mji kwa majeshi; zingira; tia pete.
best a. bora, bora kupita yote, ema sana; zuri, *best* a bora *make the best of,* jitahidi, *to the best of my memory,* kwa kadri niwezavyo kukumbuka, *best of all,* bora kuliko vyote, *best wishes,* salamu zao.
bestow v.t. toa, walia, tawalisha, *upon,* visha hadhi *bestowal,* n. tendo la kupa la kuweka.
bet v.t. pinga, weka sharti; *affirm by a bet,* weka masharti; panda kwa kubahatisha, n. masharti ya bahatisho, kitu au jambo lililowekwa au kutajwa kwa kubahatishwa, ukitokea lilivyo mbahatisho, ji hupata, lisipotokea, mpingaji wa upande wa pili hupata yeye, *engaged in betting,* wekeana masharti.
betray v.t. saliti, haini, toa siri kwa hila, —*al,* n. uhaini.
better a. zaidi, bora, afadhali *you had better go,* heri uende *get the better off,* shinda, *be better of,* -wa na hali nzuri zaidi, *get better,* pona, pata nafuu, pata ahueni.
between adv. and prep. katikati (ya,) *between ourselves,* ni siri yetu wenyewe, *to go between,* kuamua. *a go between,* mtu wa kati, msuluhishi.
beverage n. kinywaji, hasa chai au soda, bia n.k.
beware v.t. and i. angalia, kaa

bewilder/black

macho, tahadhari, *beware of the dog,* jihadhari na mbwa.

bewilder v.t. shangaza, zuzua, —*ment,* n. mshangao, bumbuazi.

bewitch roga, v.t. sihiri; —*ing,* a. -zuri mno.

beyond adv. and prep., upande ule, mbali zaidi *it is — me,* imenishinda, *it is — average,* imepita kiwango.

bias n. upendeleo, *have a bias towards,* pendelea, *biased,* a. -enye upendeleo.

Bible n. biblia.

bicycle n. baiskeli.

bid v.t. *(bad, bidden),* zabuni, ambia, *bid farewell,* aga, toa buriani, toa kwaheri.

bier n. jeneza, tusi.

big a. -kubwa *(bigger, biggest)* kuu.

bike n. baiskeli.

bilateral, a. -a pande mbili.

bile n. nyongo.

bilharzia n. kichocho.

bill n. mdomo wa ndege. 2. hati ya deni.

billow n. wimbi, (ma).

bind v.t. *(bound),* funga.

biography maandiko juu ya maisha ya mtu, asili yake, *biology,* n. elimu ya mimea.

bird n. ndege, *birds of a feather flock together,* watu wa tabia moja hufuatana, *a bird in the hand is worth two in the bush,* heri kenda kuliko kumi nenda uje, shika ulicho nacho, *bird-lime,* n. ulimbo.

birth n. uzazi, chanzo, *birthday,* n. siku ya kuzaliwa, *birthplace,* mahali mtu alikozaliwa.

biscuit, n. biskuti.

bisect v.t. kata mara mbili.

bishop n. askofu.

bit n. kipande, sehemu, chembe, *(of a horse)* lijamu. *a bit,* kidogo, *take bit by bit,* chukua kidogo kidogo. *I don't care a bit,* sijali kitu, *do one's bit,* kufanya kadri (ya kazi, wajibu n.k.) ipasavyo.

bitch n. mbwa jike.

bite *(bit, bitten)* v.t. uma, ng'ata, *bite off more than one can chew,* ahidi usiyoweza kutimiza. *bite the dust,* kufa vitani n.k.

bitter a. -chungu, *bitterness,* n. uchungu.

black a. -eusi, *blackboard,* ubao mweusi wa shuleni, *it is in black and white,* ni wazi wazi, *the outlook is black,* mambo si mazuri, *do you know you are in his black books?* Una habari umemchukiza sana? v.t. -fanya eusi, aibisha, umbua, *black market,* magendo, mlango wa nyuma. *blackmail,* n. hongo ili siri isitoke, *black sheep,* mtu mbaya; *black art,* n. uchawi, uramali, *blacksmith,* n. mhunzi, mfua chuma.

bladder n. kibofu, *football —,* mpira wa ndani, blada.

blade n. *(of grass)* jani, *(of knife)* ubapa, *razor blade,* wembe.

blame v.t. laumu, karipia, shutumu, *be blamed for,* laumiwa kwa, *blameless,* a. -sio na lawama, sio na hatia, *blameworthy,* a. -enye hatia na kustahili lawama.

blank a. -tupu, -eupe, -a kushangaa. -a kutokuwa na fahamu.

blanket n. blangeti.

blast n. *(sound)* uvumi wa upepo, shindo kama la baruti, mlipuko.

blaze n. mwako wa moto, ndimi au miale ya moto, v.t. *(of a tree)* fanya alama mtini kwa kubandua kipande cha gome ili kuonyesha njia 2. tangaza, eneza habari.

bleach v.t. fanya -eupe (rangi) *bleaching powder,* poda ya kutakasa nguo.

bleed (bled) v.i. toka damu. v.t. — towa damu, umika, piga chuku, toza fedha kwa udhalimu, *he bled freely,* alitoka damu sana, *her heart bleeds for you,* anakuhurumia sana.

blemish n. ila, athari - v.t. umbua, athiri, kashifu.

blend v.t. changanya, patana. *these statements do not blend,* maneno haya hayapatani.

bless v.t. bariki. neemesha. *blessing,* baraka, *a blessing in disguise,* tukio baya lenye matokeo mema.

blew taz. *blow.*

blight n. maradhi ya mimea, ngurukia; chonge. -v.t. haribu.

blind a. pofu, *— fold,* fungia kitambaa machoni, buye.

blink v.i. pepesa, kupia, pepesa. v.t. kataa kuangalia, -tojali.

bliss n. heri, raha mustarehe, maisha ya peponi.

blister n. lengelenge.

block kipande, mpango wa nyumba - v.t. pinga, zuia, kinza.

blockade, . n. mazingwa, *blockhead,* mjinga.

blond a. -enye nywele za rangi ya shaba, zenye kusifiwa sana ulaya, msichana mrembo.

blood n. damu, *in cold —,* kwa ukatili, *in hot blood,* kwa hasira, *his blood is up,* amekasirika, *bloodshed,* umwagaji damu, *blood vessel,* mshipa wa damu.

bloom n. mwauko wa ua, chanuo, - v.i. chanua.

blossom v.i. taz. *bloom.*

blot n. waa, - v.t. tia mawaa, umbua, *blotting paper,* kikausho.

blouse n. blauzi.

blow n. pigo, dharuba, *at a single blow,* kwa pigo moja, dharuba moja tu. *Come to blows, exchange blows,* anza kupigana, mapigano, *blow one's own trumpet,* jivuna, jifaragua, jisifu, *to blow hot and cold,* kusitasita.

blue a. bluu, rangi ya samawati, *to look blue,* kuwa na moyo mzito.

blunder v.t. and vi. jikwaa, kosakosa, chafua, ongoza vibaya, kosa, -n. kosa, fujo, kwao, mvurugano wa mambo.

blunt a. -butu, dugi. *This knife is blunt,* kisu hiki ni butu.

blur n. doa, waa, bato, baku 2. aibu, fedheha -v.t. tia doa, tia aibu.

blush v.i. fadhaika, iva usoni, huzunika. -n. haya, fedheha.

board n. ubao, 2. baraza, *on board,* melini, chomboni. *take on board,* pakia, *boarding school,* boda, bweni - v.t. ingia chomboni, abiri.

boast v.i. jisifu, jiona, jivuna. -n. majivuno, majigambo.

boat n. mashua, jahazi, meli.

body n. mwili, *anybody,* mtu ye yote, *somebody,* mtu fulani, *bodyguard,* n. mlinzi wa mfalme, au rais.

boil n. jipu, kirasa, uvimbe. — v.t. chemsha, chemka, *boiled eggs,* mayai ya kuchemsha.

boisterous a. -enye kelele na maringo, jeuri.

bold a. shujaa, *make bold,* thubutu, jasiri.

bolt n. komeo. -v.t. funga kwa komeo, *bolt upright,* wima kabisa.

bomb n. bomu, kombora — v.t. piga kwa bomu, *like a bombshell,* ghafula mno.

bombard v.t. piga makombora, *bombard with questions,* hoji sana.

bond n. kifungo, dhamana, mkataba, *bondage,* utumwa.

bone n. mfupa, mwiba, *a bone of contention,* kisa au chanzo cha mgogoro, *to*

bonnet/bottom

make no bones of it, kutojali, *have a bone to pick with someone,* -wa na neno la kujadili na mtu, *bonefire,* n. moto mkubwa wa sherehe.

bonnet n. kofia fulani, funiko la gari mbele.

bonny a. -zuri.

bonus n. zawadi, tunzo baada ya kazi ya muda fulani.

book n. kitabu, *book case,* kabati ya vitabu, *bookkeeping,* ukarani wa hesabu - v.t. andika jina la msafiri, tayarisha usafiri kwa kushika nafasi melini, treni au ndege, *booking office,* ofisi ya tiketi, *the train is booked up,* hamna nafasi, treni imejaa.

boom v.i. and t. nguruma, vuma, stawi ghafla; tangaza, eneza.

boom n. i. uvumi, mshindo, *(commerce),* ustawi au nafuu ya ghafla.

boomerang n. gongo lenye kupinda, likitupwa hurudi, kitendo chenye marejeo.

boot n. kiatu cha ngozi kinachofunika mguu toka vidole mpaka tindini, buti. 2. gidamu, *have one's heart in one's boot,* ogopa sana, *boot* v.t. piga teke, vaa kiatu; faidi, *bootlace,* n. i. kamba ya kutungia viatu; (sehemu ya mbele ya kiatu hasa makubadhi).

booty n. mateka, ngawira, nyara.

booze v.t. v.e. -nywa sana ulevi, lewa, n. ulevi, ugimbi.

border n. mpaka, ukingo, -v.t. *(on)* pakana na, tangamana.

bore taz. bear.

bore v.t. toboa, pekecha, *(annoy),* sumbua, kera, *(of insect),* bonga, bungua, *(for ornament),* toga, dunga. n. kipimo cha duara ya kitundu cha mtutu wa bunduki.

born *be born,* zaliwa.

borrow v.t. azima, kopa, iga —er, n. mkopi.

bosom n. kifua, moyo, chuchu ya ziwa, hasa ya mwanamke, *take to one's bosom,* amini mtu; *a bosom friend,* msiri. *Abraham's bosom,* ahera, peponi.

botany n. elimu-mimea

both a. -ote, -wili, *both are here,* wote wawili wako hapa.

bother v.t. udhi, kera, sumbua, n. udhia, taabu, v.i. hangaika, *don't bother yourself,* usijisumbue.

bottle n. chupa - v.t. weka chupani.

bottom n. chini, sehemu ya

bough n. tawi la mti.
bought taz. *buy,* nunua.
bounce v.i. ruka kama mpira, duta; v.t. laghai, ghilibu.
bound *I am bound to go,* lazima niende, *by leaps and bounds,* kwa upesi sana, *be bounded by,* pakana na, *it is bounded by,* imepakana na.
boundary n. mpaka
bounty n. wingi, ukarimu, zaka, baraka, sadaka.
bounteous, bountiful a. -ingi, karimu.
bouquet n. shada la maua, manukato.
bow v.i. inama, heshimu, - n. nema, mwinamo wa kichwa, *make a bow to,* inamia.
bow n. upinde, uta, *bow-legged,* -enye matege, *to draw the long bow,* piga chuku.
bowels matumbo.
bowl n. bakuli (ma).
box n. kasha, sanduku; -v.t. *box someone on the ear,* piga makofi, mpige kofi.
boy n. mvulana, (wa), mtoto wa kiume.
boycott v.t. susia, katazia.
brace n. ukanda - v.t. burudisha.
bracelet n. bangili, kekee.
bracket n. kifungo ( ), kitegemeo, mabano.
brag v.i. jigamba, jisifu, - n. majisifu.
brain n. ubongo, akili, *brainy,* -enye akili.
brake n. breki, mapumziko, v. simama, zuia.
bran n. wishwa, makafi ya nafaka.
branch n. tawi - njia panda mkono wa mto, v.i. gawika fanya panda.
brand n. alama - v.t. tia alama *brand new,* mpya kabisa.
brandy n. pombe kali, brandi.
brass n. shaba, *brass band,* bendi ya matarumbeta.
brassiere n. sidiria, kanchiri.
brave a. hodari, jasiri, —*ry,* n. ujasiri, ushujaa.
breach n. *(of law)* uhalifu, *(of peace)* vita.
bread n. mkate, boflo.
break (broke, broken) v.t. vunja, — *away,* kimbia, toroka mbali na — *out* tokea, *war broke out,* vita ikazuka, — *with friends,* vunja urafiki, *the break of day,* mapambazuko *breakfast,* n. chakula (asubuhi) chai ya asubuhi, kisebeho.
breast n. kifua *(woman's),* titi,

breath n. pumzi, *speak with bated —,* nong'ona. *take away the —,* shtusha.
breathe v.t. vuta pumzi, pumua *Breathe again,* ondokewa na shida, *breathe freely,* furahi tena, *breathe one's last,* fariki.
breed *(bred)* v.t. zaa, zalisha - n. zao, *a new breed,* kizazi kipya.
breeze n. upepo, *breezy,* a. -enye upepo.
brevity n. ufupisho.
brew v.t. pika pombe, *brewery,* kiwanda cha pombe.
bribe v.t. honga, toa rushwa, -n. hongo, magendo, *take bribes,* pokea rushwa.
brick n. tofali, *—layer,* n. fundi mwashi, mpiga matofali.
bride n. bibi arusi, *bridegroom,* bwana arusi.
bridge n. daraja (ma), tingatinga; - v.t. jenga daraja, faulu katika shida.
bridle n. hatamu - v.t. zuia.
brief a. -fupi, a maneno machache, *briefly, in brief,* kwa kifupi, *briefcase,* n. kisanduku, begi, mfuko.
brigade n. brigedi, kikundi cha asikari wasiopungua 5,000.
bright a. -angavu, -kunjufu, *—en.* v.t. changamsha, *(weather)* anuka.
brilliance n. mng'ao, wangavu *briliant* a. -enye kung'ara *(people)* - enye akili, -a busara *brilliantly,* kwa busara sana.
brim n. ukingo, *up to the brim,* kujaa sana, pomani.
bring *(brought),* v.t. leta, *bring about, bring to pass,* fanyiza, sababisha, *bring down,* shusha, tweza, *bring forth,* zaa, *bring into play,* tendesha kazi, anzisha, *bring an action against one,* shitaki, tia mahakamani.
brink n. ukingo, *to be on the brink of,* -wa karibu ya, pachipachi ya.
brisk a. -epesi, -tendaji.
bristle n. unywele mgumu, - v.t. simamisha nywele. - v.i. kasirika, *set up one's bristles,* pandwa na hasira.
broad a. -pana, *broadcast,* v.t. tangaza, eneza, *broadminded,* mwenye kujua ulimwengu vizuri.
broke taz. *break,* vunja.
bronze n. shaba nyeusi, bronzi.
brood n. mazao, makinda ya ndege.
brook n. kijito, - v.t. vumilia, stahamili.
broom n. ufagio, *a new*

broom sweeps clean, ufagio mpya hufagia safi, yaani, kipya kinyemi, kitu chochote kipya hupendeza.

brothel n. danguro, kambi ya malaya.

brother n. ndugu wakiume, *my elder brother,* kaka yangu, *brother,* mdogo wangu.

brought wakati uliopita wa *bring, he brought it* alileta.

brow n. paji la uso, kipaji, kikomo cha uso.

brown a. -a rangi ya maji ya kunde.

bruise v.t. chubua, chubuka, - n. chubuko, mchubuko.

brush n. burashi, - v.t. pangusa, piga brashi.

brutal a. -katili, -a kinyama. *brute,* n. mnyama, mtu mkatili sana.

bubble n. povu, -v.i. umuka, toa povu *to bubble over,* furika, fura (kwa hasira, furaha, n.k.).

buck n. dume (la mbuzi, paa, n.k.); *(American slang). dollar.*

bucket n. ndoo.

buckle n. kifungo cha mkanda, bizimu, *buckle on,* jifunge mkanda.

bud n. chipuzo, chipuo, *nip in the bud,* komesha jambo linapoanza tu - v.i. chipua, mea, chanua.

budget n. bajeti makadirio, -v.i. kadiria matumizi.

buffalo n. nyati, mbogo.

buffet n. kofi, msiba; 2. baa ya viburudisho kwenye treni au stesheni.

bug n. kunguni.

bugbear n. kioja, kitisho au dubwana.

build v.t. *and (built)* jenga, unda, *build up the crack,* ziba ufa, kuza, endesha, (fig) tukuza mtu au jambo kwa kutoa sifa zake, —*ing,* n. jengo.

built taz. *build.*

bulb n. 1 balbu, kioo cha taa ya umeme, tungi; 2. kichomozo chini ya shina la ua katika baadhi ya mimea mingine.

bulge n. uvimbe, - v.i. vimba, tokeza nje.

bulk n. ukubwa, *the bulk of,* sehemu kubwa ya, a. -kubwa, -nene.

bull n. 1. fahali, dume la ng'ombe lisilo hasiwa, dume la tembo, *bull's eye (sl.)* askari polisi. v.t. *and* v.i. 2. zabuni.

bullet n. risasi, *bulletproof,* bunduki haipiti.

bulletin taarifa fupi juu ya habari za ugonjwa wa mtu

bullock/**butt**

mkubwa.
bullock n. maksai, dume.
bully v.t. onea, chokoza, -n. mchokozi, jeuri.
bulwark n. boma, ngome, msaada.
bump v.t. gonga, gongana, *he bumped his head against the wall,* alijigonga kichwa ukutani - n. pigo, chubuko, - er. n. (gari) chuma cha kulinda gari mbele na nyuma, bampa.
bun n. 1. kitumbuo; 2. ufundo wa nywele za mwanamke nyuma ya shingo.
bunch n. fungu, shada (maua) *a bunch of;* kiasi fulani cha.
bundle n. robota, furushi, bunda, — *up,* fungasha.
bungalow n. bangalo, nyumba ya fahari aghalabu ya ghorofa moja.
bungle n. fujo, machafuko - v.t. vuruga, chafua amani.
buoy n. chelezo, boya; — *ant,* a. -changamfu.
buoyancy n. wepesi, ukunjufu.
burden n. mzigo, udhia, —*some,* a. -zito, -sumbufu.
bureau n. ofisi, *bureaucracy,* n. urasimu.
burglar n. mwizi, -y, n. wizi wa kuvunja majumba.
burial n. mazishi, maziko taz. *bury.*
burn v.t. *(burnt and burned),* choma moto, unguza, - v.i. ungua, *burn with anger,* foka kwa hasira, *burn one's fingers,* pata hasara, *a burning question.*
bursar n. msarifu, *bursary,* n. gharama za msarifu.
burst v.t. pasua, - v.i. pasuka, funguka ghafla, toka kwa nguvu, *burst into tears,* toka machozi ghafula.
bury v.t. fukia, zika.
bus, kifupi cha omnibus, ni gari la abiria, au basi.
busy a. -enye kazi nyingi. *He is very—,* ana kazi nyingi sana, hana nafasi, *business,* n. shughuli, *it is not your business,* haikupasi, si shauri lako, *mind your own business,* shika hamsini zako, usihangaike *busybody,* n. mdadisi.
but conj. lakini, *he all but fell,* karibu angeanguka, *but for,* ila kwa.
butcher n. mchinja nyama, bucha - v.t., chinja, ua kwa ukatili.
butler n. mtumishi mkubwa wa baa na vitu vilivyomo.
butt v.t. piga pembe, *butt in,* jiingiza, n. pigo kwa tako la bunduki 3. pipa la kutilia

mvinyo.
butter n. siagi.
butterfly n. kipepeo.
buttock n. tako, kitako.
button n. kifungo, v.t. funga kwa kifungo, *buttonhole*, n. kiua, tundu.
buttress n. nguzo, egemeo, -v.t., egemeza.
buy v.t., nunua, *buy off,* weka rubuni, honga.
buzz v.i. vuma (kama nyuki).
by *prep.* katika, kando ya, *by reason of,* kwa sababu ya, *day by day,* kila siku, *come by,* pata, *stand by,* saidia, *by all means,* kwa vyovyote vile, *by the table,* mezani, *bygone,* a. -a zamani —*let bygones be bygones,* ya kale hayanuki, yaliyopita yamepita, *by-product,* n. tokeo lisilokusudiwa, *by the way,* eti bwana, ... ehe, naam.
bye-bye, good-bye, kwa heri, buriani,

C

cab n. taxi, motokaa ndogo itumikayo kwa kukodishwa, chumba cha dereva katika gari moshi.
cabbage n. kabichi, namna ya mboga yenye majani kama figili yenye kujiviringa.
cabin n. kichumba melini, n.k.
cabinet n. chumba, kidogo, kidawati cha kuwekea vitu. 2. baraza la mawaziri.
cable n. uzi wa simu, simu, amari, kamba nene ya kufungia meli.
cafe n. mgahawa, dawa inayotokana na buni.
cafeteria n. hoteli ya chakula ambako kila mtu hujihudumia.
cage n. kizimba, v.t. fungia kizimbani, kitundu.
cajole v.t. danganya kwa sifa za wongo, laghai, bembeleza.
cake n. mkate mtamu, keki.
calabash n. kibuyu, buyu (tunda) tumba.
calamity n. msiba mkubwa, janga, balaa.
calamitous a. -a huzuni, -zito moyoni.
calculate v.t. hesabu, pima kiakili —*upon,* tegemea —*for,* -a kufaa kwa.
calculation n. hesabu, fikira, mpimo.
calendar n. kalenda, takwimu,

jedwali.
calf n. ndama *(pl. calves)*, 2. *(of leg)* chafu za mguu.
calibre n. kipimo cha duara, ukubwa.
calico n. kitambaa cha pamba.
call v.t. ita, taja, zuru, *call at,* tua, fikia, *call for,* taka, *call in question,* bishania, *call to account,* shtaki, *call to mind,* kumbuka, *call of nature,* haja, *a call upon the purse,* gharama, *a call on time,* kazi haito, *calling* n. mwito *callous,* a. -enye sugu, -gumu.
calm a. tulivu,v.t. tuliza, tulia, *calumny* n. masingizio, *calumniate* v.t. singizia.
came wakati uliopita wa *come, he came,* alikuja.
camel n. ngamia.
camera n. kamera, chombo kinachotumika kupigia picha.
camouflage n. kificho, kiini macho, v.t. tia kiini macho.
camp n. kambi, ago, kituo; v.i. piga, tia kambi, weka ago.
campaign n. kampeni, mshughuliko wa kueneza habari.
can v.i. weza *(p.t. could) can you see him?* je, unaweza kumwona? *he could,* aliweza *how could he do that?* aliwezaje kufanya hivyo? *can,* n. kopo, mkebe, chombo kitumiwacho kutilia vitu *carry the —* chukua lawama.
canal n. mfereji uliochimbwa makusudi, njia ya maji.
cancel v.t. futa, tangua, batilisha.
cancellation n. mfuto, mtanguo, ubatilisho.
cancer n. aina ya maradhi ya vidonda vibaya mwilini, donda la kufisha 2. jamii ya nyota angani.
candid a. -nyofu.
candidate n. mtaka kazi, cheo, mteja n.k.
candle n. mshumaa, *burn the candle at both ends,* kujishughulisha kupita kiasi, *not fit to hold candle to,* hafai mbele ya ... *it is not worth the candle,* haifai.
candour n. maadili, uwazi.
cane n. fimbo hinzirani v.t. piga kwa fimbo, tandika kwa hinzirani.
cannon n. mzinga.
canoe n. mtumbwi, hori, kidau.
canopy n. chandarua.
canteen n. duka la vyakula hasa katika kambi.
canvas n. turubai, kitambaa kizito; *under canvas,* hemani, kambini.
canvass v.t. *and i.* chungua, hoji, *(political)* omba msaa-

da wa kura.

cap n. kofia kifuniko cha kichwani - v.t. vika kofia.

capable a. -enye uwezo, hodari.

capability n. nguvu, akili, hali ya kuweza.

capacity n. uwezo wa kuelewa 2. ujazo, uwazi, nafasi.

caper v.i. rukaruka chezacheza, randa; n. kitendo cha kurukaruka, mchezo.

capital a. bora, -zuri sana *capital letter,* herufi kubwa, *capital punishment,* hukumu ya kifo.

capitalist n. bepari, tajiri, mrundikaji mali nyingi, mnyonyaji.

capitalism n. ubepari, uchumi wa faida binafsi.

capitulate v.i. jitoa kwa masharti, jisalimisha.

caprice n. ugeugeu, kigeugeu.

capricious a. -enye kigeugeu, kauleni.

capsize v.t. pindua juu chini, fudikiza v.i. pinduka.

captain n. kapiteni, nahodha, rubani.

captivate v.t. vutia, pendeza mno, athiri.

captive n. mfungwa, mateka.

captivity n. kifungo, utumwa.

capture v.t. kamata, teka.

car n. gari, motokaa.

caravan n. msafara 2. gari kubwa aghalabu lenye paa kama nyumba.

carbon —*paper,* n. karatasi nyeusi au ya kibluu, ikiwekwa kati ya karatasi mbili hutoa nakala; kaboni.

carburetor n. kabureta.

carcass n. mzoga, mfu.

card n. kadi, karata; 2. v.t. chambua fanya tayari.

cardinal a. -a kiini, -a maana sana, *cardinal numbers,* 1, 2, 3, 4 n.k. 2. n. mjumbe wa baraza kuu la Papa, mhashamu.

care n. utunzi - v.i. jali, *I don't care,* sijali, *care for,* penda *take care of,* angalia, *take care!* fika saqlama!

careful a. -angalifu, enye makini, *careless,* a. -zembe, -sio na uangalifu.

caress v.t. bembeleza - n. bembelezo.

caricature n. picha ya kugeuza sura kwa, ili kuchekesha kwa dharau - v.t. igiza mtu ili kumkejeli.

carnage n. mauaji, mchinjano.

carnal a. -a mwili, *carnal desires,* nyege.

carnivorous a. -enye kula nyama.

carol n. wimbo wa Noeli.

carpenter n. seremala, fundi

carpet/cattle

randa.
carpet n. zulia.
carriage n. behewa, gari la magurudumu, chombo cha kuchukulia mzinga.
carrot n. karoti.
carry v.t. peleka, pokea, beba, chukua, *carry away,* chukulia, vuta moyo, *carry on,* endesha, endelea, *carry the day,* shinda, *carry weight* -wa na maana sana.
cart n. gari la kazi la magurudumu mawili, rikwama.
cartridge n. risasi, kiasi.
carve v.t. chora, tia nakshi.
case n. jambo, kesi, daawa; *make out a case,* toa sababu za jambo 2. kasha, sanduku *in case,* iwapo.
cash n. fedha taslimu, nakid; v.t. badili hundi kwa fedha.
cashew nut n. korosho.
cashier n. mtunza fedha 2. v.t. achisha kazi kwa fedheha.
casino n. nyumba ya ngoma, karata na ulevi.
casket n. kikasha, kisanduku.
cassava n. mhogo.
cast v.t. tupa, *be cast down,* -fa moyo 2. mimina katika kalibu, subu.
castaway n. maskini.
caste n. tabaka ya jamii iliyo India.
castigate, v.t. adhibu, rudi.
castle n. ngome, nyumba iliyozungushwa boma.
castor n. kikopo cha tundutundu cha kunyunyizia chumvi au pilipili mezani.
castor n. nyonyo, *castor oil,* mafuta ya mbarika, ya mbono.
castrate v.t. hasi, toa kokwa za kiume.
casual a. -a bahati, -a nadra.
casualty n. tukio baya, mauti, majeruhi.
cat n. paka *let the cat out of the bag,* toa siri, *rain cats and dogs,* mvua kubwa.
cataclysm n. gharika, mafuriko makubwa ya maji.
catacomb n. pango la kuzikia watu.
catalogue n. orodha ya majina ya bidhaa.
cataract n. maanguko ya maji.
catarrh n. mafua.
catastrophe n. msiba mkuu.
catch v.t. *(caught),* kamata, daka, nasa, *catch the eye,* vutia macho *catch cold,* patwa na mafua.
categorical a. -a hakika, halisi.
category n. aina, jinsi.
cater v.i. *(for)* patia mahitaji.
caterpillar kiwavi.
catholic a. mfuasi wa dini ya kikatoliki.
cattle n. ng'ombe.

caught taz. *catch*.
cause n. sababu, asili, mwanzo, *make common cause with,* shirikiana, *plead a cause,* dai v.t. anzisha, *what caused him to go blind?* kitu gani kilichompofusha?
caution n. uangalifu hadhari - v.t. onya, tahadharisha.
cautious a. - angalifu, -enye hadhari.
cave n. pango.
cavity n. tundu.
cease v.i. malizika, koma, *ceaseless,* a. siyo na mwisho.
celebrate v.t. tukuza, adhimisha.
celebration n. mtukuzo, maadhimisho, mwadhimisho.
celebrity n. sifa kubwa, a, mtu maarufu.
celerity n. mbio, wepesi.
celestial a. -a mbinguni.
celibacy n. useja, ujane, *celibate,* n. mseja.
cell n. kijumba, kitundu chembe ndogo.
cement n. saruji, sementi.
cemetery n. makaburini, mava.
census n. sensa, takwimu.
cent n. senti, ndururu.
centigrade n. kipimo cha joto chenye digrii 100.
centimetre n. sentimeta.
central a. - a katikati, kubwa, a maana kuliko yote.
centre n. katikati v.t. weka katikati.
century n. karne.
celebral a -a ubongo.
ceremony n. ibada, sherehe, adhimisho la kawaida.
certain a. halisi, kweli, *a certain person,* mtu fulani, *make certain,* hakikisha.
certainly adv. kwa hakika, hasa.
certainty n. hakika, yakini.
certificate n. cheti, hati certify v.t. thibitisha.
cessation n. ukomo, mwisho.
chaff n. kapi, wishwa; 2. ubishi, utani, v.t. tania.
chain n. mnyororo, mkufu.
chair n. kiti. *chairman,* n. mwenyekiti.
chalk n. chaki, v.t. paka chaki.
challenge v.t. kaidi, bisha, n. neno la kukaidi au kubisha.
chamber n. chumba, kitundu 2. mkutano, (wa siri), baraza.
chameleon n. kinyonga, lumbwi.
champagne n. mvinyo maalum, shampeni.
champion n. bingwa, —*ship,* n. ubingwa.
chance n. nasibu, bahati, nafasi, *there is no chance of it,* haitokei (tena) *he lost his*

chancellor/check

chance, hakudiriki, hakubahatika, *take one's chances,* wahi, bahatisha, *give one a chance,* mpe mtu bahati -v.i. tukia, bahatisha.

chancellor, n. mkuu wa chuo kikuu 2. mshauri wa askofu.

change v.t. badili, geuza, vunja; v.i. badilika, geuka *change money,* badilisha fedha *change one's self,* badili nguo - n. badiliko. *No change,* hamna mabadiliko yeyote, *change one's mind,* badili nia, *change train,* toka treni moja ingia nyingine.

changeable a. -a kigeugeu, kauleni.

channel n. mfereji, njia ya maji, mlango wa bahari.

chant v.t. *and* i. imba, tia zumo, -n. wimbo, zumo.

chaos n. machafuko matupu, fujo kubwa.

chapel n. kanisa ndogo.

chaplain padri wa kanisa ndogo.

chapter n. sura katika kitabu, mlango.

character n. tabia, silika, namna; 2. tarakimu, alama — *istic,* a. -a tabia fulani, *it is characteristic of those people,* ndiyo tabia yao, ndivyo walivyo watu hao.

characterize v.t. pambanua, ainisha.

charcoal n. makaa.

charge v.t. *order* amuru; *exact* lipiza, *attack* shambulia, *(accuse)* shitaki, *it is in my charge,* ni juu yangu, *give in charge,* weka mikononi mwa... *without any charge,* bila gharama, *be in charge of,* -wa na mamlaka juu ya, tunza *free of charge,* bure, bila malipo.

charity upendano, wema, ukarimu.

charm n. hirizi, talasimu; *beauty,* uzuri v.t. roga, *please* pendeza mno.

chase v.t. fukuza, kimbiza, winga -n. mfuato, mwindo, *give chase,* fuata, *a wild-goose chase,* kazi bure.

chasm n. shimo kubwa, genge.

chassis n. sehemu ya gari.

chaste a. safi, -nyofu.

chasten v.t. rudi, ongoza.

chastise v.t. adhibu, tisha; —*ment,* n. adhabu.

chat v.i. ongea, zungumza, -n. maongezi.

chauffeur n. dereva.

cheap a. rahisi (bei), *dirt cheap,* rahisi mno.

cheat v.t. danganya, ghilibu, chenga. -n. mdanganyifu, mlaghai.

check v.t. pinga, cheki, zuia -

n. zuio, kithibitisho, kizuio.
checkmate n. pigo la ushindi, - v.t. shinda.
cheek n. shavu la uso, 2. kiburi, ufidhuli, —y. a. -enye kiburi, -enye ujuvi.
cheer n. uchangamfu vifijo, bashasha, ucheshi.
cheer up, changamsha, —ful, a. -changamshi.
cheese n. jibini.
chemical a. -a kemia, -kemikali.
chemist a. mtaalamu wa kemia, mkemia.
chemistry n. kemia.
cheque also *check,* n. hundi, hawala.
chequered a. -enye mabadiliko mengi, -enye madoadoa.
chess n. mchezo wa mezani, sataranji.
chest n. kifua, kidari.
chew v.t. tafuna, *chew the cud,* cheua.
chick *chicken,* n. kifaranga, kinda, *chicken-hearted,* a. -oga *chicken-pox,* n. tetekuwanga.
chide *(chid)* v.t. karipia v.i. nung'unika.
chief n. mtemi, jumbe, sultani; -a. -kuu, bora.
chiefly adv. hasa, kwanza.
child *(children),* n. mtoto *from* tangu utoto *have a child,* zaa, jifungua, *be with child,* chukua mimba, *child-hood,* n. utoto.
childish a. -a kitoto, -puzi
childlike a. -enye tabia nyofu kama mtoto, -a kitotototo.
child welfare n. utunzaji wa watoto.
chill n. baridi, baridi ya homa; -v.t. tia baridi, poa, poza, legeza.
chilled a. baridi, iliyogandishwa; *chilled beer,* bia baridi sana.
chilli n. pilipili hoho.
chilly a. -a baridi.
chimney n. bomba la moshi jikoni, tungi la kioo livikwalo katika taa ya mkono, au kandili.
chimpanzee n. sokwe.
chin n. kidevu.
chinese a. -a kichina, toka uchina.
chip n. kibanzi, *chip off the old block* mtoto achukuaye tabia/au mwili wa baba yake.
chisel n. patasi, chembeu. v.t. kata, chora.
chit n. cheti, *chit chat,* n. porojo.
chivalry n. ushujaa, uadilifu.
chlorine n. hewa yenye harufu kali ya kemikali ya klorini.
chloroform n. nusukaputi.
choir n. kwaya.

chorus n. watu waimbao pamoja, *sing the chorus,* imba kiitikio.

choke v.t. kaba, songa roho, 2. songwa, *choke up,* ziba kabisa, *choke off,* komesha.

cholera n. kipindupindu, waba.

choose *(chose, chosen),* v.t. chagua, hitari, teua. *You choose,* hiari yako, chagua, *of,* lazima, not much to choose between, hamna tofauti sana kati yao.

chop v.t. kata, chanja dohua (kuni), *chop and change,* geukageuka.

chord n. sauti zinazolingana, kordi.

christmas Noel kumbukumbu ya kuzaliwa kwa Yesu Kristo 25 Desemba.

chronic a. -a kudumu sana, —*a* mazoweya, — *disease,* ugonjwa wa kudumu.

chronicle n. taarifa ya mambo kihistoria, kumbukumbu za mambo na tarehe.

chronology n. taratibu ya miaka, elimu ya kuweka tarehe na mambo yake.

chuckle v.i. chekelea - n. kicheko.

church n. kanisa.

churn v.t. sukasuka maziwa upate samli - n. chombo cha kusukia maziwa.

cicatrice n. kovu, 2. alama katika mti baada ya gome kubanduka.

cigar tumbaku iliyosokotwa na kuwa kama sigara nene, sigaa.

cigarette, sigara, biri.

cincture n. mshipi.

cinema n. sinema, *go to the—,* enda kuona picha, enda sinema.

circle n. duara, mviringo; duru, watu wa rika moja. **circuit** n. mzunguko.

circular a. -a duara, -n. barua toka mtawala kwa jamii ya watu.

circulate v.t. eneza, v.i. enea.

circulation n. mzunguko.

circumcise v.t. tahiri, tia kumbi, *circumcision,* n. tohara, jando.

circumference, n. mzingo.

circumstance n. hali ya mambo, mazingira *under these* —*s,* katika hali hii .... *under no* —*s,* sivyo kabisa, *in (under) the* —, kwa hali mambo yalivyo.

circumstantial a. -enye kuelekea, -enye kuonyesha mambo yapasayo -*evidence,* ushahidi unaoelekea lakini si hakika kabisa.

circumvent v.t. zunguka mtu,

fanyia inda, pita akili.
circus n. sarakasi.
citadel n. ngome izungukayo mji au inayouinamia mji.
cite v.t. taja, dhihirisha neno hadharani, *citation,* n. hati maandishi maalum, utajaji wa meneno.
citizen n. mwananchi raia (wa) —*ship,* n. uraia.
city jiji, *the city of Dar es Salaam,* jiji la Dar es Salaam.
civic, civil, a. -enye kuhusu watu, enye maadili *civil war,* vita vya wenyewe kwa wenyewe *civil service,* utumishi wa serikali.
civics n. elimu ya uadilifu na uraia mwema, sayansi ya utawala wa kiraia.
civilize v.t. toa katika ujinga na ushenzi.
civilization n. hali ya utamaduni na maendeleo ya watu katika mahali na kipindi maalum cha historia.
clad taz. *clothe,* v.t.
claim v.t. dai, taka haki.
clamour n. makelele, zogo; v.i. piga kelele.
clan n. ukoo, asili ya watu wa kabila moja.
clandestine a. -a siri, a kichinichini.
clap v.t. piga makofi, *clap eyes on,* ona; n. sauti ya ghafla ya mpigo wa vitu viwili vikigongana, mlipuko kama wa radi, wainisho.
clarification n. maelezo, ufafanuzi.
clarify v.t. eleza waziwazi, toharisha.
clash n. mshindo, upinzani, mgongano - v.i. gongana mpambano.
class n. cheo, 2. darasa, 3. tabaka - v.t. ainisha, panga katika aina zao.
classification n. uanisho uchambuzi.
classify v.t. ainisha, weka kwa mafungu.
clatter n. vishindo, upayukaji wa maneno pamoja na vicheko v.i. fanya vishindo.
clause n. kifungu cha maneno yenye kukamilisha maana ndani ya fungu kuu, *(of agreement etc)* kishazi.
claw n. kucha za paka, simba, ndege, kaa; 2. kikalio cha petali katika kitawi.
clay n. udongo wa mfinyanzi, *we are but clay,* sisi ni udongo tu.
clean a. safi, iso makosa. *make a — breast,* ungama *have — hands,* bila kosa *show a — pair of heels,* toroka, *cleanse,* v.t. safisha —

liness, n. usafi, *cleanly,* a. safi.

clear a. wazi, safi, -angafu, -a kuonya -v.t. safisha, ondolea shaka, dhihirisha *speak clearly,* pambanua maneno, sema sawa sawa — *ance,* n. ondolea vizuizi, shida —*ing,* n. mahali palipofyekwa.

cleave v.t. and i. *(cleft, clove, cloven),* kata, pitisha katikati ya, tenga.

cleavage n. mfarakano, mpasuko.

cleft n. ufa, mwanya.

clemency n. huruma, upole.

clergy n. viongozi wa dini ya Kikristo —*man,* padri au pasta.

clerk n. karani, —*ship,* n. ukarani.

clever a. -janja, hodari, mahiri, -enye akili *a clever mechanic,* fundi stadi, —*ness,* n. ujanja, akili.

click n. sauti ya kualika, mwaliko, sauti ya mvunjiko wa kitu.

client n. mteja.

cliff n. jabali, ngome.

climate n. hali ya hewa ya nchi, joto, unyefu au baridi 2. hali ya mambo kwa jumla.

climax n. kipeo juu. upeo.

climb v.t. *and i.* panda juu, kwea *(-up)* kwea; — *down,* shuka sombera, inuka.

clime n. taz. *climate.*

clinch, clench v.t. *and* kaza kwa msumari, shika sana, *a clinching statement,* neno la kukataa.

cling v.i. *(clung),* nata, ambata, fungamana, — *together,* ambatana.

clinic n. kliniki, zahanati.

clip v.t. kata kwa makasi, fupisha, punguza 2. v.t. bana, -n. kibano.

clique n. kikundi cha watu wanaoandamana sana au marafiki.

clitoris n. kisimi, kinembe.

cloak n. vazi kama joho.

clock n. saa ya mezani au ukutani, saa ya mkononi, *go like clockwork,* endelea vizuri sana —*wise,* kama saa iendavyo.

clod n. bonge, donge, hasa udongo. 2. mjinga.

clog v.t. tatanisha, gandisha, v.i. ganda, 2. n. kiatu cha soli ya mti, mtarawanda (mi).

close v.t. funga, v.i. fungika - a. -a karibu, *a close friend,* rafiki msiri, rafiki shafiki *at close quarters,* karibu sana *come close,* sogea, *it is a*

close fit, inakaza sana.
clot n. kidonge, taz. *clod the blood is clotted,* damu imeganda, v.i. ganda.
cloth, clothe, n. nguo, kitambaa *clothe,* v.t. vika, *clothes,* n. mavazi.
cloud n. wingu, *under a—,* aibuni, *rise in clouds,* tifuka (kama vumbi), v.t. tia kivuli, ficha, finika. *It has clouded over,* kumetanda, *cloudy* a. -enye mawingu mengi; *it is very cloudy,* wingu limezagaa/limetanda.
clove n. karafuu, 2 mkarafuu
cloven a. -liogawanyika kama kwato za ng'ombe.
clown n. mcheshi, mpenda kuchekesha, mshamba.
club n. rungu, -v.t. piga rungu, *club together,* ungana, 2. kilabu, jengo la watu wa umoja fulani.
clue, clew, n. dalili, kionyo, kidokezo.
clumsy a. -jinga, -zito (akili) *clumsily,* adv. ovyo ovyo.
cluster n. shada, kishazi cha maua, au matunda k.v. zabibu, v.i. kusanyika.
clutch v.t. and i. shika sana, -n. mfumbato.
coach n. gari, chumba cha gari katika treni 2. kocha wa mpira, mwalimu wa mchezo wa mpira.
coagulate v.t. gandisha, - v.i. ganda, tungama.
coal n. makaa ya mawe, *carry coals to Newcastle,* fanya kazi bure, *call over the coals,* kemea.
coalesce v.i. and t. ungana yeyusha, changanya.
coalition n. muungano, mapatano.
coarse a. -a kukwaruza, duni, sio safi.
coast n. pwani, mwambao, *coastal,* a. -a pwani, -a kimwambao.
coat n. koti.
coax v.t. bembeleza, —*ing,* n. ubembe.
cob n. gunzi, guguta.
cobra n. aina ya nyoka mwenye kichwa kipana na sumu kali sana.
cobweb n. utando wa buibui.
cockroach n. mende.
coconut n. nazi.
code n. mpango wa kanuni, maandishi yasiyo maana ya kawaida.
coerce v.t. lazimisha, shurutisha.
coercion n. kushurutisha, kutumia nguvu.
coercive a. -enye kulazimisha, a kushurutisha.
coffee n. kahawa, buni.

coffer n. sanduku, kasha la kuwekea fedha.
coffin n. jeneza, sanduku la kuzikia maiti.
cogwheel n. gurudumu lenye meno.
coherence n. ulinganifu, mshikamano.
cohere v.i. shikamana.
cohesive a. -enye kuambata au kushikamana.
cohort n. jeshi (kikosi) kombania.
coil v.t. kunja, -v.i. zunguka, shumbulisha n. kata ya kamba n.k., 2. matatizo.
coin n. sarafu, fedha ya kutumia, v.i. tunga, buni, zua.
coincide v.i. lingana, tokea pamoja, tukio la bahati tu.
coincidence n. ulinganifu, matukio ya wakati ule ule.
cold n. baridi, *I have a —,* nina mafua, *it is cold,* ni baridi; *catch cold,* ugua mafua; pata kamasi, *in cold blood,* kwa makusudi, ki katili, *throw cold water on,* fisha moyo, katisha tamaa.
collaborate v.i. shiriki kazi pamoja.
collapse v.i. poromoka, zirai, anguka.
collar n. ukosi, tai.
colleague n. mwenzi, rafiki, mbuya.

collect v.t. kusanya, *(money)* changa —*ion,* n. mkusanyo, mchango —*ive,* a. -ote pamoja.
college n. chuo kikuu, kitengo cha elimu kijitegemeacho.
collide v.i. gongana, *collision,* n. mgongano.
colloquial a. -a namna ya usemi wa watu katika sehemu yao, usemi wa kilahaja. *colloquial Swahili,* Kiswahili cha mitaani, *colloquial English,* Kiingereza cha mitaani.
colon n. nukta mbili (:) 2. sehemu ya utumbo kwenye tumbo kuu.
colonial a. -a asili ya kikoloni, —*ism,* n. ukoloni.
colonize v.t. tawala nchi za watu kikoloni.
colony n. koloni, makazi ya walowezi wanaokandamiza wananchi.
colossal a. -kubwa sana au nzuri sana.
colour n. rangi, *change colour,* iva uso, *come off with flying —s,* faulu vizuri sana *he is off—,* hajisikii vizuri, ana kisirani, *a colourless person,* mtu baridi.
column n. mhimili, safu.
coma. hali ya kuzimia.
comb n. kitana, shanuo, - v.t.

chana.
combat v.t. pigana vita, -n. vita.
combination n. mchanganyiko, muungano.
combine v.t. unga, - v.i. ungana.
combustible a. -enye kuwaka upesi.
combustion n. mwako, mwunguzo, mbimbiriko.
come *(came, come)*, v.i. ja, jia *come in!* karibu! ingia, *in time to come,* wakati ujao, baadaye, *come across,* kuta, kutana na, *come apart,* katika, achana, pasuka, *come by,* pata, karibia, *come down upon,* karipia, *come on,* endelea *come to grief,* patwa na msiba, *come to a head,* iva *come to blows,* pigana, gombana, *come about,* tukia, jiri, *come off,* chomoka, *come to see,* tembelea, *come back,* rudi.
comedy n. mchezo wa kuchekesha, *comedian,* n. mchekeshaji, damisi.
comely a. -zuri, -enye madaha.
comfort n. faraja, raha, liwazo, -v.t. tuliza, liwaza, burudisha —*able,* a. -a kufariji, -a starehe.
comic -al, a. -cheshi, -a mzaha.
comma n. alama hii (,) yaani koma, yaani kuonyesha mwisho wa kifungu cha maneno.
command v.t. amrisha *the house commands the sea,* mbele ya nyumba kuna bahari —*er,* n. mkuu wa jeshi —*ment,* n. amri, sheria, *The Ten commandments,* amri 10 za Mungu.
commemorate v.t. adhimisha ukumbusho, tukuza.
commence v.t. anza, asisi —*ment,* n. mwanzo.
commend v.t. sifu, tukuza —*me to so and so,* nisalimie fulani.
comment n. fafanuzi, ufasiri, maelezo -v.t. eleza usemi fulani, fasiri —*upon,* fafanua.
commerce n. biashara, uchumi.
commercial a. -a biashara, -a kiuchumi —*matters, dealings,* mambo ya biashara.
commission n. agizo, utendaji. 2. ushuru, 3. watu waliotumwa shughuli fulani, wajumbe, —*er,* n. mjumbe, kamishna.
commit v.t. fanya, weka ahadi, — *suicide,* jiua, *he was committed to prison* alifung-

committee/compensate

wa gerezani —*to memory,* jifunza kwa moyo — *oneself,* ahidi —*ment,* n. sharti, ahadi.

committee n. kamati, jamii ya watu waliochaguliwa kufanya kitu fulani.

commodity n. bidhaa, kifaa, mali.

common a. -a kawaida, *have in—,* shiriki, wa na; —*sense,* n. busara. *I have nothing in common with him,* - sina mazoea naye, sipo pamoja naye, —*wealth* n. faida ya wote, ustawi kwa wote.

commotion n. fitina, machafuko, ghasia, vishindo.

communicate v.t. and i, taarifa; shirikisha, wasiliana, peleka, pasha habari.

communication n. mawasiliano, habari, taarifa.

communion n. ushirika, komunio.

communism n. ukomunisti.

community n. jamii. *village -,* wanakijiji, ujima.

commute v.t. badili, —*punishment,* punguza adhabu.

compact a. -gumu, imara. 2. fupi.

companion n. mwenzi, sanjari, —*ship,* urafiki.

company n. kampuni. 2. urafiki, umbuya, *drinking in — of friends,* kunywa na marafiki *he has no —,* hana mwenzi.

compare v.t. linganisha, *compare two statements,* linganisha kauli mbili, *it is beyond (without, past) compare,* haina kifani, ni bora kabisa.

comparative a. -linganifu, sio sawasawa hasa, a kupimika kwa kupambanua na kitu kingine.

comparison n. kifani, ufananisho, mfano *no — between them* havifanani kamwe.

compartment n. chumba, behewa la gari moshi (treni).

compass n. duara, dira, 2. bikari, mzingo. - v.t. zunguka, zinga, *fetch a —* zunguka.

compassion n. huruma, kite, masikitiko, *compassionate,* adj. -enye kutangamana v.t. hurumia, sikitikia, *compatible* a. a kulingana, enye kutengamana; *compatibility* n. ulinganifu, hali ya kuchukuana.

compel v.t. lazimisha, ghusubu, shurutisha.

compendium n. muhtasari, ufupisho wa habari.

compensate v.t. fidia, sawazisha, lipia hasara.

compensation n. fidia, kisasi, dia.

compete v.i. shindana, pambana.

competence n. ustadi, ufao, akili.

competent a. a kufaa, ya kutosha. *competition* n. mashindano, mapambano.

competitive a. -a shindano, -enye kushindana.

compile v.t. tunga, kusanya (kitabu kwa kutumia vitabu vingine).

complacent a. kinaifu, lioridhika -a kiasi.

complain v.i. nuna, lalamika.

complaint malalamiko, mashitaka.

complete v.t. timiza, maliza, hitimisha.

completion n. kikomo mwisho, tamati.

complexion n. sura au takaso la uso, namna.

complex a. -enye sehemu nyingi, -gumu kufahamika, -a kutatanisha. —*ity*, n. matatizo, mashaka.

complicate v.t. tatizo, tatanisha tia tata —*d,* a. -gumu kuelewa.

complication n. mashaka, matatizo.

compliment n. sifa, salamu, - v.t. sifu, salimia, *give our compliments to so-and-so,* tusalimie fulani —*ary,* a. -a kusifu, heshima.

comply v.t. kubali, tii, *with* timiza *compliance* n. ukubalifu, ridhaa *in — with,* kulingana, kufuatana na.

component n. sehemu katika kitu kizima, adj. -a kukamilishia kitu.

compose v.t. tunga, buni andika, *it is composed of cotton,* imetengenezwa kwa pamba *compose oneself,* tulia, tulizana.

composition, n. utungo, insha.

composure n. utulivu, makini.

compound v.t. changanya, maliza - a. -enye sehemu mbalimbali; *a compound fracture of the leg,* kuvunjika mguu vibaya.

comprehend v.t. elewa, fahamu. 2. -wa na, *it comprehends all kinds,* ina namna zote, *comprehensive* a. -enye kushika mengi, *he took a comprehensive — view of it,* alichunguza kila sehemu yake.

compress v.t. bana, gandamiza.

comprise v.t. - wa na ... ndani yake, *it comprises all you need to know about the sub-*

compromise/condense

ject, kina kila kitu unachotaka kujua juu ya somo hilo.

compromise v.i. sikilizana, patana, afikiana -n. mapatano, maafikiano, — *oneself,* jitia mashakani.

compulsion n. shurtisho, lazima, *compulsory,* a. -a lazima.

compunction n. majuto, toba.

compute v.t. hesabu, —*r,* kompyuta.

comrade n. mwenzi, rafiki, ndugu.

conceal v.t. ficha —*ment,* n. maficho.

concede v.t. kubali, kiri, afiki.

conceit n. majivuno, kiburi, sodai, —*ed,* a. -enye kiburi.

conceive v.i. fikiri, fahamu - v.t. *(in womb)* shika mimba, tunga, *conceivable,* a. -a kufikirika.

concentrate v.t. unganisha, kusanya, zatiti.

concept n. wazo, dhana, maana, *conception* n. wazo, *(in womb)* mimba.

concern v.t. pasa, husu, wa na raghaba -n. jambo, shughuli. *it is no concern of yours,* haikuhusu, si shauri lako —*ing, prep.* kwa habari za, mintarafu.

concert v.t. fanya shauri pamoja -n. mapatano, *(musical)* tafrija ya nyimbo, *concerted action,* jambo, tendo la pamoja.

concession n. ruhusa, radhi. 2. mkataba.

conciliate v.t. patanisha, suluhisha.

conciliation n. upatanisho, suluhu, *conciliatory* a. -a kupatanisha.

concise a. -fupi, *concisely, adv.* kwa ufupi.

conclude v.t. maliza, *infer* dhani -v.i. isha, koma.

conclusion n. mwisho, *in* mwishoni, hatimae, *try conclusions with,* shindana.

conclusive a. -enye uhakika, -a mwisho.

concord n. upatano, mfuatano.

concrete a. -enye kuonekana wazi; enye kuimarika *a— example,* mfano ulio wazi -n. 2 zege, sakafu.

concur v.i. kubaliana, patana.

concussion kishindo, mgongano, *(of the brain)*, kuzirai kwa sababu ya kipigo kichwani.

condemn v.t. hukumu, laumu, patiliza —*ation,* n. lawama, mapatilizano.

condense v.t. *and i.* gandisha badili mvuke uwe uwowevu, fupisha habari, **punguza**

ukubwa kwa kubana au kukausha maji.

condescend v.i. jinyenyekea, jishusha, jidhalilisha, jitehemu.

condition n. hali, tabia, mazingira, *under no —,* hata kwa hali gani haiwezekani, *put conditions,* weka masharti, *what is the condition of the patient?* vipi hali ya mgonjwa? *—al,* a. -enye masharti.

condole v.i. hani, taazil, *—nce,* n. rambirambi, makiwa.

conduct v.t. ongoza, peleka, n. tabia, uongozi usimamizi *conduct yourself well,* tunza tabia yako, jihishimu.

confection, n. mchanganyiko wa vitu vya sukari, kashata, peremende, halua au visheti.

confederation n. umoja wa kundi la watu, ushirika, utani, ngambi.

confer v.t. toa, jalia *honour was conferred upon him,* alipewa heshima -v.i. *(with)* barizi, shauriana *—ence,* n. majadiliano, mkutano, baraza.

confess v.t. ungama, kubali *—ion,* n. maungamo, ukubalifu *—ional,* n. pahali pa kuungamia.

confide v.t. and i. aminisha, *—in,* amini, ambia siri, ficha siri. *—nce,* n. imani *he told us in —* alitueleza kwa imani kubwa *he told us secretly* alitunong'oneza, *have — in,* tumainia, amini tu, *have —* jipa moyo, usihofu, *—ntial,* a. -a siri, *I tell you confidentially,* nakuambia kwa siri.

confine v.t. fungia, zuia, *to one's room, be confined,* jifungua, zaa, *be confined to,* jihusisha tu na, *—s,* n. mipaka *—ment,* n. kifungo, *(of woman)* uzazi.

confirm v.t. thibisha, tia nguvu, hakikisha, *—ation,* n. ushahidi, uthibitisho, *— ed,* a. imara, kabisa, *confirmed drunkard,* mlevi kabisa.

confiscate v.t. filisi, nyang'anya (kisheria) *confiscation,* n. wa muflisi.

conflagration n. moto mkubwa, uteketevu moto mkubwa.

conflict n. ugomvi, utesi, kutokuelewana.

conform v.i. patana, fuata, sawazisha, *ity,* n. usawa, ulinganifu.

confound v.t. changanya, tia wasiwasi, tatanisha, ogofya.

confront v.t. kabili, pinga,

confuse v.t. vuruga mawazo, chafua akili, fadhaisha. —*d*, a. -liochanganyikiwa, -a fujo.

confusion n. machafuko, fujo, utatanisho.

confute v.t. kanusha, baini uwongo, suta, kadhibisha.

congeal v.i. ganda, gandisha fanya kuwa gumu.

congenial, a. -a kufaa, -a hali moja, enye kukubalika.

congestion n. msongamano, mavilio ya damu, *(of traffic)*, msongamano wa magari.

congratulate v.t. shangilia, takia heri, pongeza.

congratulation n. hongera, pongezi.

congregate v.t. kusanya, kusanyika, kongana.

congress n. mkutano, kongamano.

conjecture n. dhana, kisio, shaka -v.t. *and i.* kisia, bahatisha.

conjugal a. -a ndoa, -kiunyumba, *conjugal matters,* mambo ya mume na mke.

conjunction n. mwungano, kiungo, *in - with,* pamoja na.

conjure v.t. omba sana, sihi - *up,* tia kiini macho, buni tunga.

connect v.t. funga pamoja, unganisha *these subjects are connected,* mambo haya yanahusiana.

connection n. uhusiano, uungano, *I see no —*, sioni uhusiano, *in this —, in — with this,* kwa hali hii, kama mambo ni hivi.

conquer v.t. *and* shinda, tisha, *— or,* n. mshindi.

conquest n. ushindi, *make a —,* shinda.

conscience n. dhamiri.

conscientious a. -aminifu, -enye bidii, a kutahadhari.

conscious a. -enye kujua -a kufahamu *be — of,* fahamu, zindukana, *— ness,* n. ufahamu, *lose —,* poteza fahamu *regain —,* pata fahamu tena.

consecrate v.t. bariki, weka wakfu.

consecutive a. -a kufuatana moja moja.

consent v.i. kubali, - n. ukubalifu.

consequence n. matokeo, maana, *a person of —*, mtu maarufu, *it is of no —*, haina maana.

consequently adv. kwa sababu hiyo.

conservative a. -enye kupinga mabadiliko, -enye kushikilia mila.

consider v.t. fikiri, fikiria, dhukuru, — *able,* a. -kubwa kidogo kustahili kufikiriwa, — *ation,* n. fikira, shauri, hoja.

consign v.t. toa, aminisha, peleka, —*ee,* n. mpelekewa vitu, —*ment,* n. bidhaa zilizopelekwa kwa, mpelekewa vitu.

consist v.i. *(of, in),* asili yake ni, sehemu zake ni, —*ency,* n. upatano, uthibitisho, unyoofu.

consolation n. kitulizo, faraja.

console v.t. tuliza, liwaza.

consolidate v.t. imarisha, unganisha, tegemeza, —*d.* imara, - enyeumoja thabiti.

consonant a. -a kulingana sawa, -n. herufi isiyo vokali mfano, b, k, d.

conspicuous a. wazi, -a kuonekana, mbali, kubwa, *it is —,* ni wazi.

conspiracy n. uhaini, njama, kigwena.

conspire v.i. fanya shauri baya pamoja, kama kuua, kula njama.

constable n. polisi, askari.

constant a. -siyo badilika, imara.

consternation n. hofu kuu, fadhaa, mang'amung'amu.

constipate v.t. funga choo.

constipation n. kufunga choo, uyabisi wa tumbo.

constituency n. jamii ya wapiga kura.

constitute v.t. anzisha, fanyiza, simamisha.

constitution n. katiba, sheria, kanuni 2. afya, siha, — *al,* a. - a katiba, -a kisheria.

constrain v.t. lazimisha, shurutisha -n. sharti, kizuizi, soni.

construct v.t. unda, jenga, buni, —*ion,* n. ujenzi, mwundo, uanzishi —*ive,* a. -enye kujenga, *constructive criticism,* lawama yenye manufaa.

construe v.t. fasiri, eleza.

consul n. balozi, *consulate,* n. ubalozi.

consult v.t. taka ushauri, tafuta kwenye vitabu, *consult with-,* shauriana, —*ation,* n. ushauri, mkutano.

consume v.t. teketeza, maliza, la, —*er,* n. mlaji, mtumiaji.

consumption n. ulaji, matumizi.

consummate v.t. kamilisha, maliza.

contact n. mgusano, *come in —,* kutana na, *be in —with,*

contagion/contrast

gusana, wasiliana.
contagion n. ambukizo, *contagious,* a. -enye kuambukiza *-disease,* ugonjwa wa kuambukiza.
contain v.t. -wa na, *this cup contains tea,* kikombe kina chai, *contain oneself,* jitawala.
contaminate, v.t. chafua, najisi, ambukiza, *contamination* n. uchafu, najisi.
contemplate, v.t. fikiri jambo, tazama sana *contemplation,* fikara, mawazo.
contemporary a. -a wakati au rika moja.
contempt n. dharau, *treat with —* dharau, *—ible,* a. -a kudharauliwa, *—uous,* a. -enye dharau.
contend v.i. shindana, bishana, jadili, *—for,* tafuta kwa bidii.
content n. nafasi, -a. lioridhika v.t. ridhisha, tosheka *content oneself,* ridhika, *to one's heart's —,* kulingana na mapenzi ya moyo.
contents, n. yaliyomo, fahirisi.
contention n. shindano, ubishi.
contest n. mashindano, - v.t. bisha *—for,* shindania *—ant,* n. mshindani.

context n. maneno yenye maana kamili, muktadha, *in this context,* katika maana hii, *out of context,* nje ya mahali pake.
continent n. bara *-al,* a. -a bara.
continue v.i. endelea, dumu, ongea *continual,* a. -a kudumu, *continuation,* n. mfululizo *continuity,* n. mfululizo.
contort v.t. umbua, potoa, (uso) kunja.
contour n. umbo, hara, alama.
contraband a. marufuku, haramu, -n. magendo.
contract v.t. punguza, fupisha (ugonjwa) pata, shikwa na, (mkataba) fanya, tia, kubaliana, maafikiano, v.i. pungua, fupika, n- *contraction* mkataba, maafikiano, *draw up, enter into, make a —,* fanya mkataba tiliana sahihi, *contraction,* n. mkato, ufupisho.
contradict v.t. kanusha, kaidi, pinga *—ion,* n. ubishi, ukinzani *—ory,* a. -a kinyume, -pinzani, -a kibishi.
contrary a. -a kinyume, mbalimbali.
contrast v.i. -wa mbalimbali na, wa kinyume cha v.t. linganisha, pambanisha -n.

mwonyesho wa tofauti (kati ya hiki na kile), hitilafu.

contribute v.t. changa (mawazo n.k.) toa akali, saidia.

contribution n. mchango (wa mawazo n.k.) msaada.

contrite a. -enye majuto, -a kutubia.

contrition n. majuto, masikitiko, toba.

contrive v.t. tunga, zua (njia, shauri) vumbua, v.i. fanyiza, zua, tengeneza, faulu, *he contrived to find out about it,* amefaulu kujua.

control n. utawala, usimamizi uzuifu, v.t. ongoza, tawala, fawidhi.

controversial a. enye kuzua ubishi, akutoafikiana.

controversy n. mabishano, ubishi.

contuse v.t. chubua, ponda, chuna.

contusion n. mchubuko, mchuno.

convalesce v.i. pona na pata afya, pata ahuweni, *—nce,* n. mapumziko baada ya ugonjwa, afuweni, uponaji.

convene v.t. kusanya, ita mkutano, konga, v.i. kutanisha pamoja.

convenience n. wasaa, nafasi, muda.

convenient a. -a kufaa.

convent n. nyumba ya watawa.

conversation n. mazungumzo, maongezi, soga.

conversion n. mabadiliko ya mawazo au imani, kugeuza nia.

convey v.t. peleka, fikisha, julisha *—ance,* n. uchukuzi, uwakilishaji (wa habari).

convict v.t. thibitisha kosa, tia hatiani -n. mfungwa *—ion,* n. thibitisho la hatia.

convince v.t. aminisha, sadikisha, kwisha, *convincing,* a. -enye kusadikika.

convoy n. msafara wenye ulinzi - v.t. sindikiza ili kulinda.

convulse v.t. sukasuka, *—with laughter,* chekesha mno.

convulsion n. kifafa, degedege.

cook v.t. pika., v.i. pikika -n. mpishi.

cool a. -a baridi, (indifferent) - legevu, *unperturbed* macho makavu, -sio jali, v.t. poza, - v.i. tulia *—ness* n. baridi kidogo, upole.

coolie n. mchukuzi, hamali, kuli.

coop n. kitundu, kizimba, -v.t. fungia (zizini).

cooperate v.i. shirikiana fanya jambo pamoja, saidiana.

cooperation n. ushirika,

cooperative/corrigible 55

ujima.
cooperative a. - enye ushirika, -a pamoja.
coordinate v.t. linganisha, sawazisha, *coordination* n. ulinganifu.
cope *(with)*, v.i. weza, shinda, shindana na.
copious a. -ingi, tele.
copper n. shaba *copper sulphate,* mrututu, n.
copula n. kiungo.
copulate v.t. and i. *(sexually)* lalana, jamii.
copy n. nakala, - v.t. nakili *copy-book,* n. daftari *copyright,* haki ya kuzuia wengine wasinakili kitabu.
cord n. kamba, ugwe v.t. funga.
cordial a. -ema, changamfu *give a— welcome,* pokea vizuri, karibisha kwa furaha.
core n. kiini, maana hasa.
cork n. kizibo, gome la mti - v.t. ziba *cork screw,* n. kizibuo, openya.
corn n. nafaka, corn-cob, n. gunzi -n. *(on foot)* sugu, sagamba.
corner n. pembe, kona, - v.t. tia shidani, songa, *it was done in a corner,* ilifanyika kwa siri. *drive one into a corner,* songa, kaba.
coronation n. sherehe za kuvalishwa taji mfalme.
corporal a. -a mwili. *Corporal punishment* adhabu ya fimbo, *corporal,* 2. cheo cha askari chini ya sajini.
corps n. jeshi.
corpse n. maiti, mzoga, mfu.
corpulence n. unene, gimba, *corpulent,* a. -nene.
correct v.t. toa makosa, rudi, sahihisha a. sahihi, safi, halisi, bila kosa —*ion,* n. masahihisho, maonyo —*ly,* adv. sawa sawa, barabara.
correlate v.i. wiana, - v.t. elekeza.
correlation n. uhusiano, uwiano, mwelekeano.
correspond v.i. afikiana, andikiana, —*ence,* n. ulinganifu, 2. barua, muafaka.
corridor n. ukumbi, ukomea, njia maalum katika nchi inayoruhusiwa kupitwa na wageni kwa shughuli maalumu, vile vile njia maalum angani zinaporuhusiwa ndege za kigeni kupita.
corrigible a. -enye kuweza

kusahihishwa -a kusahihisha.
corroborate v.t. shuhudia, ongeza nguvu ya neno au hoja, *corroboration,* n. thibitisho, ushuhuda.
corrode v.t. ozesha (kwa kutu) haribu, - v.i. haribika (kama kwa kutu).
corrosion n. uharibifu kwa kutu n.k.
corrosive a. -kali (kama kutu).
corrugate v.t. kunjakunja, -v.i. kunja, tia mikunjo *corrugated iron sheets,* mabati ya kuezekea nyumba.
corrugation n. mikunjo mikunjo, mikwaruzo, makunyazi.
corrupt v.t. ozesha, haribu, pevua, —*ion,* n. ubovu, rushwa.
cosmos n. ulimwengu *cosmology,* elimu juu ya ulimwengu.
cost v.t. uzwa kwa bei fulani *what does it cost,* kiasi gani? *it cost me a lot,* nililipa sana -n. bei, *the cost of...* bei ya, *cost free,* bure, *cost price,* bei ya kununulia *at all costs,* kwa vyo vyote, —*ly,* a. -ghali.
costume n. vazi, (ma) maleba.
cosy a. -a anasa, -a starehe.
cottage n. kibanda, nyumba ya shamba.
cotton n. pamba.
couch v.i. jikunyata, -n. kitanda, malazi, v.t. eleza.
cough vi. kohoa, -n. kikohozi.
could taz. *can.*
council n. baraza, mkutano, *hold a-,* barizi —*lor,* n. mshauri, diwani.
counsel n. ushauri, wasia, 2. mwanasheria, balozi, *keep one's own —,* ficha nia, *give —,* onya, shauri, *take -.* taka shauri —*lor,* mshauri, balozi.
count v.t. hesabu, *(depend on),* tegemea, *may we — on you?* Je, tukutegemee? *he does not —* hana maana, —*less,* a. -ingi sana.
countenance n. uso, wajihi, *put out of —,* vunja heshima ya mtu, aibisha.
counter n. meza au ubao katika baa au mkahawa panapoandaliwa chakula au vinywaji 2. meza ya kuhesabia fedha na kufanyia biashara.
counteract v.t. zuia, batilisha, pinga, tangua.
counterbalance v.t. sawazisha, tia uzito katika upande ulio mwepesi.
counterfeit n. mwigo, mfano; -v.t. iga, *notes —* noti za fedha bandia.

country n. nchi, —*man,* mkulima —*side,* bara, shambani.

couple n. kiungo, jozi -v.t. unganisha, tia pamoja, - v.i. ungana. 2. n. mtu na mkewe.

courage n. ushujaa, moyo *take -,* jipa moyo.

courageous a. hodari, shujaa, -enye moyo shupavu.

course n. njia, mwendo, *(study)* kozi, mtalaa, *take a different —,* fanya vingine, *in the — of time,* baadaye, *in the — of conversation,* wakati wa mazungumzo.

court n. korti, baraza, mahakama -v.t. posa, taka uchumba, tafuta, chumbia *you are courting trouble,* unajitakia matatizo, —*ous,* a. -enye adabu njema, stahifu, —*esy,* n. adabu njema, staha, heshima, —*ship,* n. maposo, ubembelezi.

cousin n. binamu, mtoto wa ndugu wa baba.

cover v.t. funika, ficha, ziba -n. mfuniko *(of book)* jalada.

covert a. -a siri, *covertly,* adv. kwa siri 2. n. maficho ya wanyama msituni.

covet v.t. tamani, fanya kijicho kwa kitu kisichokuwa chako, — *eous,* a. -choyo, inda.

cow n. ng'ombe, 2. v.t. ogofya, — *ard,* n. mwoga, —*ardice,* n. woga, vunjamoyo.

cowrie, *cowry,* n. kauri, simbi, kete.

coy a. -enye haya, -enye soni.

crab n. kaa (wa pwani), chanje, mswele, kisagaunga.

crack n. ufa, -v.i. alika, fanya ufa; v.t., pasua, banja, - v.t. alisha, *crack a joke,* fanya mzaha.

cradle n. kitanda cha mtoto, susu, *from the — to the grave,* toka utoto hadi kifo.

craft n. hila, *handcraft,* kazi ya mikono, *arts and crafts,* sanaa na kazi za mkono, —*sman,* n. fundi, mtia nakshi, muhunzi —*y,* a. -janja, -enye hila.

cram v.t. shindilia, jaza sana, vimbisha.

crane n. winchi, slingi, 2. *(bird)* korongo.

cranium n. fuvu la kichwa.

crash v.i. vunjika vipande vipande, anguka kwa kishindo, -n. kishindo cha vitu viangukavyo.

crass a. -gumu sana, *crass ignorance,* upumbavu mkubwa.

crater n. shimo katikati ya

volkeno k.m. *Ngorongoro crater.*

crave *(for)* v.t. *(long for)* tamani sana, 2. sihi, omba, hitaji, *craving,* n. tamaa nyingi, shauku, uchu.

crawl v.i. tambaa.

crayon n. chaki ya rangi.

crazy a. -enye wazimu, — *about* juu ya, maafuu; v.t. rusha akili.

creak v.i. lia kama vyuma vinavyokwaruzana, -n. mlio huo.

cream n. mazlwa ya mtindi *(best part),* sehemu bora, malai.

crease n. kunjo, kunyanzi, mstari - v.t. kunja, pinda - v.i. kunjamana.

create v.t. umba, fanyiza, huluku, tunga.

creation tendo la kuumba.

creator n. mwumba, mwenye enzi Mungu.

creature kiumbe, kilichoumbwa.

credentials n. hati ya kutambulisha balozi, n.k.

credibility n. kuaminika, wepesi wa kuamini bila ushuhuda.

credit n. imani, uaminifu *give — to,* sifu, *take on —,* sadiki bila ushahidi *give goods on —,* kopesha, *receive on —,* kopa *credit one with,* sifia, aminia, twaza.

creditor n. mdai, *he is my —,* mdai wangu, ananidai.

credulous, a. -epesi kuamini, *creed,* n. imani, kanuni za imani katika dini.

creep v.i. *(crept)* tambaa, nyapa, nyata, *the creeps,* msisimko wa damu *—y,* a. *creeping,* a. -tambazi *a creepy feeling,* mnyenyezo, msisimko.

cremate v.t. unguza, *cremation,* mchomo, *crematory,* n. *cremation ground,* mahali pa kuchomea maiti.

crept taz. *creep.*

crescent n. mwezi mwandamo, mwezi mchanga.

crest n. kilele, *(of cock)* upanga wa jogoo, undu, *crestfallen,* a. -a majonzi, -liokata tamaa, enye huzuni.

crevice n. mwanya, ufa mdogo.

crew n. jamii ya mabaharia, wafanyakazi wa ndege.

crib n. kitanda cha mtoto, susu.

crime n. kosa, uhalifu, jinai *criminal,* a. -halifu, -baya, -a jinai.

cripple n. kiwete, -v.t. lemaza, tengua miguu.

crisis n. upeo wa hatari, shi-

da, n.k. utesi.
criterion a. kanuni ya kupimia mambo, pl. *criteria,* a kiwango, enye kikomo.
critic n. mstadi wa kupima, wa kutia kasoro, stadi wa kutia nakisi.
critical a. -juzi, -fahamivu, — *condition* — taabani, mahtuti.
criticism n. upekuzi, mateto, uteuzi.
criticise v.t. sahihisha, chambua, toa nakisi.
crocodile n. mamba, ngwena.
crook n. hila, kombo, —*ed,* a. -potovu, -liopinda, kuduku.
crop n. mavuno, -v.t. — *up,* zuka, tokea, *crop out,* tokeza nje.
cross n. msalaba, taabu -v.t. vuka (mto, n.k.), 2. zuia, pinga, *cross one's mind,* ingia ghafula katika fikara -a. - kali, *be cross,* -a kasirika, fanya kisirani, —*cross-examine, cross-way,* njia panda *cross off, out,* futa *keep one's fingers crossed,* ombea mema, takia mema.
crouch v.t. jikunja, chutama.
crow n. kunguru, *as the — flies,* mwendo wa moja kwa moja -v.i. wika, — *bard,* n. mtaimbo.
crowd n. umati, halaiki -v.i. songana, banana, — *round,* songa.
crown n. taji.
crucial a. -a maana sana.
crucifixion n. -a kufa msalabani.
crucify v.t. sulubisha, tesa, uwa kwa kugongomea misumari au kufunga kamba msalabani.
crude a. -bichi, -sio na adabu, -jinga 2. n. malighafi.
cruel a. -katili, — n. ukatili.
crumble v.t. fikicha, vunjavunja, - v.i. geuka vumbi.
crusade n. vita dhidi ya uovu fulani, au dini fulani.
crush v.t. pondaponda, angamiza, meng'enya.
crust n. ukoko, ugavu, utandu, ukoga, kigaga.
crutch n. mkongojo, fimbo ya kuegemea.
crux n. tatizo, tambo, fumbo, habari ngumu isiyoelezeka kwa urahisi.
cry v.i. lia gutia, piga mayowe *(cried), A far cry,* mbali sana.
crystal n. jiwe kama kioo, *As clear as —,* wazi kabisa.
cube hesabu kama hii 3 x 3 x 3.
cubicle n. kichumba.
cucumber n. tango, boga.
cud n. cheuo, *chew the cud,*

cheua, v.t. teuka, endambweu 2. fikirifikiri sana.

cudgel n. rungu, *take up the cudgels for,* pigania, tetea, *cudgel one's brains,* fikiri sana.

cue n. ishara, konyezo, *give a — to,* konyeza, onyesha ishara.

culminate v.i. fika upeo, kamilika, ishia, *culmination,* n. upeo, mwisho, juu kabisa.

culpable a. -enye hatia, *culpability,* n. hali ya kuwa na hatia

culprit n. mkosaji, muhalifu, mfungwa.

cult n. madhehebu (ya dini), heshima, ibada iendeshwayo kwa kufuata kanuni za maadhimisho.

cultivate vt. lima, sitawisha.

cultivation n. kilimo, ukulima.

culture n. malezi, utamaduni *cultural,* a. -a utamaduni, a kijadi *cultured,* a. -enye malezi mema, enye adabu, tiifu -enye elimu kubwa.

cumbersome *cumbrous,* a -zito, -sumbufu, -a kutia taabu.

cunning n. werevu, ufundi; uayari a. -erevu; a kijanja.

cup n. kikombe, - v.t., umika, piga chuku, *he is in his cups,* amelewa, *many a slip betwixt the cup and the lip,* kutokuwa na hakika ya matokeo ya jambo.

cupboard n. kabati, sanduku.

cupidity n. uchu, tamaa (ya mali).

curable taz. *cure.*

curb v.t. zuia, kinza, n. 2. kigwe cha lijam, 3. ukingo.

curdle v.t. gandisha, ganda *his blood curdled,* aliogopa sana.

cure v.. ponya, -n. dawa, tendwa, uponyaji, *curable,* a. enye kuponyeka, -a kutibika, *curative,* a. -a kuponya, -a dawa.

curiosity n. udadisi, upekuzi raghaba ya kutaka kufahamu.

curious a. -a ajabu, -chunguzi.

curl v.t. sokota, pindamana, suka, viringa -n. msokoto (wa nywele) msuko, ususi —y, a. -a msokoto, -enye kuviringika *curly hair,* nywele za kipilipili.

current a. -a desturi, -naofanyika sasa -a kisasa. - n. mkondo (maji), mfululizo wa mambo.

currency n. sarafu, fedha.

curriculum n. taratibu, kawaida, mfuatano wa mafunzo.

curry n. mchuzi, bizari *to curry favour,* jipendekeza.

curse v.t. (*cursed*), laani, apiza -n. laana, apizo.

cursive a. -a mwandiko wa mchoro, enye michoro.

curtain n. pazia, parida.

curve n. mviringo, birinzi - v.t. pinda, zungusha *curved,* a. -liopinda.

cushion n. mto au kitu chochote cheroro cha kukalia au kuegemea, kitu cha kuzuia mshituko.

custodian n. mlinzi, mwangalizi.

custody n. ulinzi, uangalizi, *have in safe* — tunga imara, tunza sana.

custom n. desturi, mazoea tabia, —*s,* n. ushuru, taja, kodi — *ary,* a. -a kawaida - a kidesturi — *er,* n. mnunuzi, mteja, mshitiri.

cut v.t. *(cut)*, kata, chenga, pasua, lengeta, *cut a fine figure,* fanya fahari, -n. mkato, *a short cut,* njia fupi, *get a cut, be cut,* katwa.

cute a. -erevu, -enye akili, hodari.

cycle n. kipindi kinachorudia, mabadiliko ya hali ya mara kwa mara.

cylinder n. bomba, silinda.

d

dad *daddy,* n. baba, ami.

daft a. -pumbavu, enye kichaa.

dagger n. jambia, sime, jisu, *at* —*s drawn,* katika hali ya uadui *look* —*s,* tazama kwa chuki.

daily a. kila siku, siku zote.

dainty a. -tamu, enye ladha nzuri.

dairy n. kiwanda cha maziwa, duka la maziwa.

dally v.i. chezacheza, zembea, kawia.

dam n. boma la kuzuia maji, bwawa 2. mama mzazi hasa kwa wanyama.

damage n. uharibifu, hasara, maafa - v.t. haribu, vunja.

damn v.t. laan,i apiza *damnation,* n. laana, *the damned,* waliolaaniwa milele. Kinyume chake: *the saved,* waliookoka.

damp n. unyevu, umajimaji - a. -nyevu, majimaji, enye uchepechepe.

dance n. densi, ngoma, - v.i. cheza ngoma.

danger n. hatari, hofu, ogofyo —*ous*, a. -a hatari, enye hofu.

dangle v.t. and v.i. ning'iniza, ning'inia, lewalewa.

dare v.i. thubutu, jasiri, -v.t. taka shari. *I dare you to go,* huthubutu kwenda. *I dare say,* naweza kusema, *daring,* a. hodari, - n. uhodari.

dark a. -a giza, -n. giza eusi; -jigija; -*en*, v.t. tia giza, —*ness*, n. giza, weusi.

darling n. mpenzi, mahabubu, azizi.

dart n. kishale kikuki; v.i. ruka kwa ghafula, v.t. 2. tupa ghafla, toa.

dash v.t. tupa kwa nguvu, vunja v.i. *(rush)* enda mbio, rukaruka.

data n. habari kamili, mambo hakika, mambo ya uthibitisho.

date n. tarehe, - v.t. weka tarehe, *it dates from,* ilianzia tarehe, ilianzia toka, *out of date,* -a zamani sana, -liokwisha *up to date,* -a kisawa, -pya 2. tende, *(tree)* mtende.

daughter n. binti, *daughter-in-law,* mkwe.

dauntless a. hodari, jasiri.

dawn v.i. pambazuka, cha; n. alfajiri, mapambazuko. *it dawned upon him;* alitambua, ilimwia wazi.

day n. siku, mchana, kutwa, *all day,* mchana kutwa *day by day a* kila siku.

dead a -fu, -kavu, -liokufa, iso na uhai, —*ly*, a. -a kufisha, enye hatari sana.

deaf a. - ziwi, sioweza kusikia *deafen,* v.t. fanya ziwi, tia umasito.

deal v.t. *(dealt),* gawa, - v.i. tenda, shughulikia, *deal a blow,* piga kofi, *deal with,* shughulika na, *deal in,* fanya biashara ya *a great deal,* ingi.

dear a. -ghali, -penzi.

death n. kifo, mauti, *Put to death,* ua.

debase v.t. vunja sifa ya mtu, shusha hadhi, —*d,* -enye nyonge, liodhalilishwa n. —*ment* unyonge, udhalilifu.

debate v.t. and v.i. bishana, jadiliana, shauriana, - n. hoja, majadiliano *debatable,* a. - a mashaka siokubalika hasa.

debauchery n. upotovu wa tabia, ufisadi, zinaa, v.t. potosha, zinisha, fisidi.

debt n. deni, *be in debt,* wa na deni, wiwa.

decade n. miaka kumi, *a —*

ago, miaka kumi iliyopita.

decadence n. upungufu wa hali au tabia ya watu au jamii, upoozi, kufifia kwa umaarufu au uhodari.

decapitate v.t. kata kichwa.

decay v.i. oza, chakaa, vunda - n. uozi, uharibifu.

decease v.i. fariki fa- n. kifo, maiti *the deceased,* hayati, marehemu.

deceit n. ulaghai, ujanja mbaya, uayari, —*ful,* a - erevu, - laghai.

deception n. udanganyifu, ulaghai, ujanja *deceptive,* a. danganyifu.

decent a. -zuri, - stahilifu, *decency,* n. adabu

decide v.t. kata shauri, amua; v.i. kusudia, azimu.

decision n. makusudio, nia, uamuzi.

decisive a. dhahiri, - a nia thabiti.

decimal a. - a miongo, -a kumi, *decimate,* v.t. angamiza.

deck v.t. pamba, visha vizuri -n. jozi ya karata.

declaration n. tangazo.

declare v.t. tangaza, julisha, vumisha.

decline v.i. kataa, *(slope)* inama, pomoa. v.t. inamisha, - n. mwinamo *(falling off)* mpunguo, uchakao.

declivity n. mteremko, mwinamo.

decompose v.t. changanua, *(rot)* ozesha - v.t. oza, *decomposition,* n. mchanganuo, uozi.

decorate v.t. pamba, visha nishani, *decoration,* n. mapambo, nishani.

decrease v.t. punguza, tuliza, - v.i. pungua, nyamaa - n. upunguo.

decree n. amri, hukumu - v.t. amuru, agiza.

decrepit a. dhaifu, kuukuu - kongwe.

decreptitude n. ukongwe, udhaifu.

dedicate v.t. tenga kwa matumizi maalum, weka wakfu, n. *dedication,* n. kitendo cha kuweka wakfu, uzatiti.

deduce v.t. fasiri maana, eleza, tunzo, kufanya jambo.

deduct v.t. toa, punguza, *deduction,* n. mkato, matoleo.

deed n. tendo *(legal),* hati. *Indeed,* kwa kweli.

deep a. -refu (kina), *Deep respect,* heshima kubwa. *Deep in his book,* amezama kitabuni, anasoma sana, —*en,* v.t. & i., ongeza kina, ongezeka —*ly,* adv. sana,

mno.
depth n. urefu (kina) *be out of one's depth,* tatizwa, potea.
deer n. mnyama kama paa au kurungu.
deface v.t. umbua, tia haya.
defame v.t. singizia, vunja heshima, aziri.
defamation n. masingizio, maumuo.
defamatory a. - enye kuumbua.
defeat v.t. shinda, vunja piga n. ushinde, pigo.
defect n. upungufu, kombo, mchegeleko, kasoro —*ive,* a. pungufu, -enye kasoro.
defend v.t. linda, kinga, tetea, hami, hifadhi.
defence n. ulinzi, mateteo, himaya.
defendant n. mshtakiwa.
defensive a. -a kujitetea, -a kujilinda - enye kujihami *be on the —,* wa katika hali ya kujilinda.
defer v.t. ahirisha, kawiza, *be deferred,* ahirishwa.
defiant a. -a kutaka vita, - jeuri, - a kiburi.
deficiency n. upungufu, kasoro.
deficit n. hasara, upungufu (fedha) kasoro, nakisi.
defile v.t. chafua, najisi, —*ment,* n. uchafu; 2. weka mpaka, *definite,* a. halisi, wazi *definition,* n. maelezo, ufafanuzi.
deflate, v.t. *and* 1. toa upepo, punguza thamani (hasa ya sarafu) n. upungufu wa bei za bidhaa.
deflect v.t. vuta upande, potosha, geuza.
deform v.t. umbua, haribu sura —*ed,* a. -enye kilema, lemavu, a kuatilika.
deformity n. kilema, kombo.
defray v.t. lipa gharama.
defy v.t. taka vita, dharau, fanya jeuri *I defy you to do it,* nasema huwezi.
degenerate v.i. haribika tabia, -a -baya.
degrade v.t. shusha cheo, dunisha, teremsha hadhi.
degree n. cheo, digrii (ya elimu) *by degrees,* kidogo kidogo, *to a degree,* kwa kiasi fulani.
deject v.t. sikitisha, tia huzuni, onea mbazi — *ed,* a. -enye huzuni, nyange —*ion,* n. huzuni, majonzi, simanzi.
delay v.t. kawisha, ahirisha, chelewesha, - v.i. kawia, chelewa.
delegate v.t. tuma, gawa madaraka -n. mjumbe, kaimu, *delegation* n. ujumbe.
deliberate v.i. fikiri, fanya

delicate/dental

shauri, shauriana -a. angalifu, si -a haraka -enye makusudi kamili *deliberation,* n. ushauri, majadiliano.

delicate a. -a kupendeza, -tamu, laini *he is in delicate health,* afya yake mbaya, hana afya nzuri *a delicate business,* jambo gumu.

delicious a. -tamu sana, -zuri sana, -enye ladha sana.

delight v.t. pendeza sana, furahisha *I am delighted to hear that,* nafurahi sana kuyasikia hayo -n. furaha kubwa, anasa —*ful,* a. -a kupendeza sana, enye faraja kubwa.

delinquency n. hatia, kosa.

deliquent n. mwenye hatia.

deliver v.t. okoa, *(handover)* toa, kabidhi, afu, *deliver a speech,* hubiri, hutubia, *deliver a blow,* piga kofi *be delivered of a child,* jifungua mtoto —*ance,* n. wokovu, ukombozi -*y,* n. taz. *deliverance.*

deluge n. mafuriko, gharika.

delusion n. madanganyo, mawazo ya umajununi.

demand v.t. dai, hitaji, uliza, taka kwa lazima -n. haja, agizo, *on demand,* mara itakiwapo, *soap is in great demand, there is a great demand for soap,* sabuni intakiwa sana.

demeanour n. mwenendo, mazoea.

demented a. -enye wazimu.

democracy n. demokrasi, mfumo wa serikali ya walio wengi, inayobadilishwa kwa utaratibu wa kupiga kura baada ya kipindi maalum na serikali kuundwa na upande uliopata kura nyingi zaidi.

demolish v.t. bomoa, haribu, vunja.

demon n. pepo mbaya, shetani, mtu afiriti, ushakii.

demonstrate v.t. onyesha, fafanua, 2. andamana, *demonstration,* n. ushahidi, onyesho, uainisho maandamano.

demoralize v.t. vunja moyo, potosha, katisha tamaa.

den n. tundu, pango, maficho ya wevi.

denial n. mkano, katazo, mnyimo.

denomination n. madhehebu, aina, jinsi.

denounce v.t. umbua, shitaki, laumu, n. shutuma, lawama.

dense a. -nene, zito, *density,* n. unene, uzito.

dental a. -a meno, *dentist,* n. mganga wa meno.

deny v.t. kana, kataa, ukiri, nyima.

depart v.i. ondoka, safiri, taka; fariki, *departed,* marehemu, hayati.

departure n. kuondoka. safari utengano *A new —,* jambo jipya, mwondoko mpya.

depend v.i. *(on)* tegemea, tumainia *it all depends,* inategemea mambo yalivyo *—able,* a. -tumainifu. -a kutegemewa *—ent,* n. mfuasi, mtoto *—ence,* n. hali ya kutegemea wengine, unyonge.

deplorable, a. -a kusikitisha, enye kuhuzunisha.

deplore v.t. lilia, sikitikia, jutia.

depopulate v.t. punguza watu, hamisha.

deport v.t. hamisha, fukuza *—ation,* uhamisho kwa nguvu.

depose v.t. ondolea madaraka, shusha.

deposit v.t. weka, -n. akiba, amana.

depot n. ghala, bohari.

depraved a. -ovu, -baya, -a fasidi.

depress v.t. dhoofisha, huzunisha.

depression n. bonde mwinamo 2. huzuni, majonzi; jitimai.

deprive v.t. nyima, ondolea, zuilia *deprivation,* n. ukosekano, upungufu, hasara.

depth n. urefu (kina).

deputation n. agizo, ujumbe.

depute v.t. tuma, agiza, wakilisha, *deputy* n. mjumbe, makamu *deputize* v.i. fanya badala ya mwingine; wa naibu n. mjumbe, wakili, makamu.

derail v.t. ondosha treni katika reli zake, *—ment* ajali ya gari moshi kwa kuanguka kutoka njia ya reli; 2 kupotosha jambo na kulielekeza kwingineko.

derange v.t. vunja, tia wazimu, sumbua; vuruga mpango *—ment,* n. machafuko, kichaa.

deride v.t. cheka, dhihaki, beza sagua; dharau, *derision,* n. mzaha, dhihaka, dharau.

derive v.t. pata, *be derived from,* patikana kwa, tokana na *derogatory* a -enye kuvunja heshima, -a kuaibisha, *derogatory remarks,* matusi, nazaa.

descend v.i. shuka, *(of origin)* toka kwa, poromoka, *—ant,* n. mzaliwa wa, asili *descent,* n. mteremko; ukoo, jadi.

describe v.t. eleza, fafanua

desert/detect

description, n. maelezo, ufafanuzi.

desert n. jangwa, ganjo, a. ukiwa - v.i. toroka, kimbia, acha; v.t. tupa, *a deserted place,* mahame —*ion,* n. utoro, ukiwa, —*er,* n. mtoro.

deserve v.t. & i. stahili. *He deserves it,* anastahili kukipata.

design v.t. sanii, andika, tunga -n., kielelezo, picha, sampuli.

designate v.t. taja, chagua, wa na maana fulani, a. liochaguliwa.

desirable a. -a kufaa, -enye kupendeza.

desire v.t. tamani, wanahamu; -n., tamaa, uchu, *desirous,* a. -enye tamaa, -enye shauku.

desk n. deski, meza ya kuandikia, dawati.

desolate a. -kiwa, -enye huzuni; -a pekee; - v.t., tia majonzi, huzunisha, *desolation,* n. ukiwa, upweke.

despair v.i. kata tamaa, fa moyo; -n. ukosefu wa imani; mkato wa tamaa.

desparate a. -enye kukata tamaa, sio na matumaini 2. - baya mno *desperate struggle,* mapambano makali.

despise v.t. dharau, beza; *despicable,* a. - baya.

despite dharau, beza.

despond v.i. kata tamaa, legea; fa moyo; —*ent,* a. -a kukata tamaa; bila tumaini.

despondence n. kufa moyo; majonzi.

dessert n. chakula cha mwisho; matunda; kiburudisho.

destination n. kikomo cha safari, mahali mtu aendako.

destine v.t. weka kwa nia maalumu *he is destined for politics,* amezaliwa mwanasiasa, *we are all destined to die,* mwisho wetu wote ni kufa.

destiny n. ajali, bahati nasibu.

destitute a. - kiwa, maskini sana, *destitution,* n. ufukara, ukiwa.

destroy v.t. haribu, teketeza, vunja, *destruction* n. uharibifu, maangamizi, *destructive,* a. - haribifu, -a kuua; -enye shari.

detach v.t. tenga, bandua, —*ment,* a. mtengo; uadilifu.

detail n. habari kamili ya mambo moja moja, kila kitu.

detain v.t. zuia, funga, kawisha.

detect v.t. vumbua, gundua,

ona, —*ive,* n. mpelelezi, askari kanzu.
detention n. kifungo, kuwa kizuizini.
deter v.t. kataza, ogofya, zuia (kwa kutia hofu, shaka).
deteriorate v.t. punguza thamani ya; dunisha v.i. pungua thamani, chakaa, kwajuka.
deterioration n. uharibifu, mchakao, upungufu wa thamani.
determinate a. thabiti, enye uthabiti, -enye msimamo maalum.
determination n. nia, ushupavu, azimio.
determine v.t. weka mpaka, onyesha, *(decide)* amua, maliza maneno, ainisha - v.i. azimu, kusudia, ukilia.
determined a. imara, -shupavu, enye nia thabiti.
deterrent n. ogofyo, kizuizi.
detest v.t. chukia sana, zia, —*able,* a. -a kuchukiza sana, a kukirihisha —*ation,* n. chuki kubwa, karaha.
detour n. kipengee, njia ya kuzunguka, *make a detour,* zunguka.
devaluation n. upunguzaji wa thamani ya fedha ya nchi.
devastate v.t. teketeza, angamiza, haribu, *devastation,* n. kuharibu, teketezo; kutekwa.
develop v.t. endeleza, sitawisha, kuza - v.i. kua, endelea, funuka; vuvumka —*ment,* n. maendeleo, usitawi.
deviate v.i. enda upande, potoka, kosa, enda kombo.
deviation n. kipengee, upotovu, wendaji kombo.
device n. shauri, hila, kitu, alama *follow your own devices,* shika lako.
devil n. shetani, ibilisi ishi, a - baya mno.
devise v.t. waza, tunga shauri au njia; vumbua.
devoid a. *(of)* - sio na, -tovu *devoid of sense, fear, shame* Mtovu wa akili, hofu, haya.
devote v.t. wakifu, funga, jitia, zatiti; shirika —*oneself,* jitia kwa moyo -*d,* a. -enye bidii, -a kupenda mno.
devotion, n. ibada, sala, bidii, -a kupenda mno.
devotion n. ibada, sala, bidii *devout,* a. enye ibada.
devour v.t. kula kwa pupa, lafua, lapa - *a book,* soma kwa pupa.
dew n. umande; 2. nyama inayoning'inia chini ya shingo.
dexterity n. ustadi, ubingwa, umbuji, *dexterous,* a. -stadi,

dhow/dilute

-elekevu.
dhow n. jahazi, mashua, dau.
dialect n. lugha ndogo ya watu wachache, lahaja.
dialogue n. mazungumzo, majibishano, ngonjera.
diameter n. kipenyo, *diametrically,* adv. kabisa *be — opposed* pinga kabisa.
diamond n. alimasi.
diaphragm n. kiwambo (cha moyo, ngoma, sikio n.k.).
diarrhoea n. ugonjwa wa kuhara.
diary n. kitabu cha habari za kila siku, kalenda.
dictate v.t. tangaza, amuru, soma wazi, andikisha.
dictation n. imla, amri, *he does not submit to —,* haa - mbiliki, hasikii amri.
dictator n. dikteta, atawalaye kwa mabavu.
dictionary n. kamusi.
die v.t. kufa, fariki.
diet n. chakula, maakuli, 2. baraza, mkutano.
differ v.i. hitilafiana, achana, kosana, *—ence,* n. tofauti, hitilafu.
difficult n. ugumu, uzito, shi- da, matata, *— y* a. -gumu, -zito. *he is in difficulties,* ana matatizo, *get into difficulties,* patwa na shida.
diffident n. - oga, - enye wasiwasi, -enye haya, *be - of one's powers,* jaa mashaka juu ya uwezo wako.
diffuse v.t. eneza, tawanya, eneza, - a -enye maneno mengi.
diffusion n. enezo, mtapanyo.
dig v.t. *(dug)* chimba, chimbua, *dig up, out,* fukua *dig in,* fukia.
digest v.t. saga chakula, - v.i. yeyuka, meng'enyeka *—ion,* n. msago wa chakula.
dignified a. - a heshima.
dignify v.t. tukuza, heshima, adhimisha.
dignity n. heshima, jaha, taadhima, ukuu *human —* utu wema.
digress v.i. potoka, acha njia kwamuda, enda kombo *— ion,* n. mzunguko, upotovu.
dike n. handaki, mfereji, mtaru.
dilapidated a. - bovu, - gofu *— dilapidate,* v.t. and i., - haribu, chakaza; chakaa.
dilate v.t. tanua, vimbisha - v.i. tanuka, haribika; panuka; vimba.
diligence n. bidii, uangalifu, juhudi; adilifu.
diligent a. -enye bidii, *diligently,* kwa bidii, kwa uangalifu.
dilute v.t. zimua, punguza nguvu; ghushi, tohoa.

dim v.t. tia giza, punguza nuru; fifisha, - v.i. ingia giza, fifia - a. -a giza kidogo, si dhahiri; utusitusi *I have a dim idea,* najua kidogo tu, *his eyes are dim,* macho yake yameingia giza.

dimension n. ukubwa, eneo; kienzo, kivimbe.

diminish v.t. punguza, - v.i. pungua, punguka.

diminution n. upunguo, udogo, *diminutive* a. - dogo sana.

dimple n. kichimo, kitinyo.

din n. kelele, mshindo, ghasia; - v.i. of t. fanya ghasia, piga kelele; ging'inza, chagiza.

dine v.i. la chakula cha mchana - v.t. karibisha chakula, kirimu, dhifu.

dinner n. chakula cha mchana *have dinner,* kula mchana au jioni.

dining room chumba cha kulia, mezani.

dip, v.t. chovya, ogesha (wanyama) kwa dawa *dip into,* onja kidogo.

diploma n. shahada, cheti.

diplomacy n. werevu, upatanishi, maarifa ya utekelezaji wa uhusiano baina ya taifa na mataifa mengine, n. *diplomat,* a. -a mjumbe wa serikali wa kibalozi.

direct v.t. ongoza, elekeza, simamia, amuru, *direct attention to,* fikiria, tazama kwa makini - a. - nyofu, halisi, sawasawa - a moja kwa moja.

direction n. uelekeo, agizo, amri, mwongozo *in the — of,* upande wa kuelekea.....

director n. mkurugenzi.

dirt n. uchafu, taka; takataka.

dirty a. chafu.

disable v.t. lemaza, a. dhofisha, -d. a. lemavu.

disadvantage n. hasara, upungufu, kasoro —*ous,* a. -a hasara, siofaa, -enye hitilafu.

disagree v.i. tokubaliana, bishana, tetana. *This food disagrees with me,* chakula hakiniafiki tumboni —*ment,* n. ugomvi, ubishi, tofauti, hitilafu.

disappear v.i. toweka, tokomea, tafaa kutumika —*ance* n. kutoweka; mwisho.

disappoint v.t. chukiza, udhi, shitusha; 2. tatanisha, zuia — *ment,* n. chukizo, maudhi, uchungu.

disapprove v.t. chukizwa, k talia kitu v.i. kataa, toridhia, *disapproval,* n. katazo, lawama.

disarm v.t. nyang'anya silaha, tiisha, pokonya silaha —*ament* n. upunguzaji wa silaha.

disarrange v.t. chafua mpango, pangua — *ment,* n. fujo, machafuko, vurugu.

disaster n. msiba, maafa, balaa; 2. ajali, 3. kisirani *disastrous,* a. -a msiba, - a maafa, enye balaa.

disbelief n. ukosefu wa imani.

discard v.t. and i. tupa, kataa, beza, 2. vua (hasa nguo mwilini).

discern v.t. pambanua, tambua, ona, fahamu, —*ment,* n. busara, akili, uainisho.

discharge v.t. and i. ondosha (kazini, hospitali), achisha; ruhusu, *(release)* fungulia, achia, *(execute)* timiza, fanya, maliza; *(put to death)* ua, fisha n. kuondosha, timizo, ruhusa; 2. tendo; kazi.

disciple n. mfuasi.

discipline n. nidhamu, malezi, adabu, maadili.

disclaim v.t. kana, kataa kuhusika na.

disclose v.t. funua, onyesha, dhihirisha; toa siri, *disclosure* n. ufunuo, ufumbuzi, uwazi.

discomfort v.t. sumbua, taabisha; kera, -n. udhia, usumbufu, kero; mashaka; msiba.

discompose v.t. chukiza, tia wasi wasi, hamanisha; vuruga, *discomposure,* n. wasiwasi, vurugu, fazaa.

disconcert v.t. taz. *discompose* — *ment,* n. taz. *discomposure.*

disconnect v.t. tenganisha, fungua, kata —*ed,* a. - liotenganishwa, - liokatwa.

disconsolate a. -enye huzuni, - zito; -a simanzi.

discontent — *ment,* n. manung'uniko; hali ya kutoridhika; malalamiko *show —,* nuna, guna *discontented,* a. - sioridhika, — sietosheka.

discontinue v.t. komesha, acha, kanya -v.i. isha, koma; -n. ukomo; tamati.

discord — *ance,* n. ukosefu wa mapatano, ugomvi, fitina, utesi.

discount n. mshusho wa bei, kipunguzi, aheri, *be at a discount,* dharauliwa - v.t. punguza bei, weka aheri; sadiki kitu nusu tu.

discourage v.t. katisha tamaa, vunja moyo, n. jitimai, kuvunjika nguvu, unyong'onyevu, *discouragement* n.

discredit v.t. sita kuamini, onyesha uwongo, dharau, aibisha - n. sifa mbaya,

mashaka; aibu, tahayuri.
discreet a. -a busara, - enye akili nzuri, aminifu.
discretion n. busara, uteuzi, utulivu, makini, *at your discretion,* hiari yako, uonavyo wewe, *surrender at discretion,* jitoa kwa hiari, *years of discretion,* umri wa busara.
discriminate v.i. ainisha, bagua, pendelea — *against,* onea.
discrimination n. ubaguzi, uteuzi.
discuss v.t. ongea juu ya, jadili, hojiana; shauriana, —*ion,* n. majadiliano, hoja, mazungumzo, mabishano.
disdain v.t. dharau; teua; umbua, aziri; - n. dharau, utwezi.
disease n. ugonjwa maradhi, ndwele.
disembark v.i. teremka *(chomboni),* chelea, pakua (bidhaa chomboni) v.t. shusha pwani, cheleza, teremsha.
disembarkation n. kushuka pwani, upakuzi wa bidhaa (chomboni).
disengage v.t. tenga, nasua, fungua, v.i. fumuka, tengana, fumuka.
disengagement n. kutengwa, wasaa, faragha.

disentangle v.t. funua, tatanua, eleza, kunjua - v.i. kunuka, funuka, wa wazi.
disfavour v.t. chukia zia, -n. chuki, kuwezwa.
disfigure v.t. umbua haribu *be — d,* umbuka, sawazika.
disgrace n. fedheha, soni, - v.t. aibisha, tia haya — *ful,* a. - a kuaibisha -a huzuni, - enye haya.
disguise v.t. geuza, ficha, fanya kuwa ni geni, - n. umbo la uwongo, kitendo cha kujigeuza sura, hila.
disgust v.t. chukiza, chafua moyo, kirihi, tia kinyaa - n. chukiza, kinyaa, ikirahi.
dish n. sahani, kombe; beseni; mlo; chakula, -v.t. *(up)* pakua.
dishonest a. -danganyifu, laghai, si - aminifu.
dishonesty n. udanganyifu, hila, ujanja, uwongo.
dishonour v.t. aibisha, beza, - n. aibu, fedheha.
disillusion v.t. sikitisha, vunja moyo n. — *ment,* masikitiko.
disinfect v.t. fukiza dawa, tia buhuri —*ant,* n. dawa ya kuondoa ugonjwa wa kuambukiza, mafusho kifukizo.
disinherit v.t. nyima urithi.
disintegrate v.t. tenga, chan

disinterested/disproportionate

ganua; v.i. vunjika, changanuka, haribika.
disinterested a. - sio na nia, ya faida, -siyopendelea.
dislike v.t. chukia, winga; 2. kirihi - n. chukizo, ikirahi.
dislocate v.t. tegua, vunja, batilisha, *dislocation,* n. mteguo, mkwatuo, vurugu.
disloyal a. si - aminifu, mnafiki, ayari.
dismal a. -a kuficha moyo, -enye mfundo, -a kuchukiza, enye huzuni, -a majonzi.
dismantle v.t. bomoa, rembuu, pambua.
dismay v.t. ogofya, tia hofu, fazaika - n. hofu, wasiwasi, fazaa.
dismember v.t. vunja vipande vipande, changua, kongoa.
dismiss v.t. fukuza, achilia; uzulu; ruhusu, —*al,* n. ruhusa, kufukuzwa, kutolewa.
dismount v.t. shusha, teremsha (juu ya basikeli) - v.i. shuka juu ya farasi.
disobedience n. uasi, utovu wa utii, ukaidi, uhalifu.
disobey v.t. and i. kaidi, asi, halifu, vunja sheria.
disoblige v.t. tendea vibaya, tenda (jambo) asilotaka mwingine; udhi.
disorder v.t. chafua, tia fujo, - n. fujo, vurugu —*ly,* a. -enye fujo, sio na mpango; ovyo.
disown v.t. kana, kataa, ukiri.
disparage v.t. kashifu, tusha, umbua; —*ment,* kashifa, izara; uumbuaji.
disparity n. tofauti, hitilafu.
dispatch, despatch v.t. tuma, peleka —n. haraka, barua, bidii, upelekaji.
dispense v.t. gawanya, toa (dawa, n.k.) *dispensation,* n. mgawo, ruhusa maalumu.
disperse v.t. tawanya, eneza; v.i. tawanyika, ondoka *dispersion* n. kutawanyika, eneo.
display v.t. onyesha, - n. mkogo, tamasha, maonyesho *make a —,* fanya sherehe; koga, fanya maringo.
displease v.t. chukiza, udhi *displeasure,* chuki, uchungu.
dispose v.t. andaa, panga, tengeneza; ongoza, v.i., kata shauri, amuru — *of,* maliza jambo, komesha, uzilia mbali, *be disposed to,* -wa, tayari, penda.
disposal n. andao, matumizi, amri, idhini, *at your —,* chini ya mamlaka ya.
disposition n. elekeo; madaraka, silika, nia.
disproportionate a. -a kadiri isiyofaa — siolingana, *dis*

proportion n. kadiri isiyolingana.

disprove v.t. kanusha, bainisha uwongo, suta, kadhibu *disproof,* n. kanusho, uwongo.

dispute v.i. bishana, hojiana, gombana - v.t. kaidi, kana, pinga - n. shindano, mabishano, ugomvi *disputant,* n. mshindani, mhoji; mtesi.

disqualify v.t. ondolea haki, zuia, tofaa, *he is disqualified,* hawezi, hafai, hastahili, *disqualification,* n. kizuizi, kikomo.

disquiet v.t. hangaisha, sumbua, kera; hamanisha — n. dukuduku, wasiwasi, fazee, kero.

disruption n. mpasuko, farakano.

dissatisfaction kutoridhika, kutopendezwa.

dissatisfy v.t. chukiza, udhi.

dissect v.t. kata vipande, changua, tenga mbali mbali.

dissimilar a. -siofanana, si sawa.

dissimulate v.t. ficha, badilisha nia; - v.i. jigeuza, danganyika, *dissimulation,* n. unafiki, udanganyifu.

dissipate v.t. tawanya, tapanya; poteza, fuja - v.i. toweka, chezacheza.

dissipation n. upotevu, uasherati, ufisadi.

dissolute -a. siyo weza kujizuia katika mambo kama ya ulevi na uasherati.

dissolve v.t. yeyusha, tangua, potea *dissolution,* n. mwisho, kuharibika, mauti.

dissuade v.t. shawishi, kwa nia ya kuzuia.

distance n. umbali, nafasi; kitalifa v.t. tenga; fanya nafasi.

distaste n. chukio, —*ful,* a. -a kuchukiza.

distend v.t. vimbisha, tanua, - v.i. tanuka, kubaza.

distinct a. -ingine, dhahiri, wazi wazi.

distinction n. tofauti, sifa, heshima.

distinguish v.t. bainisha, chagua; tukuza — *oneself,* jipatia sifa —*ed,* a. -teule, enye fahari, bora.

distort v.t. potoa, rembua, —*ion,* n. upotovu.

distract v.t. vuta mawazo pengine, tia wasiwasi; achisha kazi, —*ed,* a. -enye mashaka, -enye akili, penginepo —*ion,* n. fadhaa, *(relief)* kitulizo, tafrija.

distress v.t. taabisha, tia uchungu, udhi, sumbua — *oneself,* hangaika, ona wasiwasi, n. taabu, msiba, mashaka —*ed,* a. -enye huzuni, simanzi.

distribute v.t. gawa, eneza, panga, tandaza, ainisha *distribution,* n. mgawo, mwenezo.

district n. wilaya.

distrust v.t. shuku, tuhumu -tosadiki - n. shaka, tuhuma.

disturb v.t. sumbua, vuruga, vigaviga, -*don't disturb yourself,* usijisumbue, usijishughulishe —*ance,* n. usumbufu, msukosuko, vurugu.

disuse v.t. acha kutumia, -n. hali ya kutotumika. *This vessel has fallen into disuse,* chombo hiki hakitumiki tena.

ditch n. handaki, shimo, *die in the last ditch,* linda mpaka mwisho, *dull as ditch water,* -jinga kabisa.

dive v.i. piga mbizi, zamia majini, *He dived into the darkness,* alijitosa gizani.

diverge v.i. acha njia, (maono, n.k.) enda mbali mbali — *nce,* n. tofauti, mgawanyiko, kuenda mbalimbali.

diverse(e), a. a namna mbalimbali.

divert v.t. elekeza upande mwingine, bekuwa.

divide v.t. gawanya, kata, vunja; *division,* mgawanyo, mtengano.

divisible a -enye kugawanyika.

divine a. -a kimungu, -a kiroho; *divinity,* n. tabia ya Mungu, umungu v.t. bashiri, agua.

divorce n. talaka, - v.t. taliki, acha.

dizzy a. -enye kizunguzungu, kisulisuli.

do *(did, done),* v.t. fanya, tenda; *how do you do?* hujambo? *do away with,* ondoa kabisa, achana na, *what can I do for you?* Nikusaidie nini? Nini haja yako? *that will do,* inatosha, *do without,* wa bila, kosa kitu.

dock n. gudi, bandarini *(dockyard).*

doctor n. mganga, daktari - v.t. tibu, uguza, alisa.

doctrine n. mafundisho, imani (katika dini) *it is his —,* ndivyo aaminivyo.

document n. hati, maandiko, mkataba.

dodge v.t. epa, kwepa, - n. hila.

dog n. mbwa, *go to the dogs,*

haribika, *rain cats and dogs,* nyesha sana, *lead a dog's life,* kuishi maisha ya taabu sana.

doll n. mtoto wa bandia, doli; mwanasesere.

dolorous a. *(doleful)* -enye huzuni, -a majonzi, -enye masikitiko.

domestic a. nyumbani; -liofugwa, *a domestic,* mtumishi wa ndani, —*ate,* v.t. fuga.

dominant a. -enye utawala, -kuu.

dominate v.t. tawala, shinda; wa na amri juu ya *domination,* n. utawala, amri, nguvu, hukumu.

domineer v.t. fanya jeuri, onea, dhulumu —*ing,* a. -jeuri, -onevu.

donate v.t. toa (zawadi, msaada) pa (sadaka) *donation,* n. zawadi, sadaka.

done taz. do, *Be done,* malizika, danganyika, choka sana.

donkey n. punda, kihongwe.

doom n. ajali, maangamizo, -v.t. pasisha hukumu, —*sday,* mwisho wa dunia, siku ya kiama.

door n. mlango. *indoors,* ndani, *out of doors,* nje ya nyumba, *lay it at his door,* mshtaki.

dormitory n. chumba cha kulala; bweni.

dose n. kiasi cha dawa, - v.t. toa dawa, nywesha dawa.

dot n. nukta, alama ndogo, kitone, -v.t. tia doa, *be dotted about,* tapakaa.

dotage n. ukongwe, *dote upon* penda sana.

double a. mara mbili, maradufu, —*dealing,* udanganyifu - v.t. zidisha mara mbili - v.i. zidi, ongezeka.

doubt n. shaka, tuhuma, - v.t. ona shaka, shuku - v.i. ona shaka, — *ful,* a. - enye wasiwasi, — *less, adv.* bila shaka, hakika.

dove n. njiwa, huwa, tetere.

down adv. chini, *come —,* shuka, *ups and downs,* furaha na taabu *downcast,* a. -enye huzuni —*stairs,* chini —*wards,* adv. kwa kushuka.

dowry n. mahari, fedha au ada itolewayo na mwanaume ili aoe mke.

doze v.i. sinzia. - n, usingizi mwepesi.

dozen n. kumi na mbili, darizeni.

draft n. kielelezo, ramani, matini 2. hati ya kuagiza benki imlipe mtumiwa fedha 3. v.t. kuandika matini.

drag v.t. kokota, buruta, -v.i.

dragon/drone

chelewa, taahari, limatia.
dragon n. joka (la hadithi).
drain, n. mfereji, mfumbi mtaro, ondoleo, - v.t. toa maji kwa kutumia mfereji, mtaro au mfumbi, kumba; - v.i. tiririka, churuzika —*age,* n. mifereji ya kukaushia maji.
drama n. mchezo wa kuigiza, hadithi ya kutunga —*tize,* v.t. tunga mchezo, buni hadithi iigizwe.
drank taz. *drink.*
drape v.t. pamba kwa nguo,
drastic a. -a nguvu sana, —*measures,* hatua kali.
draught taz. *draft.*
draw *(drew, drawn),* v.t. vuta, buruta *depict* picha, *water* teka, chota; futa, chomoa; fanya sawa, —*near,* karibia, jongea karibu.
drawl v.t. kokota maneno, - n. usemi wa kukokota, -wa kudodosa.
dread v.t. ogopa, kofia - n. woga; — *ful,* a. -a hofu, -a kutisha; a kuchukiza; baya.
dream *(dreamt, dreamed)* n. ndoto, njozi, ruiya; - v.i. ota ndoto.
dreary a. - kiwa, -a huzuni, -enye majonzi.
dregs n. takataka, mashapo, mashudu, masimbi.
drench v.t. rowanisha, mwagia maji mengi.
dress n. nguo, vazi, mvao; - v.t. vaa, valisha, funga dawa, panga; 2. chana nywele.
dresser n. msaidizi wa daktari; 2. kabati au meza ya jikoni.
drift v.i. chukuliwa (na maji, upepo n.k.) -n. mkondo; 2. chungu ya majani.
drill *(military),* n. kwata, gwaride, 2. kekee, 3. aina ya kitambaa kizito, katani au marekani - v.t. choronsha kwata - v.i. cheza kwata - v.t. toboa, pekecha.
drink v.t. and *(drank, drunk),* -nywa, *get drunk,* lewa, *given to, fond of, drinking,* penda ulevi.
drip v.i. tiririka, tona, - v.t. tiririsha.
drive *(drove, driven),* v.t. endesha, ongoza, chukua kwa gari, *drive away,* fukuza, enda zako kwa gari *drive at,* taka, jaribu, *what is he driving at?* anataka nini? anataka kusemaje? n. njia ya gari, — *energy* nguvu - *er,* n. dereva, mwendeshaji; rubani.
drizzle n. manyunyu, mvua ya rasharasha, nyuru nyuru.
drone n. nyuki dume, dume; 2. mvivu, mkunguni, goigoi

droop/duplicate

- v.i. vuma (nyuki), sema kivivu.
droop v.i. fifia, inama, shuka v.t. inamisha, teremsha; - n. mteremko, mwinamo.
drop v.i. ponyoka, shuka, isha, koma; dondoka; pukutika v.t. acha, bwaga, poromosha, angusha, *drop off,* pungua, *drop into,* tumbukia, *drop me a few lines,* niandikie barua fupi, —*pings,* n. mavi ya wanyama.
drought n. ukame.
drove taz. *drive.*
drown v.t. tosa majini, zamisha - v.i. zama majini; *be drowned,* -fa majini.
drowsy a. -enye usingizi, a kusinzia.
drudge v.i. fanya kazi ya kuchosha, kazi ya kihamali; —*ry,* n. kazi ngumu, ngwamba.
drug n. dawa, vidonge vya kulevya.
drum n. ngoma, - v.t. piga ngoma.
drunk taz. *drink.*
drunkard n. mlevi.
drunken a. - levi.
drunkenness n. hali ya ulevi.
dry a. - kavu, yabisi, kame - v.t. kausha, anika; v.i. - nyauka.
dual a. -a wawili, -a vitu viwili, -a jozi.
dubious a. -enye shaka; -si aminifu, si hakika.
duck n. bata; 2. kitambaa kizito cha pamba au katani, - v.i. zama ghafula inama; - v.t. - chovya (majini).
due n. haki, stahili; 2. - desturi; ushuru, kodi, *due to,* kwa sababu ya, *he is due today,* anatazamiwa kufika leo, *in due time,* kwa wakati unaofaa.
duel n. pigano la wawili, majadiliano, pambano la watu wawili.
dug taz. *dig.*
dull a. - tepetevu, -vivu, -zito wa akili; goigoi.
duly adv. kwa wakati wake; ipasavyo, sawasawa.
dumb a. - bubu, -a kimya — *founded,* -enye mshangao; - v.t. butwaisha, pumbaza.
dump v.t. tupa (takataka), - v.i. anguka ghafla -n. jaa la takataka, ghala ya silaha.
dung n. mavi, kinyesi; *dunghill,* fungu la samadi.
dungeon n. gereza, kifungo.
dupe v.t. danganya, punja, kopa, ghilibu.
duplicate v.t. nakili, zidisha kwa mbili; rudufu - n. nakala, ingine (mfano ule ule).

duplicator n. mashine ya kunakilia, mashine ya kurudufia.

duplicity n. udanganyifu, hila, ghiliba.

durable a. -a kudumu sana, enye nguvu, imara.

duration n. muda, utambo, kitambo.

during *prep.* kipindi cha wakati wa.

dusk n. giza la jioni, machweo jua, magharibi.

dust n. vumbi, tifutifu - v.t. pangusa, futa —*bin,* n. pipa la takataka, —*er,* n. kitambaa cha kupangusia vumbi, *throw dust in the eyes of,* danganya, *raise a dust,* tifua vumbi, fanya fujo, *bite the dust,* anguka, uawa.

duty n. wajibu, 2. kazi, kodi; *(customs)* ushuru wa forodha.

dwarf n. mbilikimo, kibeti, - v.t. dhalilisha, dharau; 2. dumaza, viza.

dwell *(dwelt),* v.i. ishi, kaa — *upon a subject,* eleza sana, —*ing,* n. makao, manzil.

dwindle v.i. pungua, punguka, nywea, fifia, pooza.

dye n. rangi. - v.t. tia rangi.

dynamics n. nguvu ya kuendesha kitu, elimu ya nguvu hizo.

dynamite n. baruti, fataki.

dynamo n. mashini inayozalisha nguvu ya umeme, gandameme.

dynasty n. ukoo, nasaba ya mfalme, jadi.

dysentry n. tumbo la kuhara, kuhara damu.

e

each a. kila, *each one,* kila mmoja, *each other,* wao kwa wao.

eager a. -enye bidii, -enye shauku, —*ly,* adv. kwa moyo, kwa hamu kubwa.

eagle n. tai, koho; *eyed,* a. - enye macho makali kama tai.

ear n. sikio, 2. shuke la nafaka; *give ear,* sikiliza, tega sikio, *bring about the ears,* letea shida, — *shot, be within earshot,* sikia, sogea karibu sana, — *ring,* hereni.

early a. and adv. mapema, asubuhi sana, *early in the*

morning, asubuhi na mapema.

earn v.t. pata, chuma, — *ings,* n. kipato, chuma.

earnest a. -a bidii, -a kweli *in —,* kwa kweli; kusema haki, *be in —,* jitahidi.

earth ardhi, -v.t. fukia, —*enware,* n. vitu vya udongo, —*ly,* a. -a dunia, -a kilimwengu, — *quake,* n. tetemeko la nchi, zilizala.

ease n. faraja, nafuu, utulivu, *with—,* kwa urahisi *be ill at —,* hangaika *he feel at —,* starehe, *put at —* starehesha, tuliza - v.t. tuliza, pumzisha, starehesha, *easily,* kwa urahisi, kwa wepesi.

east n. mashariki, maawio; matilai.

easter n. Pasaka.

easy a. rahisi, - tulivu.

eat *(ate, eaten)* v.t. -la, tafuna; *eat one's words,* omba radhi, *be eaten up with anger,* -wa na hasira sana.

eaves n. mchirizi, upenu, —*dropper,* n. mduzi, mdukizi, mdaku.

ebb v.i. -pwa, rudi, punguka.

ebon n. mpingo, *ebony,* n. mpingo.

eccentric a. -geni, si -a kawaida —*ity,* n. ajabu, ugeni.

ecclesiastic —*al,* a. -a kanisa.

echo n. mwangwi, - v.i. toa mwangwi.

eclipse n. kupatwa mwezi, shinda, kushikwa kwa mwezi au jua.

economic a. -enye kuhusu uchumi, *s,* n. elimu ya uchumi —*al,* a. -a kiuchumi —*ize,* v.i. bana matumizi, punguza matumizi.

economy n. uchumi, uwekevu, utunzaji matumizi, ugwangwanyizi.

ecstasy n. upeo wa furaha, ghaya.

edge n. ukingo, ubigobigo, 2. makali; 3. mpaka, *give an edge to,* noa, tia makali, *take the edge off,* punguza ukali *set the teeth on edge,* tia ganzi - v.t. tia makali, *edge away,* sogea — *ways,* —*wise, adv.* kwa upande, ubavuni *could you get a word in edgeways?* Je, uliweza kusema hata neno moja?

edible a. -enye kulika.

edifice n. jengo.

edify v.t. fundisha maadili, adilisha.

edification n. malezi, maadili.

edit v.t. tayarisha mswada, kitabu au maandishi yawe safi ili yachapishwe —*ion,* n. nakala za kitabu zilizotoka, —*or,* n. mtengenezaji wa

educate/elevate

kitabu, — *orial,* n. maoni ya mhariri.
educate v.t. fundisha, elimisha, lea, *education,* n. elimu.
effect n. matokeo, mambo ya baadaye, mafunzo, masomo mwisho, *in —,* kwa kweli *to this —,* kwa maana hii -v.t. fanyiza, timiza, *—ive,* a. -enye nguvu kutoa matokeo.
efficacious a. -a kufaa, -a matokeo, *efficacy,* n. nguvu, manufaa, kazi.
effeminate a. -a kike, dhaifu, -a kulegea.
effervescence n. mchemko, povu.
efficiency n. ufanisi wa kazi, ujuzi, uhodari.
effort n. bidii, *with —,* kwa bidii.
e.g. *(exempli gratia),* kwa mfano.
egg n. yai, ute, kiini - v.t. *(on),* sukuma, himiza *—shell,* ganda la yai, kaka.
ego n. nafsi, jumla ya sifa (mwili, akili, tabia, na hisia) zinazomtofautisha mtu na mtu, *—ism,* enye kujipenda, ubinafsi, majisifu.
eight n. nane, *—y,* themanini.
either - mojawapo, *either this or that,* au hii au ile, *I don't know him either,* hata mimi simjui.

ejaculate v.t. and 1. toa (neno,) ghafula, sema ghafla; toa maji (hasa manii) kwa ghafla; rishai, *ejaculation,* n. neno, maji ya ghafula (maalum kwa manii).
eject v.t. toa nje, fukuza, kimbiza; 2. tapika.
elaborate a. -a kazi nyingi, -zuri; - v.t. kamilisha kabisa, zidisha maelezo n. uzuri, madoido.
elapse v.i. pita (muda).
elastic a. -a kuvutika kama mpira, -a kuupukia.
elated a. -a furaha.
elbow n. kiko (mkono), kisugudi; - v.t. piga kikumbo.
elder n. mzee, - a. -kubwa (umri) *—ly,* a. - zee kidogo.
elect v.t. chagua, teua - v.i. azimia -a. -teule, *—ion,* n. uchaguzi.
electric a. -a umeme, *—ity,* n. umeme.
elegance n. uzuri, madaha, maringo, mbwembwe, adabu amala.
elegant a. -zuri sana, enye madaha.
element n. kitu cha asili, chasili n. *—s,* dharuba.
elephant n. tembo, ndovu; *—iasis,* tende, (ma) mgonzo.
elevate v.t. inua, kuza, pandisha.

eleven kumi na moja, hedashara.

eligible a. -a kufaa kuchaguliwa, -akustahili; teule *elegibility,* n. uteuzi, uteule; kukubalika.

eliminate v.t. futa, ondosha, acha, *elimination,* n. kuondoshwa, kufutwa.

elite n. msomi, —s wasomi, sehemu iliyo bora zaidi ya mwili au ya watu.

elongate v.t. and 1. refusha, nyoosha, tanua.

elope v.i. toroka hasa mwanamume na mwanamke.

eloquence n. usemaji fasaha, umbuji.

eloquent a. -enye ufasaha wa maneno, -a madaha.

else adv. juu ya hayo, zaidi, *what else do you want?* unataka nini tena? *take care or else you will fall,* angalia au sivyo utaanguka, *elsewhere,* penginepo.

elude v.t. epa, tatiza, epusha; *elusive,* a. -a hila.

elusive a. danganyifu.

emaciate v.t. kondesha, —d, a. -kondefu, embamba sana.

emancipate v.t. komboa, acha huru; —d, a. huru, *emancipation,* n. uhuru.

embalm v.t. tia dawa maiti asioze, tia mumiani, hifadhi, —*ment,* n. utunzi.

embank v.t. jengea boma, —*ment,* n. boma la kuzuia maji.

embargo n. marufuku, kataza, zuia, *lay an — on,* piga marufuku.

embark v.t. panda chomboni, pakia —*ation,* n. kupanda chomboni, pakia, katika chombo.

embarrass v.t. zuia, fadhaisha, tatiza, huzunisha —*ment,* n. mashaka, haya.

embassy n. ubalozi, taz. ambassador.

embellish v.t. pamba, tia chumvi (hadithi), rembesha.

ember n. kaa la moto.

embezzle v.t. iba fedha za amana, tumia amana bila idhini, —*ment,* n. wizi wa fedha za amana.

embitter v.t. chukiza, vunja moyo kasirisha, —*ment,* n. uchungu wa moyo, chuku.

emblem n. mfano, alama, nembo.

embodiment n. mfano hasa, *she is the — of motherhood,* ni mama mwema mno, ni mfano wa umama.

embrace v.t. kumbatia, fuasa; pambaja.

embroider v.t. tarizi, tia nakshi; piga chuku —*y,* n. nak-

shi, tarizi.
emerge v.i. tokea, onekana, ibukia, —*ncy,* n. kizushi, jambo la haraka.
emigrate v.i. hama, hajiri.
eminent a. -kuu, -enye cheo, mashuhuri, -a kujulikana *eminence,* n. ubora, ukuu, utukufu.
emit v.t. toa, tokeza, *emission,* n. utokezi.
emotion n. mchomo wa moyo, (chuki, upendo), sikitiko, majonzi —*al,* a. -enye kushtuka rahisi na kuona furaha au uchungu, enye harara.
emphasis n. mkazo, nguvu —*e,* v.t. tia mkazo, kaza sauti, nguvu.
emphatic a. -enye mkazo, enye nguvu, waziwazi, —*ally, adv.* kwa nguvu.
empire n. ufalme, miliki, enzi kuu.
employ v.t. ajiri, tumikisha —*ment,* n. kazi, utumishi.
empty a. - tupu, *empty promises,* ahadi za bure *feel empty,* ona njaa, *empty-handed,* bila kitu *empty-headed,* - jinga.
emulate v.t. shindana na, karibia, jaribu kushinda, mwingine.
enable v.t. wezesha, tia nguvu.

enact v.t. fanya sheria, toa amri, tunga sheria —*ment,* n. sheria, amri.
encase v.t. funika, zungushia.
enchant v.t. roga, pendeza mno; sihiri, —*ment,* n. ulozi, uzuri, uchawi, uganga.
encircle v.t. zunguka, zingira, zungusha.
enclose v.t. fungia ndani ya bahasha, au furushi, zungushia kabisa, zingira kabisa, *enclosure,* n. kitu kilichofungiwa ndani ya furushi, kitabu, ua.
encounter v.t. pambana na, kutana na, pigana na - v.i. onana, -n. mkutano, mpambano, pigano.
encourage v.t. tia moyo, saidia; fariji, tia nguvu, endeleza, —*ment,* n. kutia moyo, faraja, liwazo, —*ing,* a. -enye kutia moyo, -a kufariji.
encumber v.t. zuia, tatiza, songa, *encumbrance,* n. zuizi, tatizo, mgogoro; 2. deni *without any* —, bila shida.
end n. mwisho, kikomo, *(aim)* nia, *he attained his end,* alipata mradi wake, *on end,* mfululizo, *in the end,* mwishowe, hatimaye, *put an end to,* komesha, *be at the*

end of one's tether, ishiwa maarifa -v.t. komesha, maliza, v.i. isha, koma, —*ing,* n. mwisho, tamati, —*less,* a. -siyo na mwisho, -a milele.

endanger v.t. hatarisha, ponza.

endear v.t. pendekeza, —*ment,* n. upendo, mapenzi, mabembelezo, mabembelezano.

endeavour v.i. jitahidi, fanya bidii, jaribu -n. juhudi, bidii.

endorse v.t. tia sahihi, kubali, tia mkono, sahihisha nyuma ya hundi, —*ment,* n. sahihi ya ukubalifu.

endow v.t. jalia, tolea, siha, *be endowed,* jaliwa; —*ment,* n. kipaji, karama.

endurance n. uvumilivu.

endure v.i. dumu, vumilia, endelea; v.t. vumilia stahamili, *enduring, a.* -a kudumu, stahimilivu.

enemy n. adui, hasimu.

energetic a.-enye nguvu, bidii, epesi, tendaji.

energy n. nguvu, nishati, wepesi, utendaji.

enervate v.t. legeza, tia udhaifu, nyong'onyeza.

enfold v.t. kumbatia, zungushia, kunja.

enforce v.t. tia nguvu, ongezea nguvu, lazimisha.

engage v.t. (*promise*) ahidi, (*agree*) afikiana, (*hire*) tuma, patana -v.i. shughulika, ahidi, *be engaged,* wa na kazi, —*ment,* n. ahadi, kazi, uchumba, shughuli, utumishi.

engine n. mtambo, injini, —*er,* n. mhandisi, fundi mitambo.

English n. Kiingereza, -a kiingereza, *The English,* Waingereza.

engrave v.t. chora, nakshi, tia nakshi.

engross v.t. vutia, 2. andika hati kubwa.

enigma n. fumbo, jambo gumu, tatizo.

enjoin v.t. agiza, lazimisha, onya.

enjoy v.t. penda, furahia, wa/na, miliki, — *oneself,* furahi, —*ment,* n. furaha, raha.

enlarge v.t. kuza, ongeza ukubwa, —*ment,* n. maongezo.

enlighten v.t. angaza, ongoza, elimisha, fahamisha.

enlist vt. andika, -v.i. jiandikisha kazini, jeshini.

enmity n. uadui, uhasama.

enormous a. -kubwa mno, *enormity* n. jambo baya mno.

enough/epilogue

enough a. -a kutosha, a-kadiri, be —, tosha, *sure enough,* hakika, bila shaka.
enquire taz. *inquire.*
enrage v.t. kasirisha, tia hasira, ghadhabisha.
enrapture v.t. furahisha mno, pendeza mno.
enrich v.t. tajirisha, stawisha, ongeza mali, —*ment,* n. utajiri, uzuri.
enrol v.t. andika (askari, n.k.).
ensue v.i. tokea kwa sababu ya kufuata, andamana.
ensure v.t. hakikisha, linda, salimisha, taz. *insure.*
entangle v.t. tatanisha, tatiza, zongomeza, —*ment,* n. matata, mtego, mitego ya seng'enge.
enter v.t. ingia, penya, -v.i. ingia, -wa sehemu ya; penya.
enterprises n. shughuli ya kiuchumi, a. *enterprising,* a. hodari, enye bidii.
entertain v.t. karibisha, pendeza, pokea, fikiria, —*ment,* n. karamu, tamasha, tafrija.
enthusiasm n. shauku, bidii, furaha, harara.
enthusiastic a. -enye bidii na moyo; a shauku, -a sherehe.

entice v.t. shawishi, tongoza, bemba.
entire a. -zima, -ote, —*ly,* adv; kabisa —*ty,* n. utimilifu.
entitle v.t. stahilisha, pasha haki, ruhusu, *he is —d to it,* anastahili kupata.
entrance n. mlango, taz. *enter,* —*fee,* kiingilio, ada ya kujiunga na.
entreat v.t. sihi, omba, —*y,* n. maombi.
entrust v.t. aminia, kabidhi, wekea amana.
entry n. taz *enter,* — *permit,* ruhusa ya kuingia nchi ya kigeni, idhini; njia.
enumerate v.t. hesabu, *enumeration,* n. hesabu.
envelope v.t. funika, zungusha; ficha, fumba n bahasha, kifuniko.
enviable a. -a kutamanika, zuri kifuniko, *envious,* a. -enye kijicho, enye husuda.
environment n. mazingira, makao.
envoy n. mjumbe.
envy n. wivu, ngoa, v.t. onea wivu, liangoa.
epidemic a. -a kuambukiza, -n. ugonjwa wa kuambukiza, haraka sana.
epilepsy n. kifafa.
epilogue n. maneno ya

mwisho wa kitabu au hotuba.
episode n. tukio katika mfululizo wa mambo, hadithi katika hadithi nyingine.
epoch tarehe, mwanzo wa muda maalum.
equal a. sawa, linganifu; sawa sawa, a kulandana, *be equal to the occasion,* weza, *are you equal to the work,* unaiweza kazi hiyo? -v.t. -wa sawa na, lingana, —*ity,* n. usawa, ulinganifu, —*ize,* v.t. sawazisha, linganisha.
equanimity n. utulivu wa moyo, upole.
equation n. ulinganifu, usawa, mfanano.
equator n. ikweta, msitari katika ramani unaoigawa dunia sawa kati ya kaskazini na kusini, —*ial,* a. iliyo karibu na ikweta.
equilibrium n. usawa wa uzito, *be in* —, sawazika, wa sawa.
equip v.t. andaa, patia vifaa, weka tayari, —*ment,* n. vifaa, zana.
equivalent n. sawa na au badala ya, -a kulingana, *(ta),* a. -enye maana sawa na.
era n. kipindi fulani cha historia, wakati.
eradicate v.t. haribu kabisa, kuharibu kabisa, *eradication,* n. kung'oa kabisa, kuharibu kabisa.
erase v.t. futa, batili, ondoa, pangusa.
erect v.t. simika, simamisha, unda, -a. -a wima, —*ion,* n. kusimika, majengo, msimiko.
erode v.t., bomoa, mega; mong'onyoa.
erosion n. mmomonyoko.
erotic n. a. -a ashiki, kware; -a shauku nyingi; -a uchu.
err v.i. kosa, potoka, -*or,* n. kosa (ma) *erroneous* a. enye kosa, kosefu.
errand n. ujumbe, *go on an-,* tumwa *what is your-,* umejia nini.
erupt v.i. foka, bubujika, toka ghafla, —*ion,* n. upele, udhia, fitina.
escape n. wokovu, kusalimisha - v.i. okoka, pona, salimika v.t., - epusha, nusurisha, *it escaped me,* nilipitiwa.
escort n. mlinzi, -v.t. sindikiza, peleka.
especial a. bora, -a peke yake, maalumu, mahususi, —*ly,* adv. hasa, hakika.
espionage n. upelelezi, udadisi, upekuzi, uchunguzi.
espy v.t. fumania, gundua,

ona.

essay n. bidii, insha, taarifa, tunga habari ya, *make an —,* jaribu kwa bidii, *write an essay on,* andika insha juu ya -.v.t. jitahidi, pima, hakiki.

essence n. asili, kiini, maana hasa, tabia; 2. marashi, mafuta, uturi.

essential a. -a asili, -a kiini hasa, safi -n. kanuni, kiini; lazima.

establish v.t. kamilisha, imarisha, weka, simamisha, anrisha, —*ment* n. mpango imara, (serikali, kanisa, n.k.); masikani.

estate n. shamba, mali, hali, miliki.

esteem v.t. stahi, thamini, hesabu, heshima, — *able,* a. -a kuheshimika, -stahifu.

estimate v.t. kadiria, pima, kisia, v.i. fanya hesabu, *estimation,* n. heshima, staha; cheo.

estrange v.t. tenga watu, farikisha, —*ment,* n. uadui, mfarakano, uhasama.

eternal a: a- milele, *eternity,* n. umilele.

ether n. anga ya juu, hewa ya juu.

ethics n. elimu ya maadili.

etiquette n. adabu njema, uungwana.

etymology n. elimu ya asili ya maneno.

european a. -a kizungu, *Europe,* n. Ulaya.

evade v.t. epa, kimbia, piga chenga, epuka, *evasion,* n. kuepa, hila, *evasive,* a. -enye hila, a ghiliba.

eve n. siku kabla ya sikukuu; jioni, magharibi.

even a. sawa sawa, -a haki - adv. sawasawa, *even as I expected,* kama nilivyotazamia *-if,* hata kama, *even if it does not rain,* hata kama isiponyesha.

event n. tukio, mkasa, *at all events,* kwa vyovyote, *in the event of,* kama mambo yata...

evening n. jioni.

eventually adv. mwishowe, hatimaye.

ever adv. siku zote, *whoever,* yeyote; *forever,* siku zote milele.

everlasting a. -a milele, iso kikomo.

every a. kila, *every now and then,* mara kwa mara, —*body,* n. kila mtu, —*thing,* n. kila kitu — *where,* adv. popote, —*day,* kila siku.

evidence n. ushahidi, *be in -,* onekana, v.t. onyesha, toa

ushahidi.
evident a. wazi, —*ly,* adv. wazi wazi.
evil n. -ovu, -baya, fisadi, - a kisirani - n. uovu, nuksi, baa *evil-doer,* mwovu, — *evil-minded,* a. -baya -a habithi, —*eyed,* a. -enye kijicho, enye husuda.
evoke v.t. zusha, amsha, ita, sababisha, fanya.
evolution n. kukua, maendeleo, mabadiliko; mzunguko.
evolve v.t. onyesha, tokeza v.i. kua, endelea, tokea.
exact a. sawasawa, halisi kweli; (*careful*) angalifu, a bidii, aminifu — v.i. & v.t. toza, lipiza; 2. lazimisha, taka, chagiza shurutisha, taka kwa nguvu; — *exact obedience,* tisha, shurutisha kutii.
exaggerate v.t. zidisha sifa, sifu zaidi mno, tia chumvi v.i. piga domo, piga chuku; tokeza kupita kiasi, *exaggeration,* n. muongezo, sifa nyingi mno, chuku.
exalt v.t. inua, kweza, kuza; pandisha cheo, kweza daraja. faharisha, adhimisha; 2. moyo, furahisha, *exaltation,* n. kuinua, muinuko, utukufu.
examination n. mtihani, ukaguzi, majaribio, uchunguzi.
examine v.t. angalia, jaribia; tazamia aua, kagua; — *inquire into,* hoji chungua, hakiki, dadisi. *examiner,* n. mkaguzi, muangalizi, mchunguzi, mhoji.
example n. namna, mfano, mithali, kiolezo, *exemplar,* n. mfano, namna.
exasperate v.t. tia ukali, ghadhibisha, kasirisha, chochea hasira, *exasperation,* n. ghadhabu, hasira kali; uchungu-mwingi
excavate v.t. chimba, chimbua, fukua kwa kutafuta masalio ya vitu vya kale.
exceed v.t. wa zaidi ya; pita zaidi, ruka mpaka, zidi; v.i. zidi, *exceedingly,* adv. mno, sana *excess* n. kupita, zaidi ya.
excel v.t. pita, shinda sana, v.i. wa bora zaidi.
excellent a. ema mno, bora, zuri sana, a'ali, adhimu.
except v.t. weka mbali, tenga, acha, toa.
exception n. jambo la peke yake, tofauti na mengine yaliyo sawa, (*objection*), kinzano, makatazo, *take exception to* chukizwa na, to kubali.

exceptional a. -a peke yake, siakawaida, a. hitilafu, *exceptionally* adv. kwa kadiri inavyozidi, si ya kawaida.

excerpt n. dondoo, teuzi, maneno kadhaa wa kadha.

exchequer n. hazina ya serikali.

excess n. kupita kiasi, —*ive,* a. -a kupita kiasi.

exchange v.t. badili, badilisha, -n. badilisho, *in — for,* badala ya.

excise n. kodi, ushuru, *excisable,* a. -a kutozeka ushuru a kulipa kodi 2. v.t. kata, ondoa, toa.

excite v.t. shitua, amsha, chocheza, fanyiza, — *attention,* tazamisha, vutamacho, — *In an excited state,* katika hali ya kuhamanika, kuhangaika, kusisimka, *excitable,* a. -epesi kwa hasira, kwa furaha, enye haraka; — *excitement,* n. msisimko, haraka, hamaniko.

exclaim v.i. paza sauti, sema ghafla (kwa sauti kubwa) kwa haraka, piga kelele, kwa nguvu, kwa maumivu au kwa furaha, hasira, *exclamation,* n. mlio, msemo wa ghafla, *exclamation mark,* (!) alama ya mshangao.

exclude v.t. toa, ondoa, tenga, weka mbali, *exclusion,* n. kutolewa, kuondoa, *exclusive,* a. -a kuchagua, -a peke yake, bila wengine. *An exclusive person* mkinaifu, mtu pweke.

exclusive a. -a peke yake, *exclusive of,* ghairi ya, pasipo, minghairi ya, mbali ya.

excommunicate v.t. harimisha, ondolea haki ya kushirikiana katika ibada za kanisa la Kikristo, tenga kotoka ushiriku Mtakatifu.

excrement n. uchafu mavi, kinyesi *excreta* n. taka za mwili hasa kinyesi na mkojo.

exculpate v.t. toa katika hatia, burai.

excursion n. safari ya muda maalum, kwa mfano safari ya ndege ambayo inamlazimu msafiri kutumia tikiti yake katika muda fulani.

excuse v.t. samehe, achilia, ruhusutaka radhi, ruhusu.

execrate v.t. chukia mno, kirihi; laani, apiza.

execute v.t. tekeleza, timiliza, maliza, fanya *put to death* fisha, kata, kichwa, nyonga (kwa amri ya serikali) *execution,* n. utimizo tendo ufanyaji kazi.

exemplar a. -a kuonya, -a

namna, a kutolewa mfano, bora, stahifu, -ema sana.

exemplify v.t. onyesha mfano, iga.

exempt v.t. samehe, achilia —*ion,* n. ondoleo, ruhusa.

exercise n. zoezi, mchezo, utembezi, kazi hasa kwa kunyoosha viungo; mazoezi, majaribio, mashindano, v.t. & i. endesha, zoeza, tumia, fanya, sumbua, tesa. *patience* —, vumilia, fanya subira stahamili — *oneself,* jitahidi, fanya bidii, jifundisha.

exert v.t. *(oneself)* jitahidi, tumia, —*ion,* n. juhudi, kazi; shida.

exhale v.t. toa pumzi, mvuke, harufu.

exhaust v.t. maliza kabisa, isha, chosha, legeza, shinda n. bomba la mashine la kutolea mvuke, — *exhausting,* a. -a kuchosha, -a taabu — *exhaustion,* n. kuishiwa nguvu, kwisha tumiwa ote, uchovu, taabu.

exhaustion n. uchovu, ulegevu, unyong'onyevu.

exhibit v.t. zinza, onyesha, tembeza, toa wazi, n. kitu cha kuonyesha (mfano - hati, silaha au kitu chochote) cha ushuhuda mbele ya mashitaka. kitu cha kuonyeshwa, — *ant exhibition,* n. onyesho, maonyesho ya sanaa.

exhort v.t. sihi usia, tia moyo.

exhume v.t. chimbua, fukua (hasa maiti) kaburini, *being up to light,* fufua, funua.

exile n. kuhamisha mbali na kwao, kukaa mbali v.t. fukuza, hamisha.

exist v.i. -wa, -wako. *God exists,* Mungu yupo. *Does such a thing exist?* Je, kuna kitu kama hicho? — *ence,* n. kuwako, *can you prove God's existence;* unaweza kuonyesha kama Mungu yupo? *There is no such thing in existence,* hamna kitu kama hicho duniani.

exit n. njia ya kutokea, mwango; *exodus,* n. kutoka.

expand v.t. panua, eneza, tandaza, *expansion,* n. eneo, mtanuo.

expect v.t. ngojea, tazamia, — v.i. dhani, hisi, *I expect so,* nadhani ni hivyo, —*ant,* a. -enye matazamio, -a matumaini, —*ation and* —*ancy,* n. matarajio, matumaini.

expedient a. -a kufaa, *it is* —, inafaa.

expendiency n. faida,

expedition n. safari (ya watu wengi) 2. wepesi, haraka.
expel v.t. fukuza, hamisha; *expulsion,* n. fukuzo, uhamisho kutolewa mahali.
expend v.t. tumia (fedha, nguvu etc...) —*iture,* n. gharama, matumizi.
expense n. gharama, *at the - of,* kwa gharama ya.
expensive a. ghali.
experience n. maarifa, uzoefu, ujuzi, —*d,* a. -enye maarifa, -enye mazoea.
experiment n. jaribio, - v.i. jaribia.
expert a. -zoevu, -stadi, fundi bingwa -n. fundi stadi, umahiri, —*ly,* adv. kwa ustadi.
expiration n. kutoa pumzi, pumuo.
expire v.i. pumua, *(die)* -fa, 2. koma, isha.
explain v.t. eleza, fafanua, fasiri, ainisha, —*away,* geuza maana, potosha.
explanation n. maelezo, hoja, maana.
explanatory a. -a maelezo; -a kutoa sababu.
explicit a. wazi, dhahiri, —*ly,* adv. waziwazi.
explode v.t. lipusha, washa; 2. komesha, maliza; - v.i. lipuka, pasuka, lia.
explosion n. shindo kubwa, mpasuko wa baruti; 2. baruti.
explosive a. -enye mshindo wa kupasuka.
exploit n. tendo hodari, la ujasiri, - v.t. nyonya watu kiuchumi; tumia uwezo wa —*ation,* n. unyonyaji.
exploration n. uvumbuzi, safari ya utafutaji jambo.
explore v.t. vumbua, peleleza nchi, *explosion, explosive,* taz. *explode.*
export v.t. peleka vitu nchi za nje — n. bidhaa toka nchi za nje —*ation,* n. usafirishaji wa bidhaa nchi za nje.
expose v.t. toa nje, funua, onyesha, —*d,* a. wazi, -tupu.
exposition n. maelezo, taz. *exhibition,* n. maonyesho.
exposure n. uwazi, kutolewa nje.
express v.t. eleza, nena; onyesha -a. halisi, wazi, -a haraka, muhimu - n. treni yenye mbio sana, ujumbe wa haraka - adv. mbio, kwa upesi sana, muhimu, —*ion,* n. usemi, sura, kutoa taarifa.
expressly adv. makusudi.
expressive a. -a maana sana, -enye akili nyingi.
expulsion n. taz. *expel.*
exquisite a. bora sana, zuri,

sana, enye ladha nzuri sana; -n. mmaridadi, mrembo.

extant a. -enye kuwapo, -liopo sasa.

extend v.t. tanua, tandaza, eneza ongeza, nyosha - v.i. tanda, enea —*ed,* a. -nayotanda, -lionyoshwa.

extensive a. -enye eneo kubwa, pana, ingi.

extent n. eneo; kadiri.

exterior n. umbo, sura, -a. -a nje.

exterminate v.t. haribu kabisa, komesha, *extermination,* n. kuharibu kabisa.

external a. -a nje, -a nchi nyingine, —*ly,* adv. kwa nje.

extinct a. -liokwisha siku nyingi, -siopo sasa, —*ion,* n. kutoweka.

extinguish v.t. haribu kabisa, maliza, ulia mbali - zima.

extort v.t. toza kwa nguvu, bokora, poka, —*ion,* n. kutoza kwa nguvu.

extra a. -a zaidi, -adv. zaidi, *try extra hard,* jaribu sana.

extract v.t. ng'oa, chopoa; chagua, —*ion,* kung'oa.

extraordinary a. -geni, ajabu; si -a desturi.

extravagence n. ufujaji mali, ubadhirifu.

extreme a. -a mwisho, -a juu kabisa, -a kipeo, —*ly, adv.* sana kabisa.

exuberant a. -a kustawi, -ingi sana

exuberance n. usitawi, wingi.

exult v.i. shangilia.

eye n. jicho, *up to the eyes, keep an eye on,* angalia sana - v.t. angalia, kazia macho, — *brow,* n. unyusi —*lash,* n. ukope, — *lid,* n. ukope, — *sight,* n. uwezo wa kuona, upeo, — *witness,* n. shahidi aliyeona.

f

fable n. hadithi, kisa, kigano, puya.

fabric n. kitu kilichofanyika kwa nyuzi, mfano nguo, n.k.

fabricate v.t. fanyiza, jenga, buni.

fabulous a. -a uwongo, -a kughushi, - kubwa mno, -enye mwujiza, -a shani.

face n. uso, sura, upande wa mbele, *a long face,* uso wa huzuni, anguka kifudifudi,

facilitate/fall

lie on the face, lala kifudifudi, *set the face against,* zuia, kinga, *face to face,* uso kwa uso, ana kwa ana, *make faces,* finya uso, kunja uso, *put a bold face on,* jikaza, achilia mbali, haidhuru - v.t. kabili uso kwa uso, geukia, zuia, simama; geuka, jasiri.

facilitate v.t. rahisisha, himiza, saidia, endesha.

facility n. urahisi, welekevu, msaada, wasaa.

fact n. jambo, tukio, kweli, *in fact,* kwa kweli, kwa hakika *it is a fact,* ni kweli, ni dhahiri, *as a matter of fact,* kwa kweli, *factor,* n. wakili *(agent),* sababu *(cause) it is one of the factors,* ni mojawapo ya sababu.

factory n. kiwanda.

factotum n. mtumishi wa kazi zote.

faculty n. uwezo wa kutenda, 2. kitivo.

fade v.i. fifia, chujuka, zingia - v.t. chujusha, zingisha, haribu uzuri.

fail v.i. kosa, adimika, shindwa, *he failed his examination,* alishindwa mtihani. *That domestic failed us,* mtumishi yule hakutufaa. *Come without fail,* usikose kuja, —*ure,* n. ukosefu, kutofaulu, kushindwa.

faint a. dhaifu, halifu, -legevu, -v.i. zimia, zirai, —*hearted,* -oga.

fair n. maonyesho ya biashara, ramsa; tamasha; 2. gulio -a. zuri, -eupe, safi, *fair weather,* siku nzuri, *fair play,* haki tupu, hamna upendeleo, *bid fair to be,* elekea kuwa, *the fair sex,* wanawake.

fairy n. pepo, zimwi, kichimbakazi, —*tale, hadithi ya* zimwi.

faith n. imani, dini; itikadi —*ful,* a. -aminifu, —*fulness,* n. uaminifu.

fake v.t. igiza kitu cha thamani kwa kitu hafifu, ghushi - n. kitu cha uwongo.

falcon n. kipanga.

fall *(fell, fallen),* v.i. anguka, gwa, poromoka; 2. nya *(rain)* — *among thieves,* kutana na wezi na shambuliwa nao; angukia mikononi mwa — *asleep,* shikwa na usingizi, — *away,* konda, dhoofika, — *in love with,* pendana na, — *into,* angukia, — *off,* punguka, — *out,* kosana, —*short,* wa na upungufu, — *sick,* ugua -n. maanguko, *The Fall of Man,* dhambi za Adamu na Hawa.

fallacy n. hoja ya uwongo, udanganyifu, uwongo, *fallacious,* a. -danganyifu.

false a. - nafiki, - danganyifu, —*hood,* n. uwongo, udanganyifu, —*ly,* adv. kwa uwongo.

falsify v.t. geuza maana ili kuhadaa, laghai.

falter v.i. sita, kwaa, sepetuka; 2. sema kwa kigugumizi, babaika.

fame n. sifa a, umeshuhuri; *house of ill-fame,* danguro.

familiar a. -zoevu, -juzi, *a familiar landscape,* nchi niliyozoea, nchi nipendayo, *be familiar (on familiar terms) with,* zoeana na —*ity,* n. mazoea, urafiki *familiarity breeds contempt,* kuzoeana mno huleta dharau.

family n. jamaa, ndugu, ukoo, mlango, *be in the family way,* -wa na mimba.

famine n. njaa, shida ya chakula.

famish v.t. shindisha na njaa kali- v.i. taabika, —*ed* kwa njaa.

famous a. maarufu, mashuhuri -enye sifa.

fan n. kipepeo, upepeo, pangaboy - v.t. and i. pepea, punga; pepeta.

fanatic n. mshupavu (wa dini) —*al,* a. - shupavu (wa dini) - a mno, —*ism,* n. ushupavu wa dini, bidii ya moyo wa dini isiyo na mantiki.

fanciful a. -enye kupendeza, -a kuwazika tu.

fancy v.t. tunga moyoni, dhani, *(like)* penda, chagua, *I fancy so,* ndivyo nionavyo, -n. dhana, upendeleo, *take a fancy to,* penda, *mere fancy,* hizo ni ndoto tu.

fang n. jino la mnyama, (lenye sumu kama nyoka) change.

fantastic a. a kigeni, a ajabu 2. -a kubunia tu.

fantasy n. njozi, mawazo.

far a. and adv. mbali, sana, mno, *by far,* kwa mbali, zaidi, *as far as,* kadiri, umbali sawa na, *far from it,* la, sivyo, hasha, — *away,* mbali sana, — *fetched,* a. a- kubahatisha, sio na msingi, — *thermost* a. -a mbali kabisa, — *thest,* a. and adv. mbali sana.

fare v.i. safiri, endelea, tokea; -n. nauli uchukuzi —*well,* n. kuagana, kwa heri, buriani *bid farewell,* aga, agana.

farm n. shamba, konde, v.t. lima; wa na shamba —*er,* n. mkulima.

fascinate v.t. vutia sana, roga, sihiri, tiisha kwa uzuri, *fas-*

fashion/feather

cination, n. uchawi, mapendezi, uzuri, uvutio.
fashion, n. nguo za mtindo mpya, staili, namna, *it is the fashion at present,* ndio mtindo wa kisasa, —*able,* a. -a mtindo wa kisasa.
fast n. mfungo, funga, saumu; - v.i. funga (njaa) - a. -epesi, -a mbio -adv. upesi, *go fast,* nenda upesi, nenda haraka, —*en.* v.t. kaza, funga (kamba) *fasten on,* shikilia.
fastidious a. -gumu kupendeza, - teuzi, enye machagu.
fat a. - nene, -nono, *grow fat,* nenepa *(of man),* nona *(of animal)* n. mafuta, unono, *live off the fat of the land,* penda anasa, —*al,* a. -a mauti, enye ajali -potevu, - angamizi.
fatalism n. imani ya kuwa yote yameandikwa na lazima yawe hivyo, amri ya Mungu, ajali haina kinga.
fate n. amri ya Mungu, ajali.
father n. baba, mzaa, mzazi wa kiume, — *hood,* n. ubaba, — *land,* n. nchi ya kuzaliwa, — *less,* a. yatima; msobaba, — *in law,* n. mkwe (baba).
fathom n. kina, pima - v.t. pima kina, *(understand)* elewa, — *less,* a. -siopimika, -sioeleweka.
fatigue n. uchovu, mavune, - v.t. chosha, tebweresha, *be* —*d,* choka sana.
fatten v.t. nenepesha, tia, kitambi - v.i. nenepa; fanya kitambi.
faucet n. bilula, kizibo.
fault n. kosa, waa, *be at fault, and be in fault,* kosea, *find fault with* — tafutia makosa, — *finding,* mashtaka, lawama, — *less,* a. pasipo kosa, -nyofu, sululivu, -*ty,* a. -enye makosa, -kosefu.
favour n. upendeleo, huba; *do me a favour,* nifanyie msaada, *it is in your favour,* ni kwa faida yako, *be in favour of,* pendelea, *speak in favour of,* tetea, *find favour,* pendeza *carry favour with,* jipendekeza - v.t. pendelea, tajamali, —*with,* jalia, pa, —*ite,* n. kipenzi, vi- — *itism,* n. mapendeleo, upendeleo.
fear n. woga, hofu, - v.i. ogopa, —*ful,* a. -a kutisha, -a hofu, — *some,* a. -a kutisha, -a hofu, enye kuogofisha.
feast n. karamu; sikukuu, - v.t. karibisha, kirimu shibisha, - v.i. -la karamu, fanya starehe.
feat n. tendo la ajabu, tendo kubwa, ujasiri.
feather n. unyoya, ubawa.

feature n. sura, wajihi, - v.t. tokeza, onyesha.

feckless a. -zembe, - potevu; vivu.

federal a. -a kuunganika, enye kutangamana.

federate v.t. and i. unganishwa pamoja; ungana katika mambo ya utawala.

federation n. muungano, tangamano.

fee n. ada, karo, mshamara.

feeble a. dhaifu, duni, nyonge, dhaifu, hafifu.

feed v.t. lisha, tunza; - v.i. lisha, tunza - n. chakula, malisho.

feel *(felt)* v.i. ona, sikia kimwili; hisi, *feel the pulse,* pima mapigo ya moyo, *feel ill,* ona homa, *how do you feel?* wajionaje? *feel well,* ona vizuri, *feel bad,* ona vibaya.

feet n. miguu (taz. *foot*).

fell v.t. angusha, kata miti - wakati uliopita wa *fall.*

fellow n. mwenzi, —*ship,* n. ushirika, wenzi.

felony n. kosa kubwa, tendo la jinai.

female a. - a kike, jike; n. mwanamke, jike.

feminine a. -a kike; -a kufanana na kike.

fence n. ua, *sit on the fence,* sitasita v.t. jenga ua, *fencing,* n. ua.

fend v.t. *(off)* epusha, kinga; tunza; *(for),* tunza.

ferment n. uchachu, chemko fujo; hamira, *be in a ferment,* chemka, chachuka; fujika - v.t. chachisha, chochea fitina; v.i. - chacha, chachuka; 2. hamaki.

ferocious a. -kali, katili, *ferocity,* n. ukali, ukatili.

ferry n. kivuko, feri, - v.t. *(over)* vusha.

fertile a. -enye rutuba, -enye uzazi; -a baraka.

fertility n. uzaaji, rutuba, uzazi.

fertilize v.t. tia rutuba, tia mimba; tia mbolea, —*r,* n. mbolea, samadi.

fervent a. -enye bidii, -a ibada, enye moyo, —*ly,* adv. kwa moyo.

fervour n. moyo, bidii, nguvu.

fester v.i. tunga usaha, oza - v.t. ozesha, fanya kutunga usaha.

festival n. sikukuu, a. -a sikukuu.

fetch v.t. 1. leta, pata kwa mauzo, chukua, *that bull fetched shs. 5,500/-* dume lile lilifika Shs. 5,500/- *he came to fetch us,* akikuja kutuchukua.

fetter n. pingu, mnyororo,

fetus/final 97

kifungo, utumwa; v.t. funga pingu, zuia (fig.) kizuizi.
fetus *foetus*, n. mimba, kijusi, kilenge.
feud n. uadui, utesi hasa baina ya makabila mawili, uwekeanaji kisasi, a. hasama.
fever n. homa, —*ish*, a. homa; mtetemeko.
few a. -chache, haba, kalili.
fibre a. uzi, kamba, ufumwale, utembo.
fickle a. -geugeu, asio imara imo, a. kubadilika.
fiction n. uwongo, hadithi ya kubuni, uzushi, a. kutunga.
fictitious a. -a uwongo, -a kubuni, -a kughushi.
fiddle n. zeze, fidla.
fidelity n. uaminifu; itibari.
fidget n. wasiwasi, utukutu, hangaiko, —*y*, a. -tukutu, -sumbufu -a machachari.
field n. shamba, konde 2. uwanja wa mapambano; nafasi, *take the field,* kuanza kupigana vita.
fierce a. -kali, -uaji.
fiery a. -a moto, enye harara.
fifteen n. kumi na tano, hamustaashara.
fifty n. hamsini.
fig n. mtini, *I don't care a fig,* sijali.
fight *(fought),* v.t. and i

pigana, gombana; teta; shindana, *(with, against)* na, *fight shy of,* epuka -n. vita, mapigano, ugomvi, utesi.
figurative a. -a mfano wa maneno -a methali, a. kufahanisha.
figure n. sura, umbo, taswira, sanamu mfano, *(number)* tarakimu, *what is the figure?* kiasi gani? *she has a fine figure,* ameumbika vizuri - v.t. onyesha kwa picha, wata akilini fikirie piga hesabu, fikiria, *figure-head,* n. kibaraka.
file n. safu (ya askari) - v.i. fuatana, simama foleni, andamana 2. -n. tupa, - v.t. piga tupa 3. -, n. jalada la kuhifadhia barua, faili, fungu la barua - v.t. hifadhi barua kwenye faili.
fill v.t. jaza, *fill in holes,* fukia -n. kiasi, shibe, *have one's fill,* shiba, —*ing station,* kituo cha petroli.
film n. filamu, - v.t. tengeneza filamu, piga picha.
filter n. chujio, - v.t. chuja (maji na kadhalika).
filth —*ness,* n. uchafu, taka, uchama, kigeegezi, kinyaa, *filthy,* a. -chafu, -a kinyaa, enye kigeegezi.
final a. -a mwisho, — *word,*

neno la mwisho, tamati, - n. fainali, —*ly, adv.* mwishoni, hatimaye.

finance n. mambo ya fedha, v.t. lipa, toa fedha, *financial,* a. -a fedha.

find v.t. *(found),* pata, kuta, ona; ng'amua; hakiki, — *out,* vumbua, gundua, tafuta -n. mboni, — *ing,* n. habari iliyopatikana kwa utafiti.

fine n. faini dia, *in fine,* kwa ufupi - v.t. toza fedha, lipa dia - a. -zuri, safi, —*ry,* a. umaridadi.

finger n. kidole, chanda, *have a finger in,* shiriki katika, *burn one's fingers,* jiletee shida, *have at one's finger tips,* jua kinaganaga - v.t. papasa, tomasa, tia kidole, — *tip,* n. ncha ya kidole.

finish v.t. maliza, timiza, hitimisha v.i. isha, koma - *education,* hitimu.

finite a. -enye mpaka -enye mwisho, enye tahatimu.

fire n. moto, mbimbiriko, *light a fire,* washa moto, koka moto, *set on fire,* tia moto, unguza - v.t. tia moto, — *up,* kasirika, *to fire someone,* fukuza kazi, — *arm,* n. silaha (hasa za moto), — *place* n. meko, —*proof,* n. -sio- ungua — *wood,* n. kuni.

firm n. kampuni, 2. -, a. imara. *be firm,* -wa imara, dinda, kazana, *make firm,* imarisha, —*ly,* adv. kwa uthabiti, kwa nguvu.

firmament n. mbingu.

first a. -a kwanza, awali, *At first,* kwanza, *go first,* tangulia, — *aid,* msaada wa kwanza kwa mtu aliyeumia. — *born,* kifungua mimba, *hand,* a. -pya, kabisa, pya —*ly, adv* kwanza, mwanzoni, mosi awali, — *name,* n. jina la kwanza.

fish n. samaki, swi v.i. vua samaki, — *up,* opoa, vua, -*erman,* n. mvuvi, —*ing-line,* n. mshipi.

fist n. ngumi, konde, *hit with fist,* piga ngumi.

fit n. kifafa, *by fits and starts,* mara kushika mara kuacha, 2. v.t. faa, lingana, - v.i. stahili, *(dress)* kaa, faa, *this dress fits you well,* nguo hii inakukaa; inakuagia, *it fits me,* inanifaa, -a. -a kufaa, *be fit,* faa, *think fit,* chagua, taka.

five n. tano, hamsa, *fivefold,* a. -a mara tano.

fix v.t. kaza, tengeneza *fix attention,* angalia, *fix eyes on,* kazia macho, *fix in the*

flabby a. teketeke, tetefya, legevu, laini; tefutefu.

flag n. bendera, beramu - v.t. tumia bendera kama pambo au kupasha habari - v.i. legea, shindwa, fifia, tebwereka.

flame n. ulimi wa moto, - v.i. waka, bimbirika.

flank n. ubavu, upande, *a flank movement*, pita pembeni - v.t. kaa au pita ubavuni, - v.i. pakana na.

flannel n. fulana.

flap v.t. piga (mabawa), papatika, - v.i. tapatapa, punga, piga mabawa - n. pigo.

flare v.i. waka, lipuka, bimbirika - n. mwako, — *up*, lipuko.

flash v.i. mulika, pita upesi sana - v.t. mulika, lipusha, *it suddenly flashed upon him*, fikira ilimpata ghafula - n. nuru, kianga, *in a flash*, kufumba na kufumbua — *light*, n. tochi.

flask n. chupa ya kuhifadhia vitu vya moto au vya baridi, 2. chupa bapa ya kuchukulia vinywaji vikali.

flat n. ubapa, chumba - a. sawasawa, 2. - legevu, *the dance fell flat*, ngoma haikufana, *the child gave a flat denial*, alikana kabisa *flatiron*, n. pasi, —*ten*, v.t. sawazisha, tandaza - v.i. wa sawasawa.

flatter v.t. sifu mno kwa laghai; danganya, —*y*, n. sifa ya uwongo kilemba cha ukuka na maghai; pombeji na

flavour n. mwonjo, ladha, ukakasi, utamu - v.t. koleza, tia viungo.

flaw n. kombo, kosa, hitilafu; —*less*, a. kamili, sio na upungufu, zima.

flax n. kitani, *flaxen*, a. -akitani.

flea n. kiroboto, —*bite*, n. alama ya kuumwa na kiroboto; jambo dogo.

fleck n. kiraka, doa, - v.t. tia doa au viraka.

fled taz. *flee*.

fledge v.i. ota manyoya (mabawa kwa ndege) —*d*, a. -enye mabawa ya kuruka.

flee v.i. *(fled)*, kimbia, toroka.

fleece n. manyoya ya kondoo - v.t. kumba mali, twaa mali ya watu, pokonya kwa udhalimu, *fleecy,* a. manyoya ya kondooa.

fleet n. kundi au jeshi la manuari, meli, mashua nyingi pamoja, 2. a. epesi, enye mbio, *fleeting,* a. a kuisha upesi, mbio.

flew taz. *fly.*

flexible a. -a kunyumbuka, -tiifu, -akupindika, enye kunepukia, laini *(fig)* -enye kusikia maoni.

flick v.t. piga kidogo, shtua.

flicker v.i. kuchezacheza kwa mwanga, kutitia.

flight n. ukimbizi, *take —, take to—* kimbia, *put to—,* fukuza, kimbiza 2. kuruka kama ndege, *are you on the next flight?* umo katika safari ya ndege ijayo? *flight of stairs,* ngazi.

flimsy a. dhaifu, embamba, hafifu; -a kuvunjika rahisi.

flinch v.i. - nywea, jikunja, ogopa, hofu, jikunyata.

fling v.t. *(flung),* tupa, rusha, vurumisha; peleka, *fling open,* fungua kwa nguvu - n. kipindi cha hasira, furaha.

flint n. jiwe la bunduki; komango.

flip v.t. piga kwa ncha ya kidole, gusa, shitua, *—fancy,* n. upuzi.

flirt v.t. *and* punga, sukasuka, tikisika; shtuka shtuka, bemba ili kutaka, suhubiana na mwanamke au mwanaume bila nia hasa *—ation,* n. maongezi ya kiuasherati.

float v.i. ogelea elea; v.t. eleza majini, endesha.

flock n. kundi, umati, - v.i. -jaa, songana; 2. kibunda cha sufu ya manyoya.

flog piga sana kwa fimbo, *—ging,* adhabu ya kupigwa kwa fimbo.

flood n. mafuriko, gharika, *flood of tears,* machozi mengi - v.t. angamiza, gharikisha; - v.i. furika, jaa pomoni.

floor n. sakafu, dari, ghorofa; 2. ukumbi; *take the floor,* kusimama ili kutoa hotuba, v.t. sakifu, tia sakafu; 3. angusha, shinda.

flounder v.i. tapatapa, tatanika, fazaika, hangaika.

flour n. unga - v.t. nyunyizia unga.

flourish v.i. and t. sitawi, kua, tononoka; pepea, tia mbwembwe, tia madoido n. fahari, urembo.

flow v.i. tiririka, pita, enda *—ing language,* maneno mengi ya ufasaha, *a flowing speech,* hotuba isiyo na kusitasita, n. mkondo.

flower n. ua, *(of speech),* uzuri, madoido, *flower of an age,* ujana.

fluctuate v.i. sitasita, tangatanga; panda shuka.

fluctuation n. mageuzi, kupanda na kushuka.

fluency n. ufasaha wa maneno.

fluent a. -semaji, -enye ufasaha, —*ly,* adv. kwa ufasaha.

fluid n. kitu cha majimaji, uowevu.

flush v.i. ruka, - v.t. rusha - 2. v.t. pitisha maji, safisha - v.i. bubujika, *(blush)* geuka uso kwa haya, iva uso (kwa hasira au haya).

flute n. firimbi v.t. piga firimbi.

fly v.i. *(flew, flown),* ruka, kimbia, paa, *fly at,* rukia, *fly into a passion,* panda hasira, hamaki, *fly open,* funguka ghafula.

foam n. povu, - v.i. toa povu, umuka.

focus n. katikati mishale ya mwanga inakokutania ikipindwa na kioo, n.k. - v.t. kazia uangalifu na usikizi mahali pamoja, kodolea macho, v.t. *focus* kurekebisha camera ili kipigwacho picha kionekane vizuri, *(fig.) concentrate,* kazia usikizi, fikiria sana.

foe n. adui.

foetus n. mimba kijusi.

fog n. ukungu, kunguru, 2. wasiwasi, mshughuliko, —gy, a. -a. ukungu.

foible n. udhaifu, kilema.

foil v.t. zuia, pinga, tatanisha; 2. jaribosi, 3. upanga, kitara, 4. gundua njama.

fold n. boma, zizi, - v.t. kunja, pakata, v.i. kunjana, *twofold,* mara mbili, —*er,* n. mkunja, jalada.

foliage n. majani (ya miti).

folk n. watu, jamii, kabila, taifa, — *lore,* n. hadithi za kitamaduni zenye maadili, ngano; elimu ya, —*s, colloq.* watu.

follow v.t. fuata, andama, lunga - v.i. fuata, andamia, *it follows that,* kwa hiyo, *follow after,* fuata, *follow up,* fuata, *as follows,* hivi, kama hivi.

fully n. upuzi, ujinga.

foment v.t. chochea, ongeza; 2. osha kwa dawa; —*ation,* n. fitina, chonjo; 3. jasho la dawa.

fond a. -a mapenzi, *be fond of,* penda sana, —*le,* v.t. bembeleza, kumbatia.

food n. chakula, maakuli, mlo —*stuffs,* n. vyakula.

fool n. mjinga, juha, hayawani, *make a fool of oneself,* jitia ujinga, *play the fool with,* danganya, - v.t. zuzua, kejeli, laghai, kenga - v.i. fanya upuzi, fanya mashara, *fool about,* chezacheza, *fool with,* chezea chezea, —*hardy,* a. -pumbavu, —*ish,* a. -pumbavu, -puzi -*ishness,* n. upuzi, ujinga, uhayawani, n. proof, a. -a salama kabisa.

foot *(feet),* n. mguu, wayo, ondo, ma- *at the foot of Mount Kilimanjaro,* chini ya mlima Kilimanjaro, *fall on one's feet,* fanikiwa, *go on foot,* enda kwa miguu, *set on foot,* anzisha, fanyiza, —*ball,* n. mpira wa miguu, —*note,* maelezo yaliyo chini ya ukurasa wa kitabu, —*step,* n. hatua, *path,* n. njia ya miguu.

for prep. kwa; kwa sababu, *as for,* lakini, *for nothing,* bure, bileshi, *for all I know,* kadiri nijuavyo, *for as much as,* kwa kuwa, kwa maana, *forever,* hata milele, *oh for money!* laiti ningekuwa na hela.

forbade taz. *forbid.*

forbear v.t. *(forbore, forborne)* jizuia, vumilia, - v.i. kataa, iza.

forbid v.t. *(forbade, forbidden),* kataza, zuia, kanya, fingiza.

force n. nguvu, bidii sharti, lazima, *by force,* kwa nguvu, kwa lazima - v.t. lazimisha, tia nguvu; shurutisha, —*d labour,* shokoa, *armed forces,* askari jeshi, majeshi, *force open,* fungua kwa nguvu, *force apart,* nunua, *come into force,* (amri) anza kutumika.

forcible adv. kwa nguvu, kwa lazima.

forcibly adv. kwa nguvu, kwa lazima.

forceps n. kikoleo, kibano.

fore n. mbele, *to the fore,* mbele, —*boding,* n. ndege mbaya, kisirani, nuhusi, —*cast,* v.t. tabiri, kisia, -n. utabiri, —*fathers,* n. mababu.

foreign a. -geni, - sio husu, *foreign affairs,* mambo ya nchi za kigeni, — *exchange,* n. fedha za kigeni, — *policy,* n. sera ya nchi za kigeni.

foremost a. -a kwanza kabisa, -kuu, -a awali.

foresight n. busara, kuona mbele.

forest n. pori, mwitu, —*ry,* n. elimu ya kusitawisha mwitu.

forestall v.t. tangulia, zuia.

forestell/foster

foretell v.t. *(foretold),* tabiri, bashiri, kashifu, agua.
forethought, n. busara, kuona mbele.
forever adv. kwa milele, daima.
forewarn v.t. onya mbele, kanya.
foreword n. dibaji, utangulizi.
forfeit v.t. poteza haki kwa kosa, pokonywa - n. adhabu, hasara.
forge v.i. *(ahead),* endelea mbele (polepole) - v.t. fua chuma, - n. kiwanda cha mhunzi, —*ry,* n. hati yenye sahihi ya uwongo, ubini.
forget v.t. *(forgot, forgotten)* sahau, ghumiwa, —*full,* a - sahaulifu, enye mughumi.
furgive v.t. *(forgave, forgiven)* samehe, burai.
fork n. uma.
forlorn a. - kiwa, -pweke, - *hope,* (fig.) tendo la ujasiri lenye tumaini dogo tu.
forlonness n. ukiwa, upweke.
form n. umbo, fomu, - v.t. fanyiza zoeza, tunga, umba - v.i. pata umbo, fanyika, umbika, —*al,* a. -a desturi, baridi, -a taratibu, -a kawaida, — *ality,* n. desturi, taratibu, kawaida, — *ation,* n. umbo, mfanyizo, matengenezo, mpango, —*ative,* a. -a kufanyiza, -a kujenga, —*less,* a, bila umbo au sura - ula, n. kanuni, utaratibu, —*ulate,* n. v.t. eleza kanuni za kufanya kitu fulani, pangilia, —*er,* a. - a kwanza, - a zamani, —*erly,* adv. zamani; mwanzoni, —*idable,* a. -a kutisha, kubwa, -a kuogofya.
forsake v.t. *(forsook, forsaken),* acha, tupa.
fort n. ngome, boma, gereza, *fortify,* v.t. imarisha, tia nguvu, *fortress,* n. boma, ngome.
forth adv. mbele tena, kwenda nje, *and so forth,* na kadhalika, *back and forth,* mara mbele mara nyuma, — *coming,* a. - naokuja, ijayo, —*with,* adv. bila kukawia, mara moja, sasa hivi.
fortunate a. -enye bahati, heri, -a baraka, —*ly,* adv. kwa bahati.
fortune n. bahati, baraka, *a large* -, tajiri, —*teller,* n. mtabiri, mpiga ramli.
forty n. arobaini.
forum n. baraza la mji (hasa zama za ufalme wa Kirumi).
forward *(forwards),* adv. mbele, saidia kitu kiende mbele; 2. pitisha barua.
foster v.t. lea, kuza, weka moyoni; 2. lisha, saidia,

foster-father, baba wa kambo, baba wa kulea.

foul a. -chafu, -baya, -ovu, -a kukirihi, *fall foul of,* pambana na, v.i. zuiwa na taka, pambana - v.t. chafua, kirihi, udhi.

found taz. *find* v.t. anzisha, weka msingi, asisi, —*ation,* n. msingi, shina, sababu, —*er,* n. mwanzilishi 2. fundi wa kunakshi vitu vya vyuma, mjumi, mhunzi; 3. v.t. and 1. anguka, lemaa, zama (jahazi).

fount *(fountain),* n. chemchem, asili, *fountain-pen,* n. kalamu ya wino.

four n. nne, fourteen, n. 14, arubataashara.

fowl n. kuku.

fox n. mbweha, mwerevu, mlaghai - v.i. tumia hila, danganya.

fraction n. kipande, mkato, sehemu.

fracture n. mvunjiko, - v.t. vunja, - v.i. vunjika.

fragile a. -a kuvunjika upesi, hafifu, *fragility,* n. hali ya kuvunjika upesi.

fragment n. kipande, sehemu; 2. kigae, — *ary,* a. - a vipande enye vigaegae.

fragrance n. harufu nzuri, uturi, manukato.

frail a. dhaifu, hafifu; 2. pakacha ya tini, kikapu n. udhaifu.

frame v.t. fanya, tengeneza, buni, tunga - v.i. zungushia mbao - n. boma, kiunzi, fremu (ya picha).

franchise n. haki ya kupiga kura.

frank a. -nyofu, -a kweli, wazi, —*ly,* adv. kwa kweli, wadhiha, —*ness,* n. unyofu, ukweli, —*incense,* n. ubani, uvumba.

frantic a. -enye wazimu, -a kurusha akili.

fraternal a. -a ndugu; -a kidugu.

fraternity n. udugu, chama, umoja.

fraud n. hila, werevu, ghiliba, udanganyifu — *ulently, adv.* kwa udanganyifu, kwa ujanjajanja.

fraught a. *(with),* -liojaa shehena, — *with danger,* -liojaa hatari.

fray n. ghasia, ugomvi, mapambano, - v.t. chakaza - v.i. chakaa, chanika, punguka.

freak n. kiumbe cha ajabu, mbadiliko wa ghafla.

free a. huru, -siofungwa, -a kiungwana, *free from,* pasipo, *make free with,* thubutu -

v.t. okoa, —*dom,* n. uhuru, uungwana, —*ly,* adv. bila kizuizi, bwerere, — *will,* n. hiari, ridhaa.

freeze v.i. *(froze, frozen),* ganda kwa baridi, wa barafu, —*ing point,* n. kiasi cha baridi cha kuganda maji.

freight n. shehena, nauli, upakizi wa bidhaa chomboni.

french a. -a kifaransa *take french leave,* ondoka bila kuaga.

frenzy n. wazimu, majidhubu.

frequency n. tokeo la mara kwa mara, *frequent* a. -a mara nyingi, -a mara kwa mara - v.t. enda mara kwa mara.

fresh a. -pya, -a sasa, tamu, baridi, *make a fresh start,* anza tena, —*en,* v.t. burudisha, tia nguvu, —*en,* v.i. burudika, amka, zidi.

fret v.t. sumbua, hangaisha; haribu; ozesha; bomoa; monyoa - v.i. sumbuka, ona wasiwasi, huzunika, 2. chafuka; kunjamana —*ful,* a -tukutu, -chungu, -a kusononeka.

friction n. msuguo, mchuo.

friday n. Ijumaa. *Good Friday,* Ijumaa Kuu.

friend n. rafiki, mwenzi; mwandani; *make friends,* fanya urafiki, suhubiana, — *liness,* n. urafiki, wema; upole, — *ship,* n. urafiki.

fright n. hofu, woga, kitisho, — *en,* v.t. ogofya, tia hofu — *ful,* a. -a kutisha; enye kutia hofu.

frigid a. baridi, -liopooza, —*ity,* n. ubaridi, pooza, chapwa.

fringe n. ukingo, matamvua, - v.t. tia matamvua, tarizi.

fro adv. *go to and fro,* kwenda na kurudi.

frog n. chura; 2. kishikizo katika ukanda, kichomekwacho, upanga au singe.

from prep. kwa, toka kwa, tangu, katika, *where are you from?* Unatoka wapi?

front n. upande wa mbele, *in front of,* mbele ya, —*al,* a. -a mbele, —*ier,* n. mpaka.

frost n. baridi kali, umande ulioganda kwa baridi kali, vipande vidogo vidogo vya theluji.

frown v.i. kunja uso, chukia -n. uso wa kukunjana.

froze taz. *freeze.*

frugal a. -angalifu, -a kiasi, —*ity,* n. uchache, uangalifu, uwekevu.

fruit n. tunda, —*ful,* a. -zazi sana - akufaa; enye faida, —*ition,* n. uchumi,

matumizi.
frustrate v.t. batili, kinza, shinda, haribia mambo, vuruga akili, *frustration,* n. ubatilisho, uzuizi, kuvunjika moyo.
fry v.t. kaanga, - v.i. kaangwa, kaangika, —*ing pan,* n. kikaango.
fuel n. kuni, makaa, mafuta - v.t. tia kuni, mafuta.
fugitive n. mtoro mkimbizi - a. -a kupotea.
fulfil v.t. timiza, tekeleza, maliza, —*ment,* n. utimilizo, mwisho.
full a. -enye kujaa, -liojaa, pomoni, lele *full moon,* mwezi mpevu, *a full heart,* moyo wa huzuni, wa majonzi *a full account,* hadithi yote, habari kamili, *a full stop,* nukta, *full up,* jaa barabara, mpaka juu, pomoni, —*ness,* n. ujazi, shibe.
fumble v.t. and i. papasa ovyo, sitasita, tomasa tomasa.
fume n. mvuke mzito moshi, fukizo, *(anger)* hasira, ghadhabu, hamaki -v.i. fuka, moshi, kasirika, ghadhibika.
fumigate v.t. fukiza, toa moshi, tia buhiri, *fumigation,* n. ufukizo, buhuri, mafusho.
fun n. mzaha, utani, dhihaka, *make fun of,* fanyia mzaha, dhihaki; fanyia mashara, —*ny,* a. -a mzaha, -cheshi, -a kuchekesha.
function n. kazi, manufaa, shughuli; maadhimisho, sherehe - v.i. fanya kazi, faa, —*ary,* n. mtumishi, mwenye kukabidhiwa kazi.
fund n. akiba, fedha ya nia fulani; rasilimali, —*amental,* a. -a asili, -a msingi, -a mwanzo, n. msingi; kanuni.
funeral n. maziko, *provide a funeral,* gharimia mazishi.
fungus n. ukungu, kuvu, uyoga.
funnel n. mrija, dohani, kitu cha kumiminia mafuta.
fur n. manyoya ya mnyama, nywele ndogo ndogo za mnyama, —*ry,* a. -enye manyoya.
furious a. -enye hasira kali, enye ghadhabu; 2. ugavu wa ulimini.
furl v.t. kunja na kufunga kinara; - v.i. kunjana - n. mkunjo.
furnace n. tanuri.
furnish v.t. patia, pamba, toa.
furniture n. fenicha, vifaa.
further a. -a zaidi, adv. zaidi,

furtive/gang 107

mbele - v.t. endeleza, saidia; fanya hima, — *more, adv.* juu ya hayo; si hayo tu.

furtive a. -a hila, -a ujanja.

furtively adv. kwa kuficha ficha, kwa hila.

fury n. hasira kali.

fuse n. fataki. 2. v.t. yeyesha, biganya - v.i. yeyuka, ungana - n. fuzi (fyuzi).

fuss n. udhia, ghasia, kero, vurumai, —*y,* a. -sumbufu, enye kero.

futile a. -a bure, siofaa dhalili.

futility n. ubatili, udhalili, uhafifu.

future a. -a wakati ujao, -n. wa- kati ujao, *for the future* kwa wakati wa baadaye, wakati wa halafu.

g

gab n. usemaji, maneno mengi; — *gift of the* — usemaji sana.

gaiety n. furaha, ukunjufu, bashasha.

gain n. faida, chumo, pato, - v.t. faidika, chuma, pata, - v.i. faidi, *gain ground,* endelea mbele, faulu.

gait n. namna ya mwendo au kukimbia.

gall n. nyongo, —*bladder,* n. nyongo.

gallant a. hodari, -shujaa - n. kijana maridadi —*ry,* ushujaa.

gallery n. chumba cha sanaa; ushoroba, ukomea.

gallon n. galoni.

gallop v.i. enda shoti, enda mbio za kuruka ruka (hasa farasi) - v.t. endesha mbio, enda haraka - n. mwendo wa shoti, mwendo wa haraka.

gallows n. miti ya kunyongea watu, mlingoti.

gamble v.i. cheza kamari, chezea mali, —*r,* n. mcheza kamari, —*ing,* n. mchezo wa kamari, kamari.

game n. mchezo, shindano, *make game of,* dhihaki, tania *the game is up,* shauri limekwisha, - v.i. cheza kamari n. wanyama wa mawindo.

gamut n. jumla ya (ukali, huzuni, furaha, machungu;) 2. kadiri au muundo wa sauti ya mtu.

gang n. kundi, jamii ya watu wa tabia moja, -wezi-, n.k.) — *way,* n. njia.

goal *jail,* n. gereza, kifungo, jela.
gap n. nafasi, pengo —*e,* v.i. achama, pumbaa, duwaa.
garage n. gereji, kiwanda cha kutengenezea magari mabovu.
garb n. vazi, vao - v.t. visha, vika, —*age,* n. takataka.
garden n. bustani, kitalu, *gardening,* n. kilimo cha bustani.
gargle n. dawa ya kusukutuwa, v.t. sukutua.
garland, n. shada la maua, v.t. visha shada.
garlic n. kitunguu saumu.
garment n. vazi, nguo.
garnish v.t. pamba, remba - n. pamba, nakshi.
garrison n. ngome, askari, walinzi.
gas n. hewa, - v.t. sumisha kwa aina ya hewa, *(coloq.)* payuka.
gasp v.i. tweta, nema kwa shida, - v.t. semina kwa shida *at one's last gasp,* kufani, katika kuvutia roho.
gastric a. - tumbo, — *juice,* dawa ya kuyeyusha chakula iliyoko tumboni.
gate n. lango, mlango, *between you and me and the — post,* kwa siri kabisa.
gather v.t. kusanya, konga, chonga - v.i. kusanyika, changisha, —*ing,* n. mkutano, mkusanyiko.
gauge n. kipimo, geji, - v.t. pima kwa geji, kadiria, kisi.
gave taz. *give,* toa.
gay a. -enye raha, -changamfu, enye bashasha, -a kufunuka.
gaze v.i. *(at, upon, on)* tazama, kazia macho, - n. mtazamo, kukodolea macho.
gazelle n. paa, swara.
gazette n. gazeti.
gear n. gea (ya gari), *out of gear,* gari limeharibika gea, *in gear,* iko katika gea, *change gear,* badili gea, badili mwendo.
geese n. taz. goose.
gem n. kito cha thamani, kitu chenye thamani sana, johari.
gender n. uainishaji wa jinsi (ya kiume au kike), *masculine gender,* jinsi ya kiume *feminine gender,* jinsi ya kike.
genealogy n. shajara ya asili, ukoo, kizazi.
general a. -enye kuhusu vitu vyote au watu wote, *a general statement,* maelezo ya juu juu, *in general,* kwa kawaida, - n. mkuu wa jeshi, —*ity,* n. neno la kawaida, kwa kawaida, — *ization,* n. usemi wa kujumlisha mambo yote, *ize.*

generate/gigantic

v.i. sema kwa jumla bila kuangalia vitu kimojamoja - v.t. eneza, tumikisha pote, —*ly, adv.* kwa kawaida, kwa jumla, *generally speaking,* kwa kawaida, kwa kusema kweli.

generate v.t. zaa, fanyiza, hudhurisha, leta, *generation,* n. kizazi, uzazi.

generous a. karimu, -paji, -zuri.

generosity n. ukarimu.

genesis n. mwanzo, asili.

genial a. kunjufu, —*ity,* n. ukunjufu.

genie n. jini, pepo, shetani, ibilisi.

genius n. mtu wa akili nyingi, ustadi, tabia ya welekevu; 2. - pepo anayelinda au kutawala mahali; mtu anayeshawishi wengine.

gentle a. -pole, -ungwana, *a gentleman,* mwungwana, mwenye adabu njema, mwenye kitu.

genuine a, halisi, -a kweli, safi.

geography n. jiografia.

geology n. jiolojia.

geometry n. jometria.

germ n. mbegu, yai, kijidudu, —*inate,* v.i. kua, chipuka, - v.t. kuza.

German n. Mjerumani, Mdachi, -a. -a kijerumani.

gesture n. ishara, konyezo kwa mkono, dalili.

get v.t. *(got)* pata, wana; hadhi; *get better,* pata nafuu, *get drunk,* lewa, *get on,* endelea, fanikiwa, *get on with,* patana na, *how are you getting on?* hujambo? uhali gani? unaendeleaje? *get out,* toka, *get over,* shinda, pona, *get together,* kusanyika, konganisha, *get under,* ingia chini ya, *get up,* ondoka, inuka *get well,* pona, pata afuweni, pata nafuu, *get angry,* kasirika, hamaki, *get into a rage,* charuka, patwa na hasira, *get ahead,* tangulia, shinda, *get across,* vuka, elewesha, *get along!* nenda zako! *get ready,* jitayarishe, *get to know,* pata kujua, fahamu, *you have got to,* unapaswa, huna budi.

ghastly a. -a kutisha, -baya.

ghost n. pepo, kizuka, kivuli, *give up the ghost,* kata roho.

giant n. jitu kubwa, pandikizi la mtu; mwenye akili, ustadi zaidi ya kawaida.

giddy a. -enye kizunguzungu, -a kisulisuli.

gift n. zawadi, karama, tunzo, adia, kipaji.

gigantic a. -kubwa sana, refu mno kupita kiasi.

giggle v.i. chekelea, cheka ki chizichizi.

gild v.t. paka dhahabu, pamba, chovya.

gill n. shavu la samaki.

ginger n. tangawizi 2. rangi ya hudhurungi nyekundu; 3. bidii, kazi.

gird v.t. *(girt, girded)*, zungushia (kiunoni) vitaka, *gird up the loins,* kaa tayari, jitayarishe.

girdle n. mshipi, mkanda, mkwiji, anjali.

girl n. msichana, kijana wa kike; mwanamwali; kigori.

gist n. kiini cha habari, maana halisi.

give v.t. *(gave, given),* toa, jalia, -pa, gawia, *give back,* rudisha, *give birth to,* zaa, jifungua, *give chase to,* fuata, winda, fukuza, *give ear to,* sikiliza, zingatia, *give in,* shindwa, acha ushindani, kubali kushindwa, *give up,* kata tamaa, achilia mbali; samehe, *give way,* shindwa, legea, achilia.

gizzard n. firigisi, finingi.

glad a. -a furaha, -changamfu, —*den, v.t. and* i. furahisha, changamka.

glance n. mtupo wa jicho, kutupia jicho, ukonyezo -v.t. and i. *(at)* tupia jicho, chungulia upesi; 2. ng'aa, metameta.

gland n. gilandi, sehemu ya mwili kama kifuko chenye dawa ya mwili; tezi.

glare v.i. ng'aa, kodolea macho.

glass n. kioo, bilauli, glasi.

glean v.t. okota, kusanya, dondoa.

glib a. -enye maneno mengi, -epesi wa kusema.

glide v.i. teleza, enda kama unateleza, tiririka

glimpse n. mtazamo wa juu juu tu, kutazama kwa kupepesa mara moja.

glitter v.i. metameta, -n. kimeta, mmeremeto.

gloat *(over),* angalia kwa furaha, chekelea, shangilia.

globe n. tufe, mfano wa dunia.

gloom n. giza, majonzi, ghamu, huzuni; —*y,* a. -a huzuni, thakili, giza.

glorify v.t. tukuza, sifu, taadhimisha, faharisha.

glory n. utukufu, adhama, fahari, *be in one's glory,* fanya unavyotaka, starehe.

glossary n. kamusi, msamiati.

gloss v.t. ng'arisha; sugua; n. mwandiko au masahihisho katika maandishi 2. msamaha, maneno ya ulaghai.

glove n. mfuko wa mkono, *to*

glow/grab

be hand in glove, kuwa rafiki sana, chanda na pete.
glow v.i. metameta, meremeta; *with anger,* enye hasira kali, —*worm,* kimulimuli.
glucose n. sukari iliyo katika mimea na matunda, sukari sahihi; glukosi.
glue n. gundi, sherisi, -v.t. tia gundi, gundisha.
gluttony n. ulafi, uroho, umero; — *ous* a. akupenda kula.
gnash v.t. and i. tafuna, gugu- noj 'l rumbua, kuru, udhi, a. -a kuumiza.
go v.i. *(went, gone),* enda, ondoka; elekea; endelea, *go away,* nenda zako, *go about it in this way,* fanya hivi, *go abroad,* safiri mbali, safiri ughaibuni, *go after,* fuatia, lugha, *go against,* pinga, bisha, *go bad,* oza, vunda, *go mad,* pata wazimu, *go on,* endelea, songa mbele, *go out,* toka (taa) zimika, *let's have a go at it,* ebu natujaribu.
goal n. kikomo, nia, goli, bao, dungu, — *keeper,* n. kipa, mlinda mlango.
goat n. mbuzi, *act the goat,* fanya upuzi, *separate the sheep from the goats,* tenga wema na wabaya, *get one's goat,* kasirisha, udhi.
go-between n. mjumbe, kuwadi, gambera.
God n. Mungu, mwenye ezi Mungu; — *like,* a. -ema mno *God speed!* kwa heri.
go-down n. ghala, bohari.
goggles n. miwani ya jua.
gold n. dhahabu, -en, a. -a dhahabu.
gone taz. *go.*
good a. -zuri, ema, *make something good,* tengeneza tena, *he so good as, ebu... jor good,* ndio mwisho, *that's no good,* haifai, si vyema, *good for nothing,* haifai, bure kabisa, —*s,* n. bidhaa, — *will,* n. hisani, ridhaa.
goose n. *(geese),* bata mzinga, ma, bata bukini.
gorgeous a. -zuri sana, -rembo, enye mashamsham ya uzuri.
gorilla n. nyani mkubwa.
gospel n. injili, habari njema, imani ya kikristo.
gossip n. porojo, upuzi, maongezi, - v.i. piga domo, toa porojo, ongea.
gourd n. boga, mung'unye; kibuyu, kitoma.
govern v.t. tawala, miliki, hukumu; —*ment,* n. serikali.
gown n. gauni, kanzu aghalabu ya kike.
grab v.t. nyakua, pokonya.

grace n. uzuri, neema, umbuji; *to say grace,* sali mbele au baada ya chakula, *with a good grace,* kwa moyo safi, *with a bad grace,* kwa chuki, kwa kisirani - v.t. sitawisha, pendekeza, —*ful,* a. -enye madaha.

gracious a. -enye neema, enye rehema *good -!* lahaula!

grade n. cheo, daraja, hadhi, wadhifa; - v.t. panga kwa taratibu fulani.

gradual a. -a taratibu, pole pole, kidogo kidogo.

graduate v.t. panga kwa cheo - v.i. pata digrii - n. mwenye digrii ya chuo kikuu.

graft n. chipukizi, la mti ulio pandikizwa juu ya mwenziwe - v.t. pandikiza.

graft 2. n. fedha za rushwa, hongo, mrungura, rushwa.

grain n. punje, chembe, nafaka, mbegu, *go against the grain,* chukiza, ghadhibisha, *take it with a grain of salt,* sadiki kidogo tu.

gramme n. gramu, kipimo cha uzito.

gramaphone n. santuri, gramafoni.

granary n. ghala ya nafaka; 2. sehemu inayotoa nafaka kwa wingi.

grand a. -kubwa, -a fahari, — *father,* n. babu, — *mother,* n. bibi, — *son,* n. mjukuu.

grant v.t. -pa, jalia, kidhi, toa; *granted that...* hata kama..., ikiwa ... *take for granted,* kubali, amini.

grape n. zabibu.

grasp v.t. and i. shika, kamata imara kwa mkono; fumbata; fahamu - n. uwezo, ufahamu, udhibiti.

grass n. majani, nyasi, *go. to grass,* pumzika kwa muda — *hopper,* n. panzi.

grateful a. -enye shukrani, -a kushukuru, -a kufurahi.

gratification n. shukurani, ahasante; ridhaa, *it gave me great -,* ilinipendeza mno.

gratitude n. shukrani, ahasante.

gratuitious a. -a bure, bila malipo, huba.

gratuity n. zawadi, bahashishi.

grave n. kaburi, ma- ziara, -a. -zito, -kubwa, *a grave offence,* kosa kubwa.

gravitate v.i. vutwa, elekea.

gravitation n. uzito, uvutano.

gravity n. uvutano, uzito, ukubwa.

gravy n. mchuzi.

gray *also grey,* -a kijivu, eupe kidogo -a. mvi.

graze v.t. lisha, chunga ng'ombe; 2. - paruza,

grease/grow

chubua, chuma kidogo.
grease n. mafuta, shahamu, deheni, v.t. tia mafua, *greasy*, a. -a mafuta; a kuteleza.
great a. -kubwa, bora, adhimu *a great deal,* -ingi sana, *it is too great for him,* inamzidi, —*ly,* adv. sana, —*ness,* n. ukubwa.
greed n. choyo, tamaa, uroho; —*y,* a. -lafi, -enye choyo.
green a. -a rangi ya kijani chanikiwiti; 2. *(fig) -a kijicho enye choyo, (fig) g— belt-* selemu kutoka miji isiotakiwa kujengwa, *g. light,* ruhusa kuendelea.
greet v.t. salimu, kongowea, amkia, twesha; 2. v.i. lia, omboleza, —*ing,* n. salamu, maamkizi.
grew taz. *grow*.
grey taz. *gray*.
grief n. huzuni, msiba, majonzi, kibuhuti.
grieve v.t. sikitisha, tia huzuni, v.i. sikitika, wana simanzi.
grievious a. -zito, -a kulemea.
grim a. -kali, -katili, -korofi; -a kutia hofu, —*ace,* v.t. kunja uso, -n. kicheko.
grin v.i. toa meno kidogo kwa kicheko cha upuzi, -kicheko cha upuzi, kufinya uso.
grind v.t. *(ground),* saga, noa, paraza, chua, sugua, —*stone,* n. jiwe la kusagia, kijaa, *keep one's nose to the grindstone,* jilazimisha kutenda.
grip v.t. shika sana, kamata, -n. mshiko.
groan v.i. ugua, piga kite *groan at,* zomea -n. mlio wa huzuni.
grocer n. mwuza vyakula, —*ies,* n. vyakula na sabuni, n.k.
groin n. kinena, kiuno
groom n. bridegroom, bwana arusi; 2. -mchunga farasi, saisi, v.t. kosha, sugua, *a well groomed man,* mtu nadhifu, maridadi.
grope v.i. papasa (kama kipofu) tutusa, tafuta kwa kupapasa.
gross a. -baya sana, kosa kubwa; 2, -darizeni kumi na mbili; n. jumla -v.t. sema au kusanya yote kwa jumla.
ground n. nchi, ardhi, *gain ground,* pata zaidi, *lose or give ground,* kaa imara jisimikiza, —*floor,* n. nyumba ya chini, —*nuts,* karanga, njugu nyasa.
group n. kundi, - v.t. kusanya, ainisha (kwa makundi) - v.i. kusanyika.
grow v.i. *(grew, grown)* kua,

ongezeka, endelea, ishi, fana - v.t. otesha, *grow old,* zeeka, kongeka, *grown-ups,* watu wazima, —*th,* n. ukuaji, ongezeka, uongezekaji.

grub n. mdudu, funza; v.t. and i. chimba, safisha.

grudge v.t. onea kijicho, -n. kinyongo, *bear a grudge against,* onea chuki, wa na kinyongo na, *grudgingly,* adv. kwa chuki.

gruel n. uji, ubwabwa 2. adhabu, *have, get, take, one's gruel,* pata adhabu kali.

grumble v.i. lalama, nung'unika, nguruma n. manung'uniko, *grumbling,* n. manung'uniko.

grunt v.i. guna, koroma, n. mkoromo

guarantee v.t. hakikishia, ahidi, dhamini, thibitisha - n. amana, ahadi, rehani, dhamana.

guard n. mlinzi, mnyapara, *be on one's* — jihadhari, kaa macho, *be off one's* — kuto kuwa na hadhari, *mount* — shika zamu, be on guard, linda, tunza, — *against,* epuka, —*ian,* n. mlezi.

guess v.t. kisia, bunia, dhani - v.i. bahatisha, —*work,* n. dhana tu, kisi tu.

guest n. mgeni, —*house,* gesti, malazi ya wageni.

guide n. kiongozi, gambera - v.t. ongoza; onyesha, elekeza.

guild n. chama, ushirika wa watu kwa shughuli maalum.

guile n. ujanja, werevu, —*less,* a. -nyofu.

guilt, n. kosa, hatia, —*y,* a. -kosefu, -enye hatia.

guise n. sura, umbo, mtindo wa vazi, sura ya kugeuza.

guitar n. gitaa, zeze.

gulf n. hori, ghuba.

gullible a. rahisi kudanganywa.

gullet n. koo, kongomeo.

gulp v.t. meza upesi, akia, gugumiza - n. mkupuo, mbwakio.

gum n. ufizi, 2. gundi, ulimbo.

gun n. bunduki, *barrel,* mtutu, —*powder,* n. baruti.

gurgle v.t. sukutua koo kwa maji -n. mlio wa maji kooni.

gush v.i. bubujika, churuzika, mwagika - n. bubujiko, mchuruziko.

gust n. upepo, dhoruba la ghafla.

guts n. uhodari, ushujaa, *he has no guts,* ni mwoga.

gutter n. mchirizi, ufumbi, mfereji - v.i. **chururika,**

guttural/hammock

tiririka.
guttural a. -a kooni.
guy n. (lugha ya mitaani marikani) mtu, jamaa fulani, 2. - kamba hasa itumiwayo kwa kuzuia kitu kizito kilichoning'inizwa.

h

habit n. mazoea, desturi, tabia, (dress) vazi, nguo, —able, a. -enye kukalika na watu, —ation, makao, makazi, maskani, —at, n, makazi, mastakimu, kaya, —ual, a. -zoevu, -a mazoea, -a desturi —uate, v.t. zoeza.
hack v.t. katakata, keketa, changa; -n. pigo; 2. fanya kazi za sulubu; farasi wa kazi.
had taz. have.
haemorrhage n. utokaji wa damu, mwagiko wa damu mwilini.
haggard a. -liokonda, -dhaifu, -dhoofu.
hail v.i. nya mvua ya mawe, —stones, —storm, mvua za mawe, 2. v.t. salimu, karibisha kwa shangwe, pongeza; v.i. -, ita, guta, —from, tokea. He hails from Dar, anatoka, asili yake ni Dar.
hair n. unywele, usinga, laika turn a hair, ogopa, —breadth, a. embamba sana, a hairbreadth escape, nusura tu, nusurika.
half n. (halves) nusu, kigao, cut in half, kata katikati, brother, sister, n. ndugu wa kuchangia baba tu au mama tu, ndugu wa kuumeni au wa kuukeni.
halve v.t. kata nusu, go halves, shirikiana, gawanya sawasawa.
hall n. ukumbi, —mark, chapa kuonyesha kitu ni safi.
halt v.t. simamisha, tuliza - v.i. simama, zuia, tulia.
hammer n. nyundo; mnada; -v.t. piga nyundo, gonga, gongomea, go at it hammer and tongs, shikilia kwa bidii sana bring to the hammer, nadi; hammer away, fululiza.
hammock n. kitanda mithili ya machela kinachotengenezwa kwa turubai, wavu au nguo na kuning'inizwa kwenye

nguzo mbili.

hand n. mkono, *at hand,* tayari, *hand in hand,* shauri moja, *hands off,* usiguse, *hands up,* jitoe, jisalimishe, *have a hand in,* shiriki, *get the upper hand,* shinda, *lend a hand,* saidia, *live from hand to mouth,* - wa fukara, *wash the hands of,* jitoa katika, *handover,* kabidhi, —*icraft,* n. sanaa, —*kerchief,* n. leso, —*le,* n. mpini, - v.t. ongoza, —*some,* a -zuri (sura).

hang v.t. *(hung, hanged),* angika, nyonga, ning'iniza - v.i. ninginia, *hang back,* kataa, susa, iza, *hang on,* endelea, 2. ngoja kwanza, *hang together,* ungana, kiri, *it all hangs together,* yote ni mamoja, *hang about, (around),* zurura, pita sita.

haphazard n. bahati, - a. ovyo, shelabela, *he did it harphazardly,* alifanya ovyo ovyo, shaghalabaghala.

happen v.i. tukia.

happy a. -a furaha, -kunjufu, - changamfu, - cheshi.

harass v.t. chokoza, taabisha, sumbua, udhi.

harbour n. bandari, diko - v.t. karibisha, linda, ficha, weka moyoni.

hard a. -gumu, -kavu, *go hard with,* lemea, dhiki, *hard of hearing,* -siosikia vizuri, masito, —*en,* v.t. tia ugumu; kaza, fanya madhubuti; v.i. imarika, ganda, —*ly,* adv. vigumu, kwa shida, vikali, *ship,* n. shida, mgogoro, tatizo, —*ware,* n. vyombo vya chuma kama sufuria n.k.

hare n. sungura.

hark *(back),* rudia, —*en,* v.i. sikiliza.

harm n. hasara, dhara, - v.t. haribu, dhuru, —*ful,* a. -enye madhara, haribifu, —*less,* a. -sio na hasara, sio dhuru.

harmonious a. -a kulingana, -a mapatano, -a kutulia.

harmonize v.t. patanisha, linganisha.

harmony n. upatano, ulinganifu.

harness n. lijamu, kigwe, *in-—,* kazini.

harp n. kinubi, zeze, -v.i. *(upon),* rudia mara nyingi.

harrow n. chombo cha kuvunjia udongo, jembe la trekta, au plau - v.t. tumia *harrow,* 2. chokoza.

harsh a. -a kukwaruza, enye kuchukiza, -kali, -onevu.

harvest n. mavuno, mazao, faida, pato, - v.t. vuna.

hashish n. bangi.

haste/heart

haste n. haraka, hima, pupa, —n, v.t. himiza, harakisha, *make haste,* fanya haraka.

hasty a. -a haraka, hima, -a upesi.

hat n. kofia, *pass the hat,* changa fedha.

hatch v.t. atamia, angua, 2. buni, tunga.

hatchet n. shoka, *bury the —* patana, acha ugomvi.

hate v.t. chukia, zia, -n. chuki, —*ful,* a. -a kuchukiza, -a kinyongo, enye makuruhu, d, n, chuki, kinyongo, karaha.

haughty a. -a kiburi.

haul v.t. kokota, buruta, vuta, *haul over the coals,* kemea, -n. pato, vuo.

haunt v.t. endea mara nyingi, andama mara kwa mara -n. makazi.

have v.t. *(had),* miliki, wa na, pata, twaa, —*to,* lazima, *you have to do it,* lazima ufanye - *in mind,* nuia, kusudia, azimia, —*on,* vaa. *I won't have it!* sitaki, *we have been had,* tumedanganywa.

haven n. bandari, diko.

havoc n. uharibifu, hasara, *make havoc of, play havoc with,* haribu kabisa.

hawk v.t. tembeza bidhaa, (mali kwa mali), —*er,* n. mchuuzi atembezaye bidhaa; 2. bazazi.

hay n. majani makavu ya ng'ombe, ukoka.

hazard n. kamari, mchezo wa kubahatisha, *at—* kwa bahati.

haze n. mashaka, si dhahiri, ukungu, *hazy,* a. -si wazi, si bayana.

he pron. yeye (mwanaume).

head n. kichwa, *come to a head,* iva, *from head to foot, over head and ears,* kabisa, —*ote, lay heads together,* fanya shauri pamoja, *lose one's head,* potewa akili, *make head,* endelea - v.t. ongoza, tangulia, simamia - v.i. elekea, kabili, — *ache,* n. kichwa kuuma, *have a headache,* umwa kichwa, — *master,* n. mwalimu mkuu, —*way,* n. maendeleo, *make—,* endelea.

heal v.t. ponya, tibu - v.i. pona —*th,* n. fungu, chungu, biwi, *lie in heaps,* rundikana, *heaps of time,* mara nyingi - v.t. rundika, kusanya.

hear v.i. *(heard)* sikia, sikiliza, *hear from,* pata barua, — *say,* n. tetesi, uvumi, mnong'ono.

heart n. moyo, mtima, a. fuadi, *Set the — on,* thamani, *by* *heart,* kwa moyo, kwa ghibu, —*en,* v.t. tia moyo, pa tamaa.

heat n. joto, harara, hari jasho; - v.t. pasha moto, sukuma, kasirisha, —*ed,* a. -enye joto.

heathen n. mpagani, kafiri.

heave v.t. *(hove),* inua, sukuma kwa nguvu - n. shindo.

heaven, n. mbinguni, peponi, —*ly,* a. -a mbinguni.

heavy a. -zito, a kulimia, *a - loss,* hasara kubwa; *a — starm,* mvua nyingi, dhoruba.

hedge n. ua, kitalu, - v.t. zungushia ua, - v.i. jihadhari.

hedonic a. -a anasa, -a raha.

heed v.t. sikia, tu, angalia -n. usikivu, utii.

heel n. kisigino cha mguu, *take to one's heels, show the heels,* kimbia.

height n. urefu (juu), utambo, mwinuko.

heinous a. -baya sana, -ovu.

heir n. mrithi, —*ss,* n. mrithi wa kike.

hell n. jehenamu, motoni, *go to hell,* potelea mbali!

helm n. usukani.

helmet n. kofia ya chuma.

help v.t. saidia, auni, tia shime, —*oneself,* jisaidie, jitwalia, *I cannot help thinking so,* sina budi kuwaza hayo, *It cannot be helped,* haina dawa - n. msaada, muawana, —*ful,* a. -enye msaada, —*less,* a. hoi, -siofaa, taabani, — *mate,* n. mwezi.

hem v.t. pinda, - n. upindo.

hemp n. katani, *Indian hemp,* bangi.

hen n. kuku.

hence adv. tangu hapo, kwa hiyo.

her pron. -ke (mwanamke), yeye.

herald n. mjumbe mpiga mblu - v.t. tangaza.

herb n. mmea, —*s,* majani, —*alist,* n. mjuzi wa miti, dawa.

herculean a. -a nguvu nyingi mno - kubwa sana.

herd n. kundi (wanyama) chaa - v.t. chunga ng'ombe, lisha wanyama, —*sman,* n. mchungaji, mchunga mifugo.

here adv. hapa, huku, *after,* baadaye, *here and there,* huko na huko, *heretofore,* zamani.

hereditary a. -a urithi, enye kurithiwa.

heredity n. urithi, tabia ya kurithi, asili.

heretic n. mzushi wa dini, mpotovu, —*al,* a. -enye

heritage/hit

uzushi, -a kupotosha.
heritage n. urithi.
hermetic a. -liozibwa kabisa mpaka hewa haipiti.
hermit n. mtawa msituni, mcha Mungu, walii.
hernia n. mshipa wa ngiri.
hero n. shujaa, jasiri, nguli, —ic, a. shujaa, —ism, n. ushujaa.
hesitate v.i. sitasita, shangaa, kawia, *hesitation,* n. wasiwasi, mshangao.
hew v.t. chanja, kata, chonga.
hiccup n. kwikwi
hide v.t. *(hid, hidden),* ficha, sitiri, - v.i. jificha, jifunika, *hide and seek,* cheza kibemasa, cheza buye.
hiding n. maficho, sitara - n. ngozi ya wanyama, *give him a hiding,* mkung'ute sana, *he gave him a hiding,* amempiga sana.
hideous a. -enye sura mbaya, - a kutisha.
high a. -refu (juu), *The most high,* Mungu, *it is high time,* sasa ndiyo wakati, —*way,* n. barabara kuu.
hill n. kilima, kichuguu, kilima kidogo.
hilt n. mpini, *up to the hilt* mpaka kifundani.
him *pron.* yeye (mume), *give him,* mpe (kabisa, yeye),

himself, pron. yeye mwenyewe, *he came to himself,* alipata fahamu.
hind a. -a nyuma, *legs,* miguu ya nyuma; n. paa jike.
hinder v.t. zuia, pinga, laahirisha, kinza.
hindrance n. kizuio, mgogoro, pingamizi.
hinge n. bawaba, —*on,* tegemea, *his mind is off its hinges,* ana wazimu.
hint v.t. dokeza, konyeza, ashiria, tanabahisha n. dokezo, mkonyezo, *give a hint, throw out hints,* dokeza.
hippo n. *(hippopotamus),* kiboko.
hire ajira, ijara, malipo; - v.t. ajiri, kodi, panga, tuma, *hereling,* n. mtumishi, kibarua.
his a. -ake (mwanaume).
hiss v.i. lia kama nyoka, fyonya, - v.t. fyoza, fanyia mzaha, nyusa - n. mlio kama wa nyoka; mnyuso.
history n. historia, tarehe, historical, a. -a historia, *a historical event,* jambo la maana sana, jambo la kukumbukwa.
hit v.t. piga, gonga, —*on,* kuta, *you have hit it,* umepatia hasa, *they hit it off well,*

ni marafiki sana.
hitherto adv. mpaka sasa.
hive n. mzinga wa nyuki, penye watu wengi, palipojaa ghasia na watu.
hoard n. akiba, - v.t. weka akiba, dunduiza, —*ing,* n. ubahili, uchoyo.
hoarse a. (sauti) -enye kukwaruza, -a madende; -kavu, —*ness,* n. ukavu wa sauti, madende.
hoax n. ubishi, mzaha, -v.t. dhihaki, danganya, chezea shere.
hobby n. hobi, jambo la kujifurahisha, sio kwa uchumi.
hoe n. jembe, - v.t. lima, katua.
hog n. nguruwe dume, nguruwe mwitu, *eat like a hog,* la kwa pupa, *go the whole hog,* fanya mpaka kumaliza kabisa.
hoist v.t. inua, pandisha, tweka.
hold v.t. *(held)* shika, kamata, dhania, gwia, zuia - v.i. kaa, -wa na nguvu, dumu, —*good,* faa, -*a meeting,* fanya, itisha mkutano, *hold on!* fuliza, endelea, shikilia, — *one's tongue,* nyamaza, kimya, *get hold of,* shikilia, pata, zuia, *keep a hold on him,* usimwache, *lay hold of,* shikilia.
hole n. shimo. tundu, tobo, *Be in a-,* kwama, saki, *make a —,* toboa, pekecha, chimbua, *pick —s in,* pekua, chakua, *hole and corner methods,* ulaghai, ujanja, udanganyifu.
holiday n. sikukuu, idi, ruhusa, likizo.
hollow a. wazi ndani, -tupu.
holy a takatifu, chamungu, safi, *Holy Week,* wiki kuu kabla ya Pasaka.
homage n. heshima kuu, *do —* utiifu, unyenyekeo, -, heshimu sana, sujudia.
home n. nyumbani, he is at -, yuko nyumbani, *feel at home,* karibu nyumbani, karibu kwetu, *go home,* enda nyumbani, nenda kwenu, *come home,* fika nyumbani, njoo kwangu - *sick,* a. kukumbuka nyumbani sana, kivumvu, — *sickness,* hamu ya nyumbani, —*less,* a. asiye na kwao, mwanakiwa.
homogeneous a. -a jinsi moja.
honest a. -nyofu, aminifu, -adilifu, -a haki, —*ly,* adv. kwa kweli, kwa haki, —*y,* n. unyofu, uadilifu, uaminifu.
honey n. asali, uki.

honour/hound

honour n. heshima, taadhima, jaha; -v.t. heshimu, tukuza, stahi, *honour a promise,* timiza ahadi.

honorarium n. bakshishi, tunzo.

honorary a. -a heshima tu, *an - degree,* shahada ya heshima tu.

hoodwink v.t. danganya, tia macho kiza, hadaa.

hoof n. ukwato, *cattle on the -,* ng'ombe wazima walio hai.

hook n. kulabu, ndoana, *by hook or by crook,* kwa vyo vyote vile, - v.t. tega, ambika, vua; - v.i. fanya kama ndoana, petamana, —*worm,* n. mchango, mi.

hooligan n. mhuni.

hop v.i. ruka ruka kama chura - v.t. *over,* kiuka, ondoka.

hope n. tumaini, tamani, - v.i. tumaini, tamani, tarajia, ona, —*ful,* a. -enye matumaini, -a matarajio, —*less,* a. -liokata tamaa, -baya, sio na manufaa.

horizon n. upeo wa macho au fikira, —*tal,* a. -a sawa na nchi, enye kulala sawasawa.

horn n. pembe, honi, *to be on the horns of a dilemma,* kulazimika kuchagua kimoja, *draw in one's horns,* tulia, *take the bull by the horns,* onyesha ujasiri katika shida, jitosa bila woga.

horoscope n. falaki, ramli, unajimu, utabiri kwa kusoma nyota, *cast a -,* piga falaki, piga ramli, piga bao.

horrible a. -a kuogofya, -a kuhofisha, -a kuchukiza, -a kutisha.

horrify v.t. ogofya, tisha, chukiza, kirihi.

horse n. farasi, *put the cart before the horse,* fanya kinyume, *look a gift horse in the mouth,* toridhika na zawadi, dharau zawadi.

hose n. bomba la mpira la kupitia maji.

hospitable a. -karimu takirima.

hospital n. hospitali, —*ity,* n. ukarimu.

host n. mwenyeji, 2. hostia.

hostel n. bweni, nyumba ya wageni.

hostile a. -a adui, enye uhasama, *hostility,* n. uadui, uhasama, ukinzani.

hot a. -a moto, enye moto, -a hamaki, *I am hot,* naona joto, maona jasho, —*blooded,* a. -epesi wa hasira.

hotel n. hoteli.

hound n. mbwa, mtu muovu, - v.t. fukuza, winda,

hour/hunger

sukumiza.
hour n. saa, wasaa, nafasi, *in an evil -,* kwa bahati mbaya.
house n. nyumba, makao, manzili, *keep house,* pata nyumba, *keep open house,* karibisha wageni, *—breaker,* n. mwizi.
hover *(about)* v.i. rukaruka juu, sitasita, kaa kwa wasiwasi.
how ad. je? jinsi gani? vipi? *How do you do?* hujambo? *— ever,* kwa vyovyote
howl v.i. lia (kama mbwa), vuma, guta, bweka - n. mlio, mvumo, kubweka, *—ing,* a. *it was a - success,* ilisitawi sana.
hub n. kitovu cha gurudumu, pahali penye biashara nyingi, *—hub,* n. makelele, ghasia.
huddle v.t. weka vitu ovyo ovyo, tupatupa, *—up oneself,* jikunyata -v.i. *together,* songamana.
hue n. rangi. 2. *raise a hue and cry,* lia huyo! huyo!
hug v.t. kumbatia, ambaa, sogea ufukweni.
huge a. -kubwa sana.
hum v.t. imba (midomo imefungwa) vuma kama nyuki. *To hum and haw,* kusitasita katika kusema, *make things hum,* tia nguvu - n. uvumi.
human a. -a akibinadamu; -a mtu, *—e,* a. -ema, -pole, *—ity,* n. utu, 2. watu wote.
humble a. - nyenyekevu, -adilifu, enye soni, -nyonge - v.t. aibisha, shusha, dhalilisha.
humiliate v.t. tweza, tia haya, tweza dhalilisha.
humiliation n. aibu, tahayuri, haya.
humility n. unyenyekevu, uvumilivu.
humbug n. upuzi, payo
humid a. chepechepe, -nyevu, nyevu, *—ity,* n. unyevu, umajimaji.
humour n. hali ya moyo, uchesh i au ubishi, nia, wazo, *a sense of—,* wepesi wa kuelewa ucheshi, *be good — ed,* wa mkunjufu, wa bashasha, v.t. bembeleza kwa kukubali mashauri.
hump n. kibyongo, nundu, kiduva.
humus n. rutuba ya mbolea ya majani.
hunch n. kinundu, kibyongo **hunchback,** n. kibyongo, -v.t. fanya kinundu.
hundred n. mia, -s, mia nyingi.
hunger n. njaa, - v.i. *(for, after)* taka sana, wania.

hungry a. -enye njaa, akutaka kula.
hunt v.t. winda, saka, winga, —*for,* saka - n. msako, mawindo, —*er,* n. mwindaji, mkaa, mrumba.
hurl v.t. tupa kwa nguvu, vugumiza.
hurry n. haraka, hima, upesi, - v.t. himiza - v.i. enda hima, harakisha, —*scurry,* ghasia, kakara, fujo.
hurt v.t. umiza, atilisha, vuaza, - v.i. uma, umiza, jeruhi, — *the feeling of,* chukiza, udhi, *be* —, umia, umizwa.
husband n. mume v.t. tunza, weka akiba linda, kabidhi, —*ry,* n. ukulima; — *husbandman,* n. mkulima.
hush money rushwa ya kumfanya mtu asitoe siri.
husk n. ganda, go- kumvi, - v.t. hambua, menya, —*y,* a. -a nguvu na afya.
hustle v.t. songa, sukumiza, tekua, kumba.
hut n. kibanda, nyumba.
hybrid a. -a wazazi mchanganyiko, -a kisiriama.
hydraulic a. -a maji, -a kuendeshwa kwa maji.
hyena n. fisi, bakaya.
hygiene n. afya, elimu ya afya, siha.
hymn n. wimbo wa dini.
hyperbolic a. -a kupiga chuku, -kuu, a kuzidisha.
hyphen n. alama hii (-).
hypnotism n. uwezo wa kumtia mtu usingizi ili atende utakavyo, mzugo.
hypnotize v.t. tawala akili ya mtu na kumtiisha, zuga.
hypocrisy n. unafiki, uzandiki, ukauleni.
hypocrite n. mnafiki, ayari, kauleni.

i

I pron. mimi.
ice n. barafu, *break the ice,* anzisha habari, pata kujuana, jasiri katika jambo, *on thin ice,* mashakani au katika hatari — *cream,* n. asikirimu.
idea n. wazo, fikira, dhana, *only an* — ni wazo tu, —*l,* a. -a akilini tu, -a moyoni tu, *(perfect)* bora.
identical, a. -liofanana sawa sawa, *identical twins,* pacha waliofanana sana.

identify, v.t. tambua, —*oneself with,* jishirikisha na, wa moja wao.

identity n. utambulisho, —*card,* kitambulisho, *prove one's identity,* -tambulisha.

idiot n. juha, mpumbavu sana.

idle a. -vivu, -zembe.

if conj. kama, ikiwa, endapo.

ignite v.t. washa, unguza, choma; - v.i. waka, ungua, patwa na moto.

ignition n. mwako, kuwasha, —*key,* n. ufunguo wa gari.

ignorance n. ujinga, ukosefu wa akili, *ignorant,* a. -siojua.

ignore v.t. puza, toangalia, purukusha.

ill a. -gonjwa, -a kuumwa, — *at ease,* -enye wasiwasi, -n. ubaya, *fall ill, be taken ill,* ugua.

illegal a. haramu, siofuata sheria, si sheria.

illicit a. haramu, marufuku, liokatazwa.

illuminate v.t. angaza, eleza, tia nuru, mulika, dhihirisha.

illumination n. mwangaza, nuru, mng'ao.

illusion n. madanganyo, maruweruwe, uwongo.

illusive *illusory,* a. -a kudanganya akili, a kiini macho.

illustrate v.t. eleza kwa mifano, fahamisha kwa dalili, tia vielelezo.

illustration n. maelezo kwa mifano, picha, maelezo, ufafanuzi.

illustrious a. maarufu, mashuhuri, -a sifa, enye utukufu.

ill-will n. uadui, chuki, uhasama.

image n. sura, mfano, *this child is the living image of his father,* mtoto huyu anafanana sana na baba yake.

imaginary a. -a mawazo tu, si -a kweli, a kudhani.

imagination n. dhana, uwezo wa kufanya picha akilini.

imagine v.t. wazia, kisia, piga picha akilini, fikiria.

imbecile, a. -punguani, enye umajununi, -afukani; n. uwehu, punguani.

imitate v.t. iga, nakili, fuatisha, *imitation,* n. uigaji *(likeness)* mfano, madanganyo.

immaculate a. safi kabisa, bila doa, isio makosa, — *conception,* n. kuzaliwa kwa Maria bila dhambi (imani ya Wakatoliki).

immaterial a sio na umbo au mwili sio na maana, sikitu, -a roho, sio na mwili, *it is immaterial,* si kitu, si chochote.

immature a. sio iva, changa,

immeasurable/implement

siokua, isiopevuka.
immeasurable a. - siopimika, kubwa kupita kiasi, sio kiwango.
immediate a. -a mara moja, -a ghafla, sasa hivi, —*ly,* adv. sasa hivi, mara moja.
immense a. -kubwa sana, -ingi mno.
immerse v.t. tosa majini, zamuisha.
immigrant n. mhamiaji, mgeni, mkaaji ugenini.
immigrate v.i. hamia, kaa nchi isiyokuwa yako.
immigration n. uhamiaji, hijira.
imminent a. -a karibu sana, punde.
immoral a. -baya, -ovu, -fisadi, -zinifu, —*ity,* n. ubaya, ouvu, uasharati.
immortal a. -sio kufa, -a kuishi daima, -amilele.
immovable a. sioondoka, -a papo hapo, -siojongea.
immune a. -enye nguvu ya mwili ya kuzuia magonjwa, *immunity,* n, kinga, nguvu ya mwili ya kujikinga na maradhi.
impact n. pigo, kishindo, mgongo; v.t. bana, kaza.
impart v.t. shirikisha, arifu, toa.
impartiality n. unyofu, uadilifu, haki, wasta.
impassable a. -siopitika, *the road is—,* barabara haipitiki.
impatience n. utovu wa subira, haraka, pupa.
impatient a. -enye pupa, -a haraka, enye harara.
impede v.t. zuia, pinga, kinga.
impediment n. kizuizi, pingamizi.
impel v.t. himiza, lazimisha.
impend v.i., karibia, -wa karibu.
impending a. -llo karibu sana, punde tu.
impenetrable a. -siopenyeka, -siotambulikana, enye fumbo.
imperative a. -a amri, -a lazima.
imperfect a. -pungufu, sio kamili, -a kasoro, —*ion,* n. ukosefu, upungufu, dosari.
imperialism n. ubeberu.
imperil v.t. hatarisha.
impermeable a. -siopenyeka, imara.
imperturbable a. - tulivu, shupavu.
impetuous a. -a haraka, -enye pupa, enye harara.
impetus n. nguvu, mkazo, pupa, harara.
implement n. chombo cha kazi, v.t. tekeleza.

implicate v.t. tia hatiani, shirikisha (katika jambo baya) tatiza.

implication n. maana halisi, kidokezo.

implicit a. -a siri, -sio wazi, enye kufungamana na.

implore v.t. omba, sihi, taka radhi, nasihi.

imply v.t. dokeza, onyesha kwa mbali, ashiria.

import v.t. leta vitu toka nchi za nje, agiza bidhaa toka nje, - n. bidhaa toka nje, —*ance,* n. maana, ukubwa, heshima, fahari, —*ant,* a. -a maana, -kubwa, muhimu.

impose v.t. lazimisha, twika, (mzigo) toza.

imposition n. kutoza, lazima, hadaa; kodi, ushuru.

impostor n. jambazi, mtu laghai.

impossible a. -siowezekana, siomudikana.

impossibility n. jambo lisilowezekana, muhali.

imposture n. ulaghai, hila, ujanja.

impotence n. udhaifu, uhanithi.

impotent a. dhaifu, hanithi, legevu.

impoverish v.t. fukarisha, chakaza, tia umasikini, —*ed,* a. maskini, fukara —*ment,* n. umaskini, ukata.

impracticable a. -siofanyika, muhali, siotumika.

impress v.t. piga chapa, tia kitu moyoni mwa mtu, choma, moyo, ingia moyoni -n. chapa, alama, —*ion,* n. chapa, alama, dhana, idadi ya nakala za vitabu, *what is your* —? Unaonaje? nini fikira zako? *make an —,* penya moyoni, **vutia**, shawishi, —*ive,* a. -a **ajabu,** -enye kuingia moyoni, -a kuvutia.

imprest n. fedha apewayo mtumishi wa serikali atumie kwa kazi ya serikali, *apply for an—,* omba fedha au hawala, *retire —,* rudisha fedha ya, *imprest* au risiti za matumizi yake.

imprison v.t. tia gerezani, tia kifungoni, funga, —*ment,* n. kifungo.

improbable a. sio hakika, -a shaka, *I think rain is —,* haielekei mvua.

impromptu a. bila matayarisho kwanza, pasi kufikiriwa kwanza.

improper a. -siofaa, sio na adabu.

improve v.t. endeleza, kuza hali, stawisha, tengeneza. -v.i. endelea, sitawi, nufaika,

improve/inaugurate

improve living conditions, inua hali ya maisha, *—ment,* n. maendeleo, usitawi, matengenezo.

improvise v.t. fanya papo hapo bila matayarisho, fanya kwa haraka bila zana.

imprudent a. sio na busara, bila uangalifu.

imprudence n. ukosefu wa busara.

impulse n. msukumo, shindo, nia ya ghafla, *give an — to,* sukuma mbele.

impulsive a. -a ghatula, -pesi.

impunity n. utovu wa hofu ya adhabu, *do with —,* fanya bila hofu ya kuadhibiwa, ujabari.

impure a. -chafu, sitohara, *impurity,* n. uchafu, najisi.

impute v.t. shtaki, dhania, singizia.

imputation n. msuto, mashtaka.

in prep. katika, *in front of,* mbele ya, *indoors,* nyumbani, ndani, *I am in for,* sina budi, hamna njia ya kukwepa.

inability, n. kukosa nguvu, kutoweza.

inaccessible a. siofikiwa, sioendeka, siopandika.

inaccurate a. sio sahihi, enye kosa, kosefu.

inaccuracy n. kosa, kutokuwa, sahihi.

inactive a. -legevu, siofanya kazi, zito, zembe, vivu.

inactivity n. ukosefu wa nguvu, kutofanya kazi, utepetevu.

inadequate a. siotosha, siofaa, pungufu, haba.

inadequacy n. upungufu, uhaba, udogo.

inadmissible a. siokubalika, siohalali, marufuku.

inadvertent a. zembe, ol angalifu, enye mughafala, si-a kusudi.

inanimate a. fu, sio na uzima, baridi.

inappropriate a. siofaa, sizuri, si wajibu.

inapt a. si stadi, siofaa, siostahili.

inarticulate a. siotamka vizuri, sidhahiri, sioweza kutambulika vizuri.

in as much *as,* conj. kwa kadiri.

inattention n. utovu wa usikizi, uzembe, purukushani, mwapuza.

inattentive a. si angalifu, -zembe, -a kupuuza.

inaudible a. siosikika, embamba sana (sauti) nyororo.

inaugurate v.t. zindua, fungua, ingia.

inborn a. -a asili, -a urithi, -a kimaumbile.
incalculable a. -siopimika, -ingi, siohesabika.
incapable a. sioweza, dhaifu, sio na nguvu.
incapability n. hali ya kutoweza, udhaifu.
incapicitate v.t. sababisha kushindwa kazi, ondolea uwezo.
incapacity n. kutoweza, ukosefu wa nguvu.
incautious a. si angalifu, zembe, sio nadhari, jasiri.
incendiary, n. achomaye moto, mfitini, mbimbirishaji moto.
incense n. ubani, udi, uvumba, ambari, *burn* —, fukiza, tia mafusho; v.t. tia uchungu, udhi, chokoza.
incentive n. kichocheo, motisha, kivutio.
inception n. mwanzo.
incessant a. -a daima, -a sio kikomo.
incest n. zinaa baina ya watu maharimu, binamu, n.k.
inch n. inchi, kipimo cha urefu wa sentimeta 2.54 cm. cha urefu.
incident n. tukio, jambo, kadhia -a. -a tukio, -a matokeo, —*al,* a. -a bahati, -a kufuata, —*ally,* adv. kwa bahati tu.
incise v.t. kata, chanja, tia nakshi kwa kutarizi, au kuchanga.
incision n. kato, chanjo, chale.
incite v.t. chochea, shawishi, amsha, tia chonjo, —*ment,* n. kishawishi, mchocheo, chanjo.
inclination n. mwinamo, maelekeo, mpindo; 2. kuchagua, hiari.
incline v.t. and i. elekeza, inamisha, pinda, enda upande, hanamu, —*be* —*d to,* elekea, penda - v.i. elekea, inamia.
include v.t. tia ndani, wa pamoja, wa sana, changanya.
inclusion n. kitu kilichowekwa ndani, kuwa ndani pamoja.
inclusive. a. -ote pamoja.
incoherent a. -sio shikamana, -a maneno yasiyohusiana, -a kupayuka, *an* — *statement,* usemi usioowana, upayukaji.
incoherence *incoherency,* n. msemo usiofuatana, mpayuko, kupayuka.
incombustible a. -siowaka moto.
income n. kipato, mshahara, chumo, mavuno.

incomparable/indeclinable

incomparable a. -sio na kifani, -sio linganika, -a pekee - a kupita yote.
incompatible a. -siopatana, -siokubaliana na.
incompetent a. -siofaa, -sioweza.
incompetence n. kutoweza, ushindwaji utovu wa uwezo.
incomplete a. si kamili, -si zima, - siotimia, pungufu
incomprehensible a. - siofahamika, sioeleweka, -a tambo.
inconceivable siowazika, -a ajabu, enye kushangaza.
inconsiderable a. -dogo
inconsiderate a. -siojali wengine, a kujiona nafsi yake tu.
inconsistent a. -geugeu, - badilifu, kauleni.
inconsistency n. mageuzi, kutopatana.
inconsolable a. -siofarijika, siotulia.
inconstant a. -geugeu, badilifu, si akuamini.
inconvenience n. usumbufu, taabu, -v.t. sumbua, ghasi, kera, udhi.
inconvenient a. -sumbufu, -siofaa - sio raha.
incorporate v.t. unga, unganisha, changanya.
incorporation n. mwungano, mchanganyo.

incorrect a. -kosefu, si sahihi, -a makosa.
incorrigible a. kaidi, sioonyeka, enye moyo dhaifu.
increase v.t. ongeza, zidisha - v.i. ongezeka, kua, endelea -n. nyongeza, jazo, chumo.
incredible a. -a kushangaza, sio sadikika, ajabu sana.
incredulous a. -siosadiki, -gumu, zito.
incriminate v.t. tia hatiani, chongea, ingiza katika makosa
incubate v.t. tamia mayai.
incubator n. chombo cha kuangulia mayai.
inculcate v.t. sisitiza, fundisha, onya.
incur v.t. pata, patwa, *incur debts,* pata madeni.
incursion n. shambulio, mwingilio wa wageni wa ghafla.
incurable a. sioponyeka. -a kigonjwa ndugu, *in - disease,* ugonjwa usiopona.
indebted a. -enye deni. enye kukuwa, *I am - to you,* napaswa kukushukuru.
indecent a. sio na adabu, sio enye staha, -chafu.
indecency n. utovu wa adabu, ufidhuli.
indecisive a. -a mashaka, si dhahiri, -a wasiwasi.
indeclinable a. -siobadilika, -

a sawasawa.
indeed adv. kwa kweli, halisi, sana, kwa hakika.
indefatigable a. siochoka, siolegea, -a kufuliza, a kuchagiza.
indefensible a. sioweza kulindwa, siolindika.
indefinite a. -sio wazi, *indefinite article, a. an,* mojawapo, *a man,* mtu fulani, *an orange,* chungwa fulani.
indelible a. -siofutika
indemnify v.t. fidia, lipa hasara
indemnity n. malipo ya fidia, ukombozi, machorombozi.
independence n. uhuru, kujitegemea ukinaifu.
independent a. huru, -a kujitawala, enyewe.
indicate v.t. onyesha, elekeza.
indication n. ishara, onyo, uelekeo, alama.
indifference n. ubaridi, ugoigoi, uzembe, kutojali.
indifferent a. baridi, -siojali, kavu wa macho, -zembe.
indigenous a. -a asili, enyeji, -jalia; a mumo humo.
indigestion n. tumbo kujaa, mvimbio.
indirect a. -sionyooka, -sio moja kwa moja -a kuzunguka, a pewa, —*ly,* adv. si wazi wazi, kwa kutokeza tu.
indiscreet a. si -a busara, pumbavu, sio akili.
indiscretion n. ujinga, utovu wa busara, uzembe.
indiscriminate a. siojali tofauti, vyovyote vile, siohitilafisha.
indispensable a. -a lazima, isioachika, -a wajibu.
indisposed a. -gonjwa, *the boy is — to work,* hapendi kazi.
indisposition n. ugonjwa, kujisikia vibaya, uwele; 2. kutoridhika, chuki.
indisputable a. siokanika, bila shaka, enye hakika.
individual a. -moja peke yake, -a kila mtu -a individualize, v.t. tofautisha, ainisha, tenga, —*ism,* n. mfumo wa mtu mmoja, ubinafsi —*ity,* n. nafsi, umoja, umoja moja, —*ly,* adv. kila moja moja, kwa kila mtu pekee.
indoctrinate v.t. kufundisha imani ya dini au imani nyingine kwa msisitizo mkubwa.
indolence n. uvivu, uzembe, ulegevu.
indolent a. -vivu, -tepetevu.
indomitable a. -sioshindika, imara, sio kata tamaa
indoors adv. ndani ya nyumba, katika sehemu ya ndani.
indorse taz. *endorse.*

induct/infiltrate

induct v.t. ingiza, tia kazini.
indulge v.t. endekeza, jumla kwa, achia; —*in,* —*nce,* n. upendeleo, anasa, uzoefu wa kujifurahisha, —*nt,* a. pole, -ema; akupendelea.
industry n. uchumi wa viwanda, utendaji, bidii.
industrious a. -tendaji, -a bidii, hodari.
industrial a. -enye juhudi, -a viwandani, —*ize,* v.t. jenga viwanda; fanya juhudi kuendeleza viwanda.
ineffective a. *ineffectual, a. -*siofaa, sio na njia, hafifu, duni.
inefficiency n. uzembe kazini, ukosefu wa kuweza.
inefficient a. sio stadi, zembe; siofanya kazi vizuri.
inevitable a. sioepukika, -a lazima.
inexact a. si sahihi, -a hitilafu.
inexcusable a. baya mno.
inexhaustible a. siokwisha, -ingia mno, -siochoka.
inexperienced a. sio na mazoea, si fundi.
inexplicable a. sioelezeka, -sioweza kufumbulika, enye tata.
inexpressible a. sioelezeka, enye kushangaza.
infallible a. sioweza kukosa, maasumu.

infamous a. -enye sifa mbaya, -ovu sana, -a kutia aibu.
infamy n. sifa mbaya, fedheha, haya.
infancy n. utoto uchanga.
infant n. mtoto mchanga, ukembwa.
infantry n. askari wa nchi kavu.
infatuate v.t. pumbaza, renga, *be — d with a person,* pumbazwa na mahaba ya mtu, vutiwa sana.
infatuation n. kupumbazika, upendo mkubwa, kurengwa.
infect v.t. ambukiza, eneza —*ion,* n. uambukizo, —*ious,* a. -enye kuambukiza.
infer v.t. ona ni hivyo kwa kujua sababu zake, dhani, hisi kuwa ni hivi, —*ence,* n. kufikiri ni hivyo kutokana na sababu zake.
inferior a. -a chini, duni, hafifu, —*ity,* n. hali duni, kuwa chini, —*ity complex,* n. imani ya kuwa u mtu duni kuliko wengine, hali ya kujidhalilisha.
infest v.t. jaa tele, tapakaa, *a place infested with mosquitoes,* mahali penye mbu wengi.
infidelity n. ukosefu wa imani, ukafiri.
infiltrate v.t. and i. penyeza

infiltration/inhabit

maji n.k. kwenye chujio, jipenyeza; penya, chuja.

infiltration n. mchujo; kuchuja.

infinite a. sio na mwisho, -a milele, *The —,* Mungu.

infinity n. pasipo mwisho, milele.

infirm a. -gonjwa, goigoi, dhaifu, *—ary,* n. hospitali, zahanati, *—ity,* n. ugonjwa, udhaifu, uwele.

inflame v.t. and i. washa, chochea, pandisha hamaki amsha; waka kasirika.

inflammable a. enye kushika moto upesi, -a kuwashika.

inflammation n. mwako wa moto, uvimbe unaochoma, mbimbiriko.

inflammatory a. -enye kuwasha moto, -enye kuchochea fitina.

inflate v.t. vimbisha, tia kiburi, puliza nyeteza.

inflation n. kuvimba, majivuno, kujitwaza, *(economic)* kupanda kwa bei kwa kasi kutokana na kuongezeka kwa fedha bila kuongezeka kwa bidhaa.

inflict v.t. piga, pasisha mateso, tia, *— punishment,* adhibu, *—ion,* n. adhabu, taabu.

influence n. mvuto, ushawishi, athari - v.t. vuta, shawishi, vutia kuelekea msimamo fulani, athiri, shawishi.

influential a. -enye nguvu ya kuvutia kwa maelekeo fulani, -enye madaraka.

influenza n. mafua, ugonjwa wa kamasi.

inform v.t. arifu, pasha habari, julisha, *a well — d person,* mjuvi, mtu wa maarifa mengi, *ant,* mtu aletaye habari; anayetoa taarifa.

Informal a. si -a kawaida, -enye haraka, -a vivi hivi, - bila taratibu.

infuriate v.t. kasirisha, tia uchungu, ghadhibisha.

infuse v.t. miminia, nywesha.

ingenious a. -enye akili, -erevu, juzi, bingwa, arifu.

ingenuity n. ubingwa, ustadi, umahiri, ujuzi, ufundi.

ingenuous a. -nyofu, -adilifu, sio na machachari.

ingratiate v.t. pendekeza, rairai, pemba.

ingratitude n. ukosefu wa shukrani, kutokuwa na fadhili.

ingredient n. kiungo (cha mboga au kitu kingine).

inhabit v.t. ishi katika nchi fulani, kaa katika, *—able,* a. -pa kukalia, a kukaa watu,

— *ant,* n. mkazi, mwenyeji.
inhale v.t. vuta pumzi, vuta hewa, pumuwa.
inhere v.i. fungamana, ng'ang'ania, shikamana, —*nt,* a. -a ndani, -lio ndani.
inherit v.t. rithi, —*ance,* n. urithi.
inhibit v.t. zuia, chelewesha, harimisha, pinza, —*ion,* n. uzuizi, haramu, mwiko.
inimical a. -a uadui, enye kudhuru, enye kushindana.
initial a. -a mwanzo, -a kwanza n. herufi ya kwanza ya jina la mtu.
initiate v.t. anza, anzisha.
initiation n. mwanzo, jando, unyago.
initiative n. -a kwanza, a kuingiza -n. akili ya kuanzisha kitu, *inject,* v.t. ingiza kwa nguvu, penyeza, piga sindano, —*ion,* n. mwingizo, sindano ya dawa, *give an* -, piga sindano.
injuction n. amri, agizo, au hati ya mahakama kumwelekeza mtu afanye au asifanye jambo maalum.
injure v.t. umiza, haribu, vunja, kasiri, onea.
injurious a. -enye madhara, a kulia dhara.
injury n. jeraha, maafa, hasara, maumivu.

injustice n. ukosefu wa haki, udhalimu, jeuri.
ink n. wino, *inkstand, inkwell,* n. kidau cha wino, v.t. paka wino.
inkling n. kidokezo, ishara, *get an — of,* onja, patapata kidogo.
inland a. -a bara, mrima, -a ndani ya nchi, si pwani.
inlet n. mlango, ghuba.
inmate n. mkazi, mkaaji.
inmost a. -a ndani kabisa, chokemtnili.
inn n. hoteli, mgahawa.
innate a. -a asili, -a kuzaliwa, -a kimaumbile.
innocent a. safi, sio na hatia, - siyefanya dhambi, sio dhuru.
innocence n. hali ya kuwa bila hatia, umaasumu.
innocuous a. -sioumiza, sio na madhara, zuri.
innovate v.i. fanya upya, zua, geuza.
innovation n. uzushi, mambo mapya, mabadiliko.
innumerable a. siohesabika, ingi kupita kiasi.
inoculate v.t. chanja ndui n.k.
inoculation n. chanjo ya ndui.
inoffensive a. -si kali, -pole, rahimu.
in-patient n. mgonjwa wa ndani.

inquest n. uchunguzi wa kisheria, baraza ya uchunguzi juu ya sababu za tukio fulani.

inquire v.t. chunguza, tafiti, saili hoji, -v.i. uliza, *after,* ulizia hali, —*into,* chunguza, *inquiry,* n. uchunguzi, *hold an inquiry into,* tafuta habari za.

inquisitive a. -pekuzi, pelelezi, jasusi, dadisi.

ins and outs n. vipengee, *he knows all the ins and outs,* anajua habari zote.

insane a. -enye wazimu, afukani, majinuni, mwehu, enye kichaa.

insanity n. wazimu, kichaa.

insatiable a. siotosheka.

inscribe v.t. andika, chora.

inscription n. mwandiko, andiko; maneno.

insect n. mdudu, *insecticide,* n. dawa ya kuua wadudu.

insecure a. -sio salama, -enye hatari.

insecurity n. hatari, mashaka, udhaifu.

insensible a. -siohisi, -dogo sana; sioonekana, *insensible to pain,* siosikia uchungu.

insensibility n. hali ya kutosikia au kutoona uchungu.

inseparable a. siotengeka, sio changukana.

insert v.t. tia ndani, ingiza, pashia, chomeka, —*ion,* n. mwingizo, kuchomeka.

inside a. *and* n. -a ndani, ndani, *turn — out,* geuza ndani kuwa nje, pindua.

insight n. busara, akili, fahamu.

insignificant a. duni, -nyonge, ghafi, dogo, hafifu.

insincere a. -si aminifu, -dinganyifu, - rafiki.

insincerity n. udanganyifu, unafiki, hila.

insinuate v.t. dokeza, ingiliza, fumba, fumbia, penyeza kwa hila.

insinuation n. kidokezo, uchochezi.

insipid a. sio na ladha, -a kupooza, baridi, sio chapukia; n. uchapwa, dufu.

insist *(upon)* v.t. and i. shikilia, sisitiza, chagiza.

insolence n. ufedhuli, ujeuri, sodai.

insolent a. jeuri, fidhuli, kosefu wa adabu, safihi.

insoluble a. sioyeyuka, -a fumbo, gumu.

insolubility n. hali ya kutoyeyuka, hali ya kutofumbuka.

insolvent a. sioweza kulipa deni, enye usuta, -a kufilisika.

insomnia/insupportable

insomnia n. kukosa usingizi.
inspect v.t. kagua, tazama, chungua, —*ion,* n. ukaguzi, uangalizi, —*or,* n. mkaguzi, msimamizi.
inspire v.t. vuta pumzi, tia akilini mwa mtu, tia moyoni, ongoza.
inspiration n. pumzi, maongozi.
instability n. pumzi, maongozi.
install v.t. weka kazini, weka, tia, —*ment,* n. kuweka kazini, kulipa kidogo kidogo.
instance n. mfano, *for* —, kwa mfano, mathalan, *in the first* — kwanza, *at your* — *he did it,* alifuata ushauri wako; v.t., -taja, nena.
instant a. -a mara moja, -a hapo hapo, -a ghafla, *in an* —, *instantaneously,* ghafula, sasa hivi, punde tu.
instantaneous a. -a mara hiyo, -a pale pale.
instead of adv. badala ya.
instigate v.t. chochea, anzisha, vuta, tia chonjo.
instigation n. kichocheo, uchochezi, ushawishi.
instigator n. mchochezi, mchonganyishi, fitina.
instil v.t. tia pole pole, fundisha kidogo kidogo.
instinct n. silika, tabia, hizia, —*ive,* a. -a tabia, -a silika, enye hisi za ghafla.
institute n. taasisi, chuo - v.t. anzisha, weka, simamisha.
institution n. jamii, shirika, uanzisho.
instruct v.t. funza, fundisha, amuru, agiza, —*ion,* n. mafunzo, maelekezo, mwongozo, —*ive,* a. -enye mafundisho, -a kufaa kwa maadili, —*or,* n. mwalimu, fundi.
instrument n. chombo, kitu, a. —*al,* a. -a kutendea kazi, —*ality,* n. matumizi, nguvu, njia, *he was instrumental,* alitumika.
insubordinate a. -kaidi, -halifu, asi.
insubordination n. ukaidi, maasi.
insufficient a. -chache, -siotosha, siofaa.
insufficiency n. uchache, upungufu.
insulate v.t. tenga, funika kwa mpira ili kukinga umeme usitoke.
insulation n. chombo cha kukinga umeme.
insult n. matusi, usafihi; - v.t. tukana, fanya jeuri, fidhulikia, —*ing,* a. -a matusi, jeuri, safihi.
insupportable a. -siovumilika, baya, siochukulika.

insure v.t. patia bima, wekea bima.
insurance n. bima.
insurmountable a. sioshindika, sioondoleka; kubwa mno.
insurrection n. maasi, fitina, adj. -asi, -fitini (-a kufitini).
intact a. -zima, kamili, -ote.
integrate v.t. unganisha, jumlisha, kamilisha.
integrity n. ukamilifu, unyofu.
intellect n. akili, —*ual,* a. -a akili, a kufahamu.
intelligence akili, busara, ufahamu, wangavu, maarifa.
intelligent a. -enye akili, -angavu, tambuzi.
intend v.t. kusudia, nuia, azimu.
intense a. kubwa au kali sana, -a kuzidi mno, *intense heat,* joto kali.
intensify v.t. ongeza nguvu, zidisha sana, - v.i. pata nguvu, ongezeka, zidisha.
intensity n. mkazo, bidii, ukali.
intensive a. -a kuzidisha nguvu, -a juhudi kubwa, enye uangalifu zaidi.
intent n. nia, *to all intents and purposes,* kweli, barabara -a. -enye bidii, —*ion,* n. nia, *well intentioned,* enye nia njema, —*ional,* a. -a makusudi, —*ionally,* adv. makusudi, kwa makusudi.
interact v.i. husiana, tendeana, —*ion,* n. kitendo cha kutendana.
intercede v.i. *(for),* ombea, tetea, gombea.
intercession n. maombezi.
interchange v.t. and i. badilishana.
intercourse n. mazungumzo, biashara, *sexual,* —, kulalana, jamiana.
interdict v.t. kataza, piga marufuku, pinza, zuia.
interest n. moyo wa kufanya kitu, bidii, raghaba, *take no — in,* tojali, tokuwa na raghaba, *he takes no — in her,* hampendi, *listen with lively —,* sikiliza sana, *get on by —,* pendelewa, *in the — of,* kwa faida ya 2. faida juu ya fedha benki, *5% interest,* tano kwa mia faida - v.t. tia moyo, tamanisha, —*ing,* a. enye kupendeza.
interfere *(with)* v.i. jiingiza, jitia kati, —*nce,* n. kujitia kati, vurugu.
interior a. and n. ndani, -a ndani.
interjection n. neno la mshangao, mfano *loo, kumbe!*
intermediary n. mjumbe, -a kati, wasta.

intermediate a. a kati, -a wasta.

intermingle v.t. changanya, biganya, - v.i. changamana, shirikiana.

intermission n. muda wa kati.

intermittent a. -a vipindi, — *fever,* homa ya vipindi.

internal a. -a ndani, -jambo lenyewe hasa.

international a. -a mataifa, -a kimataifa, enye kufaa kokote.

interpret v.t. fasiri, fafanua, eleza maana, —*ation,* n. tafsiri, maelezo, maana, —*er,* n. mkalimani, mtarijumani.

interrogate v.t. hoji, saili, dadisi.

interrogation n. swali, mahojiano, *point of interrogation,* alama ya kuuliza (?).

interrupt v.t. dakiza, katiza, ingia kati, kata kauli, —*ion,* n. madakizo, katizo, kuingia kati.

intersect v.t. katakata, kingamana, pambana, —*ion,* n. sehemu.

interval n. nafasi, kati ya vitendo, hatua, kati ya mambo mawili, *at* —*s,* kwa vipindi.

intervene v.i. jitia kati, ingia kati.

intervention n. uamuzi, kujitia kati, uwasta.

interview n. mahojiano, mkutano wa baadhi mbili - v.t. hoji ili kumwelewa mtu au kupata habari fulani.

intestines n. matumbo, chango.

intimacy n. urafiki, *sexual —,* ngono.

intimate a. -a moyoni, *an - friend,* msiri, *intimate knowledge,* kujua vizuri sana.

intimidate v.t. ogofya, tia hofu, tisha.

intimidation n. kitisho, hofu.

into prep. katika, -ni, ndani ya.

intolerable a. siovumilika.

intolerance n. kutovumilia, kutokuwa na subira.

intoxicate v.t. levya, rusha akili.

intoxicant n. kileo, ulevi.

intricate a. -enye kutatanisha, gumu, -a shughuli nyingi.

intrigue v.i. tumia hila - v.t. kanganya, hila werevu.

introduce v.t. julisha, ingiza kitu nchini kwa mara ya kwanza, anzisha, *the Arabs introduced Islam into Africa,* Waarabu waliingiza Uislamu Afrika.

introduction n. mwanzo, dibaji, utangulizi, *letter of introduction,* barua ya kumtambulisha mtu.

intrude v.i. ingiza ndani bila ridhaa, ingia pasi hodi, jipenyeza -v.t. ingiza kwa jeuri —*r,* n. mdukizi.

intrusion n. udukizi, kujiingiza.

intuition n. ujuzi au wazo linalozuka akilini ghafula, kuona kwa akili.

intuitive a. -a mara moja, -enye kuona mara moja akilini.

invade v.t. shambulia, piga vita, ingia kwa kushitua, —*er,* n. adui, mgomvi.

invalid a. -gonjwa, siofaa, batili, —*ate,* v.t. tangua, batilisha, —*ity,* n. utovu wa nguvu, utebwereko.

invaluable a. -enye thamani sana, sio kadirika kwa thamani.

invariable a. siobadilika, a sawasawa siku zote.

invasion n. shambulio.

invent v.t. vumbua, buni, anza, —*ion,* n. uvumbuzi, uanzilishi, ugunduzi, —*ive,* a. -elekevu, -vumbuzi, —*ory,* n. orodha, daftari.

inverse a. -a kinyume, enye kupinduka, a hitilafu.

inversion n. ugeuzi, mapinduzi, mbadiliko.

invert v.t. pindua, geuza, badili -*ed* commas alama hizi (" ").

invest v.t. weka fedha kwenye miradi kwa faida, tega uchumi, —*in a car,* nunua gari.

investigate v.t. fanya uchunguzi, peleleza.

investigation n. uchunguzi, upelelezi.

investment n. kitega uchumi.

invincible a. sioshindwa, siowezekana kushindwa.

inviolable a. safi, sioharibika.

invisible a. sioonekana.

invitation n. mwaliko, wito, makaribisho.

invite v.t. alika, ita, karibisha.

invoice n. waraka wa kudai fedha kwa mali iliyokwisha nunuliwa; ankara.

invoke v.t. omba, sihi, omba toba mbele ya Mungu.

involve v.t. ingiza mtu shaurini, tia mtu katika jambo fulani, *be involved,* husika, wa sababu ya.

inward a. -a ndani, —*ly,* adv. kwa ndani, moyoni, —*s,* adv. ndani.

iodine, n. dawa ya vijeraha vipya, joto.

irascible a. -epesi wa hasira.

iron n. chuma, *put in irons,* tia pingu, *strike while the iron is hot,* fanya upesi usichelewe, udongo upate ulimaji, *have too many irons in the fire,* wa

irony/ivory

na mambo mengi pamoja, *iron-bar,* mtaimbo.

irony n. matumizi ya maneno kwa nia ya kutoa maana kinyume, k.m. tajiri kwa maana ya fukara.

irradiate v.i. toa mwanga kila upande, toa mwangaza, tia nuru - v.t. angaza.

irradiation n. mwanga, nuru.

irrational a. -pumbavu, sio na maana.

irreconcilable a. sioweza kupatanishwa, a mbali mbali.

irrecoverable a. siopatikana tena.

irredeemable a. siookoleka.

irregular a. si sawa, liopotoka, siofuata taratibu, —*ity,* n. utovu wa mipango, kutokuwa na utaratibu.

irrelevant a. siofaa, siofungamana, akutofuatana.

irrelevancy n. hali ya kutofaa.

irremovable a. imara, sio hama hama.

irreparable a. siorekebika, isotengenezeka.

irreproachable a. siolaumika, sio na kosa, adilifu.

irresistible a. sioweza kuzuilika, a kushinda yote.

irresponsible a. siotumainika, -zembe.

irrigate v.t. tilia maji shamba kwa mifereji, mawagilia maji; osha kijaraha.

irrigation n. umwagiliaji maji katika mimea.

irritate v.t. chokoza, udhi, sumbua, kasirisha.

irritable a. -epesi wa hasira, -enye hamaki.

irritation n. chuki, maudhi.

irruption n. kisiwa, fungu.

isolate v.t. tenga, *isolation,* n. upweke.

issue v.t. toa, - v.i. toka, tokea, pa, -n. tokeo, jambo, kisa, toleo, *Join issue with,* shindana na.

it pron. kitu kisichotajwa, *it is not true,* si kweli, *do you like it?* Je, unakipenda?

itch n. upele, - v.i. washa, nyegea, —*ing,* n. mnyegeo, uchu, *have an itching for,* taka sana.

item n. kitu kimoja.

itinerary n. utaratibu wa safari, ratiba.

its a. -ake (kitu), *itself, pron.* -enyewe (kitu), *by itself,* peke yake.

ivory n. pembe, mwiro.

j

jack n. jina la mtu; baharia; mzungu wa tatu katika karata, *every man Jack,* kila mtu, *before you could say Jack Robinson,* kufumba na kufumbua, punde si punde, *jack of all trades,* mtu awezaye kazi zote.

jackal n. mbweha.

jackass n. punda dume, mpumbavu.

jacket n. koti, *to dust a person's —,* kumpiga.

jack-fruit n. fenesi, mfenesi - *Jack fruit tree,* mfenesi.

jail (gaol), n. gereza, mahabusi.

jam n. matunda yaliyopikwa na sukari v.t. bana, kwamisha, saki - v.i. kwama, sakama - n. msongamano, mgandamizano; e.g. *traffic jam,* msongamano wa magari.

janitor n. bawabu, mngoja mlango.

jar n. mtungi, gudulia, balasi - v.i. toa sauti ya mkwaruzo, - v.t. paruza, kwaruza, sukasuka - n. kishindo, *the news gave me a nasty jar,* habari ilinishitua vibaya.

jargon n. lugha ya vuruguruvugu, maneno ya mchanganyiko.

jaundice n. ugonjwa wa njano.

jaw n. taya, kinywa.

jealous a. enye -wivu, *be -,* ona wivu.

jealousy n. wivu, kijicho.

jeer v.i. dhihaki, bera, fanya mzaha; -n. dhihaka, utani, mzaha.

jelly n. ute mzito, kitu kitamu kifananacho na haluwa.

jeopardize v.t. hatarisha, ponza, tia mashakani.

jeopardy n. hatari, mashaka.

jerk v.t. rusha, vuta, tapa, kutua - v.i. shtuka, jongea ghafla, - n. mshituo, mkutuo.

jest n. mzaha, utani - v.i. fanya mzaha, tania, dhihaki.

jet n. kivugulio, mruko 2. aina ya jiwe jeusi sana, jigija, litumikalo kufanyia mapambo 3. - bomba la kutolea maji au mvuke.

jewel n. kito, johari.

jigger n. funza, chepu, tekenya; 2. chombo cha kuchujia mchanga wa madini, chekeche, chujio; 3. - fimbo ya kuchezea gofu.

job n. kazi, *that's a good job,*

jog/junk

vizuri sana, *out of job,* wa bila kazi.

jog v.i. kimbia, polepole kwa mazoezi; v.t. piga kikumbo, shtua, pamia, tia mdukuo, *go on jogging, jog along,* enda mfululizo kwa mazoezi.

join v.t. unganisha, fanya kuwa moja; - v.i. ungana, kutanika, changanyika, —*ery,* n. useremala, —*t,* n. kiungo, *be out of joint,* teguka, —*tly,* adv. pamoja

joke n. mzaha, utani, masihara - v.i. fanya mzaha, dhihaki, —*r,* n. mcheshi, damisi.

jolly a. -a furaha, changamfu, enye bashasha; v.t. pemba, danganya.

jolt v.t. shtua, tikisa, sukasuka, - v.i. tikisika, -n. mshtuo, kishindo, kumbo.

jostle v.t. songa, piga kumbo, sukuma.

jot n. nukta, *Not a jot,* hata kidogo - v.t. andika ukumbusho kwa muhtasari.

journal n. gazeti, jarida, —*ism,* n. elimu ya mtungo wa habari, —*ist,* n. mwandishi wa habari.

journey n. safari, msafara mwendo.

joy n. furaha, shangwe, sherehe, —*ous,* a. -a furaha, enye shangwe, — *ful,* a. -enye furaha.

judge n. jaji, hakimu, - v.t. hukumu, —*ment,* n. hukumu, amri.

judicial a. -adilifu, -enye haki, sawa.

jug n. mdumu, guduria.

juggler n. mwerevu, mcheza viini macho, mfanya mazingaombwe, —*y,* n. kiinimacho, mazingaombwe.

juice n. juisi, maji ya matunda, utomvi.

jumble v.t. changanya, vuruga, boronga - n. fujo, vurugu.

jump v.i. ruka, chupa, shtuka; - v.t. kiuka, acha, — *at, an offer,* pokea kwa furaha, — *out,* toka upesi, - *in,* ingia upesi, — *on,* panda upesi, — *down,* shuka upesi, *the price has jumped,* bei imepanda ghafula, - n. mruko, mshtuo n. mwungano, kiungo.

juncture n. hali ya wakati wa jambo, *at this —,* mambo yalivyo sasa.

Junior a. -dogo, -a chini; n. mdogo (kwa umri au kwa cheo).

jungle n. kichaka, msitu, pori.

junk n. takataka;

uchafuchafu, vikorokoro visivyo thamani.

jurisdiction n. mamlaka, amri.

jury n. baraza la wazee, baraza la maasesa.

just a. -enye haki, -nyofu, -liostahili - adv. sawasawa, vivi hivi, *just now,* sasa hivi, *he is just gone,* amekwenda sasa hivi, *just what he wanted,* ndivyo alivyotaka, —*ice,* n. haki, maadili, —*ification,* n. sababu, hoja, —*ify,* v.t. thibitisha kuwa ni haki, ridhisha kuwa ni sawa, *nobody is justified in taking revenge,* hamna haki ya kisasa.

juvenile a. -a watoto, -a kitoto, -n. kijana, mtoto.

k

keen a. hodari, - kali, *be keen on,* penda, taka sana, —*ness,* n. bidii, ukalifu, juhudi.

keep v.t. *(kept),* tunza, linda, weka, hifadhi, *it will keep,* haiozi, *keep at home,* kaa ndani, *keep company,* zungumza, *keep in view,* angalia, tunza, *keep on,* fuliza, endelea *keep one's bed,* lala, *keep watch over,* linda, -n. chakula, —*ing,* linda, *be in keeping with,* kubaliana, *be out of keeping with,* si sawa na.

ken n. ujuzi, *it is beyond my ken,* sijui v.t. jua, fahamu, tambua.

kernel n. kiini, kokwa, kisa.

kerosene n. mafuta ya taa.

kettle n. birika, buli.

key n. ufunguo, - v.t., *key up,* chochea, — *hole,* n. tundu la ufunguo, —*note,* n. sauti ya msingi, sauti ya kufuata.

kick v.t. piga teke, - v.i. kaidi *kick up a dust,* fanya ghasia *kick off,* anza, anzisha.

kid n. mwanambuzi, - v.t. laghai, danganya, — *nap,* v.t. iba mtoto, chukua kwa siri, — *ney,* n. figo.

kill v.t. ua, fisha, - n. windo, — *er,* n. mwuaji, jahili, —*joy,* n. mtu aondoaye furaha.

kiln n. tanuru, tanu.

kilo *kilogramme,* kilo moja.

kin n. ukoo. *kinship,* n. ukoo, mlango, uzawa.

kind n. jinsi, aina, *pay in kind,* lipa mali kwa mali, *all kinds of,* namna zote, *of what*

kindergarten/labial

kind? - a namna gani? - a. -ema, -pole, —*ly*, adv. kwa wema, *would you kindly...* tafadhali —*ness*, n. wema.

kindergarten, n. shule ya watoto wadogo, shule ya malezi.

kindle v.t. washa, tia moto, tamanisha, - v.i. waka; panda hamaki.

king n. mfalme, —*dom*, n. miliki, ufalme.

kinsfolk ukoo, ndugu.

kinship ujamaa, ukoo, mlango.

kiss v.t. busu, donea, - n. busu.

kit n. vyombo (vifaa, zana) vya askari au msafiri, vifaa vya hema.

kitchen n. jiko, meko, —*range*, jiko la kisasa.

kite n. tiara, kishada.

kitten n. mwanapaka.

knack n. ubingwa, wepesi, ustadi.

knapsack n. mkoba, shanta, bahasha.

knave n. mjanja, ayari, —*ry*, n. ujanja, ulaghai; mzungu wa tatu katika karata.

knead v.t. kanda mwali (unga, mwili, n.k.).

knee n. goti, futi, —*deep*, -a mpaka magotini.

kneel *(knelt)*, v.i. piga magoti.

knife n. kisu, sime, puchari, *(pl. knives).*

knob n. nundu, fundo.

knock v.t. and i. gonga, bisha hodi, *knock up*, amsha, *knock down*, angusha, *knock on the head*, komesha, piga kichwani -n. pigo, —*out*, n. pigo la mwisho la ushindi.

knot n. fundo, *ty*, a. enye mafundo.

know *(knew, known)*, v.t. and i. jua, fahamu, *know of*, wa na habari, —*ledge*, n. elimu, *to the best of my -*, kadiri nijuavyo, *Make known*, tangaza.

knuckle n. konzi, *rap with the -s*, piga konde.

l

l. n. herufu ya kumi na mbili katika alfabeti na ambayo ina maana ya 50 katika hesabu za Kirumi.

label n. kitambulisho cha mizigo, lebeli - v.t. bandika, *"label".*

labial a. -a midomo, sauti

itokanayo na mguso wa midomo.

laboratory n. labo, mabara.

labour n. kazi, *labour and capital,* wafanyakazi na mabepari - v.t. fanyakazi, *(woman),* sikia uchungu wa kuzaa, eleza sana, —*er,* n. mfanyakazi.

lace n. ukanda.

lack n. ukosefu, - v.t. kosa, pungukiwa na.

laconic a. -a maneno machache, a kimya.

lad n. kijana, mvulana, barobora.

ladder n. ngazi, daraja ya kupandia, kidato.

lade v.t. pakia shehena, *laden,* a. -enye shehena, *lading,* n. shehena, *bill of lading,* cheti cha kuonyesha shehena iliyopakiwa chomboni.

ladle n. upawa, ukasi, kata, - v.t. *(out),* chota kwa upawa, au kwa kata.

lady n. bibi, mwana, nunu.

lag v.t. kawia, baki nyuma!

laid taz. *lay.*

lain taz. *lie v.i.*

lair n. tundu, pango (hasa kwa wanyama mwitu.

lake n. ziwa (maji).

lamb n. ziwa (maji).

lamb n. mwana-kondoo, nyama ya kondoo mchanga.

lame a. enye kulemaa -a kuchechemea, chopi.

lament v.i. omboleza, lia; weka matenga, *ation,* n. maombolezo, kilio.

lance n. mkuki, fumo, ukonzo - v.t. choma kwa mkuki, tumbua.

land n. nchi, ardhi, mrima, *by land,* kwa njia ya nchi kavu - v.t. shusha, - v.i. shuka *landed property,* mashamba - *mark,* n. alama ya mpaka, kitu kikubwa, — *scape,* n. picha au sura ya nchi, mandhari.

lane n. kijia, ujia (mwembamba), *it is a long lane that has no turning,* hakuna refu lisilo na ncha.

language n. lugha, msemo, maneno, *bad language,* matusi.

languid a. -tepetevu, -legevu.

languish v.i. nyongony'ea.

lantern n. fanusi, taa ya chemni; kandili.

lap n. paja, *live in the lap of luxury,* kaa maisha ya anasa, *take in the lap,* pakata; v.t. zungusha, funika; 2. nywa kwa pupa.

lapse v.i. potoka, potea.

lard n. mafuta, shahamu hasa ya nguruwe; v.t. tia mafuta kuongeza.

leaf/legend

(ied), ongoza, *take the lead,* ongoza - v.i. tangulia, *it leads to,* inaelekea, *lead astray,* potosha, —*er,* n. kiongozi.

leaf *(leaves),* n. karatasi, jani, ukurasa, kataa, gombo, *turn over a new leaf,* ongoka.

leak v.i. vuja, gumbuka, julikana, *leak out,* julikana, toboza — *age,* n. mvujo.

lean a. -embamba, -gofu, sionona - v.i. tegemeza, *lean on, against,* egemea, tegemea, *lean to, towards,* elekea, ina mia, pendelea.

leap v.i. *(leapt, leaped),* ruka, chupa, randa, *leap at,* pokea kwa furaha, pokea kwa shangwe, *look before you leap,* fikiri kabla ya kutenda - n. mvuko, *by leaps and bounds,* upesi sana, *leap year,* n. mwaka mrefu.

learn v.t. *(learnt, learned),* jifunza, zoea, arifiwa, julishwa, *a learned man,* mwanachuoni, -alimu —*er,* n. mwanafunzi, —*ing,* n. elimu, taalimu, maarifa.

lease v.t. pangisha, kodisha, - n. hati ya kukodi shamba, n.k. *let on* —, pangisha, *take on* —, panga, — *hold,* n. kitu kilichokodiwa, hati ya kumiliki kiwanja, n.k.

least a. and adv. -dogo kuliko, -ote, *at least,* walau, iwayo yote.

leather n. ngozi.

leave n. ruhusa, likizo, livu, mapumziko, *take leave of,* aga - v.t. and v.i. *(left),* ondoka. *He left this morning,* aliondoka leo asubuhi, *did you leave some for me?* Je, umenisazia chochote? *there is some left,* kumebaki kidogo, kipo kiasi.

leaven n. chachu, hamira.

lecture n. hotuba, huluba, mhadhara - v.t. hutubu, hadhiri, — *r,* n. mwalimu wa chuo kikuu, mhadhiri.

left a. -a kushoto, *keep left,* pita kushoto, *to the left, turn left,* pita kushoto, *on the left-hand side,* upande wa kushoto, *left-handed,* mwenye kutumia mkono wa kushoto badala ya wa kulia.

leg n. mguu, *have no leg to stand on,* shindwa, *pull one's leg,* tania, *on one's last legs,* mwisho wa nguvu za mtu.

legacy n. urithi, *leave a legacy to,* usia.

legal a. halali, — *ity,* n. uhalali, —*ize,* v.t. halalisha, pa haki.

legend n. hadithi, hekaya, kigano, (ngano), — *ary,* a. -

145

large a. -kubwa, ladha; tia nahau katika kusema, *a large heart,* moyo mkuu, mkarimu *at large,* kwa maneno mengi, *set at large,* fungulia, *be at large,* wa huru.

larva n. buu, kiluwiluwi.

larynx n. kipandasauti.

lascivious, a. -zinifu, tongozi, malaya.

lash v.t. piga mjeledi tandika, charaza - n. pigo mcharazo, mchapo.

lass n. msichana, mwanamwali.

last a. mwisho, lionyuma kabisa 2 liobaki k.m. *shilling,* shilingi ya mwisho, 3 hitimisho, *word in an argument,* neno la mwisho katika mjadala, tahatimu - v.t. kudumu. n. chuma cha fuame 2. kigezo cha kufanzia kofia taribushi au kupimia viatu.

late a. -liochelewa, *he was late,* alichelewa, *of late, lately,* siku hizi, hivi karibuni, *the lattest fashion,* mtindo wa kisasa.

latent a. liofichwa, -a ndani; lio bado kukomaa.

lather n. povu la sabuni, jasho.

latin a. -a kirumi, lugha ya kilatini.

latitude n. nafasi.

latrine n. choo, *go to the —,* enda msalani.

latter a. -liochelewa zaidi, taz. *late.*

laugh v.i. cheka, furahi, *— at,* cheka, *laugh in a person's face,* dharau, *laugh in one's sleeves,* cheka kwa siri - n. kicheko, *— ing stock,* mpumbavu *— ter,* n. kicheko.

launch v.t. anzisha, shusha, - v.i. anza, jitoa.

laundry n. kwa dobi, udobi

lavatory n. josho, choo, *go to the —,* enda chooni.

lavish v.t. toa kwa wingi, tapanya -a. -ingi mno.

law n. sheria, amri, hukumu *go to law,* shtaki, *—ful,* a. halali, *—less,* a. -potovu, *-suit,* n. daawa, madai, *—yer,* n. mwanasheria, wakili.

lax a. -zembe, legevu, *— ative,* n. dawa ya kuharisha, *— ity,* n. ulegevu, upotevu.

lay v.t. *(laid, lain),* laza, *lay hands on, lay hold of,* kamata, shika, *lay open,* funua, *lay wait for,* otea, vizia, *lay waste,* haribu, poteza, *lay eggs,* taga mayai, angua - n. sura, *lay of the land,* sura ya nchi, *—er,* n. safu, tabaka.

lazy a. -vivu, -legevu.

lead n. risasi, bildi, timazi - v.t.

legible/levy

a hekaya, si a hakika, -a kughushi.
legible a. -a kusomeka, -a dhahiri.
legion n. jeshi la askari (kirumi).
legislate v.i. tunga sheria.
legislation n. sheria, *legislator,* n. mtoa sheria.
legitimate a. halali, -a haki.
legitimacy n. uhalali.
leisure n. faragha, wasaa, nafasi, —*ly,* adv. kwa faragha, kwa nafasi.
lemon n. limau, —*ade,* n. maji ya limau.
lend *(lent),* v.t. azima, *lend a hand,* saidia, *lend an ear,* sikiliza, *it lends itself to,* inafaa kwa.
length n. urefu, *atlength,* baadaye, kwa kirefu, *at full length,* kamili, yote, *go to great lengths,* jaribu kila njia, jitahidi uwezavyo, *keep at arm's length,* kataa urafiki na, —*en,* v.t. ongeza urefu, - v.i. zidi urefu, — *wise,* adv. kwa urefu, kirefu.
lenient a. -pole, a huruma, *leniency,* n. upole, huruma.
lens n. darubini, kioo cha nguvu za kuonea.
lent kwaresima, mfungo wa siku arobaini.
leopard n. chui.

leper n. mkoma, *leprosy,* n. ukoma, barasi.
less a. and adv. -dogo zaidi, pungufu, *less than,* dogo kuliko, *less by,* kasoro, —*en,* v.t. punguza.
lesson n. somo, funzo, sura. *teach one a lesson,* mpe fundisho asirudie tena.
lest *conj.* -isiwe, *lest you lose your money,* usije ukapoteza fedha.
let v.t. acha, pa ruhusa, ruhusu; pangisha, kodisha, *let us go,* twende, *let alone,* acha, licha ya, *let down,* shusha, danganya vunjia itibari, *let in,* karibisha, ingiza ndani.
lethal a. -a kufisha, enye kuua.
letter n. barua, waraka, herufi, *to the letter,* kabisa, a man of letters, mtaalamu.
level a. sawa, a kiwango sawa *one's level best,* kadiri ya uwezo wake - n. usawa wa nchi, *on a level,* sawa, *on different levels,* usawa, viwango mbalimbali - v.t. sawazisha.
lever n. wenzo, mtaimbo, mchemo, msaha —*age,* n. nguvu ya mtaimbo.
levity n. purukushani, uzembe, sodai.
levy n. mchango, kodi; v.t.

toza kodi, changa.
lewd a. -zinifu, -chafu, - asherati; n. uzinifu, uasharati, upujufu.
liability n. wajibu, deni, uwajibikaji, madaraka; jukumu.
liable a. -enye wajibu, -a kuweza kuwa, -a kuwajibika, *be — to,* elekea kwa.
liar n. mwongo, mzandiki; kizabizabina.
libel n. kashifa, masingizio, kashifa; v.t. zulia hure, kashifu, chongea.
liberal a. -karimu, paji, ema, enye hisani, -a kufadhili, bora.
liberate v.t. komboa, fungua, achilia, toa utumwani.
liberation n. ukombozi, uokozi *— movement,* harakati za ukombozi.
liberty n. uhuru, huruma, *be at -,* wa huru.
librarian n. mfanyakazi maktaba, mkutubi.
library n. maktaba, mahali pa kusomea.(jengo au chumba)
lice *(sing. louse)* n. chawa.
licence n. ruhusa, hati, cheti, *driving —,* leseni ya udereva.
lick v.t. ramba, komba, *lick into shape,* fanyiza vizuri, *— ing,* n. tendo la kuramba, ukombaji.
lid n. kifuniko, kizibo; 2. ukope; 3. kofia, helmeti, pama.
lie n. uwongo, uzushi, *tell a lie,* sema uwongo; v.i.; zua, ongopa, *give the lie to,* kanya; onya uwongo - v.i. *(lay, lain),* lala, jinyosha, jitambaza, *lie in wait for,* otea, vizia. - n. hali, *the lie of the land,* hali ya nchi ilivyo.
lieu n. badala, *in lieu of,* bada la ya; mahali pa.
life n. (pl. lives), uzima, uhai, maisha, *have the life of,* ua.
lift v.t. inua, nyanyua, kweza, -n. msaada, muawana.
light n. nuru, mwaga, *bring to light,* onyesha, toa hadharani -a. -enye mwanga - v.t. *(lighted, lit),* angaza, washa, koka (agh. moto), *—en,* v.t. angaza, - v.i. toa nuru, *— ning,* n. umeme, *—s,* n. maarifa, *his lights,* ajuavyo - a. -epesi, - dogo, sahali, *make light of,* dharau, tupilia mbali, *— en,* v.t. fanya epesi, *—en,* v.i. pungua, pojaa, *—ly,* adv. kwa urahisi, kwa wepesi, *— ness,* n. wepesi - v.i. shuka, tua, pungua.
like v.t. penda, chagua, *as you*

like, hiari yako, —*n.* kifani - *a.* -a kufanana na, enye kulingana, *be like,* fanana, — *hood, n.* uwezekano, *there is a —,* huenda, labda, —*ly, a.* yumkini, *it is —,* huenda ikawa, — *wise, adv.* vivyo hivyo, kama, —*ing, take a liking to,* penda.

lily n. ua zuri, yungiyungi.

limb n. kiungo cha mwili, sehemu ya kiungo.

lime n. chokaa, *bird-lime,* n. ulimbo; 2. ndimu.

lime light n. mwanga mkubwa, nuru nyeupe kali sana. *he is fond of —,* apenda kujionyesha, apenda kujifaharisha, — *stone,* n. mawe ya chokaa, mwamba wa chokaa.

limit n. mpaka, kizuio, kiasi, upeo, kadiri - v.t. zuia, weka mpaka, — *ation,* n. mpaka, mwisho, kikomo.

line n. mstari, safu, *out of line,* si sawa, *fall into line,* jipanga, kaa msitarini, v.t. piga mstari, - v.i. pangana.

linen n. kitani, nguo ya kitani.

linger v.i. kawia, ajizika, fanya usiri.

lingua franca n. lugha itumiwayo na watu wengi wa mataifa mbalimbali japo wengi wao si lugha ya asili yao.

linguist mjuzi wa lugha, mtaalam wa lugha nyingi za kigeni.

linguistics n. isimu, elimu ya lugha na sarufi.

link n. kiungo, - v.t. unga, fungamanisha, - v.i. ungana, dungana.

lion n. simba, asadi, —*ess,* n. simba jike.

lip n. mdomo, — *service,* kilemba cha ukoka.

liquid n. majimaji, uwowevu -*a.* -a majimaji.

liquor n. kileo, mvinyo, *be in liquor, be under the influence of liquor,* lewa, wa sakarani.

lisp v.i. sema kitembe, sema na kilimi, — *ing,* n. kitembe, kilimi.

list n. orodha, fahirisi - v.t. orodhesha, hesabu.

listen v.i. sikiliza.

listless a. -tepetevu, - legevu, - -a nyang'anyo.

lit taz. *light.*

literal a. -a neno kwa neno.

literary a. -a vitabu, -a masomo.

litre n. lita.

litter n. machela, susu, - v.t. chafua kwa takataka, tia takataka.

little a. -dogo, chache, pun-

liturgy/long

gufu, duni, *a little,* kidogo kidogo, *make little of,* dharau, tojali.

liturgy n. kawaida ya ibada, litarjia.

live v.i. ishi, kaa pahali, *live on grass,* kula majani kwa kudumisha maisha, *live by singing,* kazi yake ni kuimba -a. -enye uhai, -a moto *live coals* makaa ya moto, —*lihood,* n. uchumi, kazi, masilahi, amali, —*ly,* a. -epesi, -changamvu.

liver n. ini.

living n. uchumi, *living-room,* sebule, ukumbi.

livid a. *become livid with fear (rage, illness),* geuka rangi kwa hofu....

lizard n. mjusi.

load n. mzigo, shehena, shindilia, jaza, - v.t. pakia, *load with favours or reproaches,* tendea fadhili au lawama.

loaf *(loaves)* n. mkate, - v.i. zurura, kujikalia tu, *loafer,* n. mhuni, asiyekuwa na kazi kwa uvivu.

loan n. mkopo, karadha, *give on loan,* kopesha, *get on loan,* kopa.

loath a. -siotaka, takubali, kataa, *be loath,* kataa, —*ing,* n. uchakavu mkubwa, karaha, — *some,* ad. -a kuchukiza mno, -a maudhi makubwa.

lobby n. sebule, ukumbi, kikundi kinachotetea masilahi maalum kwa kushawishi viongozi wa siasa na vikao maalum kama bunge n.k.

lobe n. ndewe.

local a. -a pahali pamoja, -a pale pale, — *ity,* n. mahali, —*ize,* v.t. weka mahali maalumu.

lock n. kufuli, kitasa cha mlango, - v.t. funga kwa ufunguo, tia komea, — *up,* n. gereza, mahabusi.

locomotive n. treni.

locust n. nzige.

lodge v.i. panga, kodi - n. malazi ya wageni, bweni *lodging,* pa kulala wageni, bweni.

loft n. orofa, —*y,* a. -a juu sana, refu, a majigambo.

log n. gogo, — *book,* kitabu cha habari, hasa matumizi ya gari, — *be at loggerheads* gombana, farakana.

logic n. lojika, mantiki, — *al,* a. -enye kulingana akilini, -a kimantiki, usahihi.

loin n. kiuno, kinena.

loiter v.i. zurura, zembea, cheza cheza (pasi na kazi maalum) -er, n. mzururaji.

long a. -refu. a wakati mwin-

longevity/love

gi, *in the long run,* mwishoni, hatimaye, *the long and short of it,* maana halisi, *long before (or after),* muda mrefu, mbele (baadaye) - v.i. *(for),* tamani sana, shauku - adv. tangu zamani. *I have long known it,* nimejua muda wote; nimeyafahamu tangu zamani, *—er,* a refu zaidi, *no longer,* basi tena, *not any longer,* sio sasa tena.

longevity n. uzee, maisha marefu, *longing,* n. tamaa, utamanifu, hawaa.

look v.i. tazama, angalia, ona, *look at,* tazama, *look after,* tunza, *look for,* tafuta, *look forward to,* tazamia, tarajia, *look out,* kaa macho, tahadhari, jiponye - n. tazamo, sura, *good looks,* uso mzuri, *things have a bad look,* mambo si mazuri, *—ing glass,* n. kioo cha kujitazamia, *— out,* n. mlinzi, *keep a good look-out,* kaa macho.

loop n. kitanzi, - v.t. piga kitanzi, kishara.

loose a. -legevu, siokazwa, -potovu - v.t. *(loosen),* fungulia, legeza, *play fast and loose,* fanya upuzi.

loot v.t. teka nyara, pora, - n. mateka, ngawira, nyara, ghanima.

lop v.t. pogoa, fyeka matawi, *— sided,* a. mshazari, si sawa.

lord n. bwana, jina la mtu mwenye daraja, mtawala, maulana.

lore n. maarifa, elimu hasa ya kiasili k.m. juu ya mitishamba.

lose v.t. poteza, *— heart,* n. kata tamaa, *lose one's heart to,* penda sana, *lose one's senses,* rukwa na akili, *lose one's head,* duwaa.

loss n. hasara.

lost a. -liopotea, *all is lost,* hasara tupu, *be lost in thought,* zama mawazoni.

lot n. namna ya kufikia uamuzi kwa kura, k.m. kuokota karatasi maalum au kitu kingine kutoka katika chombo, *a lot of things,* vitu vingi.

lottery n. mchezo wa bahati nasibu, bahati nasibu.

loud a. enye kelele, *too loud,* kelele mno, *speak loud,* piga kelele.

louse (lice), n. chawa.

love n. upendo, tamaa, mapenzi, huba, *be in love,* penda mtu sana, hibu, *fall in love,* penda mtu sana, wa na mapenzi na mtu, *make love to,* bembeleza, fanya mapenzi naye - v.t. penda, hibu,

—*ly*, a. -zuri sana, *it is lovely to day,* leo siku nzuri sana.
low a. -a chini, fupi, nyonge, — *er,* a. -a chini zaidi.
lower - v.t. shusha, tua, teremsha.
lowly a. -nyenyekevu.
loyal a. -aminifu, -akufuata, —*ty,* n. uaminifu.
lubricate v.t. tia mafuta, lainisha, telezesha.
lubricant n. mafuta, hasa ya kulainisha mitambo.
lubrication n. kupaka mafuta ya kulainishia.
lucid a. wazi, dhahiri, - angavu, —*ity,* n. wangavu, ung'avu, urahisi wa kufahamika.
luck n. bahati. sudi, nyota, *he is in luck,* ana bahati nzuri, —*y,* a. -a heri, -a bahati, a nyota njema.
lucrative a. enye faida, a kuleta pato kubwa.
ludicrous a. -a kuchekesha kwa ujinga.
luggage n. mizigo.
lukewarm a. -a uvuguvugu, fufutende, enye kuvuvuwaa.
lull v.t. tuliza, piga kimya, — *aby,* n. wimbo wa kuchombeza, wa kumbembeleza mtoto alale.
lumbago n. maumivu ya viunoni.
lumber n. takataka, magogo ya mbao - v.t. jaza takataka, tatiza, zuia.
luminous a. enye mwanga, wazi.
lump n. bonge, *a lump sum,* malipo ya jumla, — *(together),* v.t. changanya, - v.i. changa nana.
lunacy n. wazimu, kichaa, uwehu lunatic, n. mwendа wazimu.
lunch *luncheon,* chakula cha mchana, mlo, maakuli.
lung n. pafu, *the lungs,* mapafu.
lure v.t. shawishi, tega, -n. chambo, kishawishi.
lurk v.i. jificha, otea, vizia.
luscious a. -tamu sana.
lust n. tamaa mbaya, ashiki, hamu.
lustre n. mwanga, nuru, weupe.
lusty a. enye nguvu, hodari.
luxurious a. -a kupenda anasa, -a anasa.
luxury n. anasa.
lynch v.t. ua bila sheria, ua bila hukumu.

m

m herufi ya kumi na tatu katika abjadi ya kiingereza; 1000 kwa maandishi ya kirumi.

machine n. mashine, mtambo —*ry,* n. vyombo, vinu, mitambo.

mad a. - kichaa, enye wazimu, — *den,* v.t. tia wazimu, washa hasira, —*ness,* n. kichaa, wazimu.

madam n. bi mkubwa, Bibiye.

made (az. *make).*

magazine n. gazeti, jarida; 2. makazi ya risasi katika bunduki, kitasa.

maggot n. funza.

magic n. (*white*), uganga, (*black*) uchawi, uramali, —*ian,* n. mlozi, mzuza.

magistrate n. hakimu, kadhi, akida.

magnanimous n. -ema, -adilifu, enye huruma.

magnet n. sumaku, magneto, —*ic,* a. -a sumaku, —*ism,* n. nguvu ya sumaku, nguvu ya magneto.

magnificence n. utukufu, uzuri, fahari.

magnificent a. -kubwa, -tukufu, adhimu.

maid maiden, n. mwanamwali, *handmaid,* mtumishi wa kike, *maiden,* a. -a kike (ambaye hajaolewa), *maiden hood,* - n. ujana, ubikira.

mail n. barua za posta - v.t. peleka kwa posta, tia posta, — *bag,* n. mfuko wa barua za posta.

maim v.t. haribu kiungo cha mwili, tia kilema, athiri, —*ed,* a. -enye kilema, liolemazwa.

main a. -kuu, muhimu.

main road njia kuu, *mainland,* n. bara, nchi kavu mrima.

mainstay n. tegemeo, nguzo.

maintain v.t. shika, shikilia, tegemeza, dumisha.

maintenance n. tegemezo, msaada, masurufu, matengenezo.

maize n. muhindi, mahindi.

majesty n. ezi, utukufu, fahari, enzi adhama.

majestic a. -enye enzi, tukufu, adhimu.

major a. -kubwa, -n. meja, —*ity,* n. wingi, ziada.

make (*made*), v.t. fanya, fanyiza, tekeleza, timiza, unda, tengeneza buni, *make a bed,* tandika kitanda, *make light of,* dharau, dunisha, *make up one's mind,* kusudia, kata shauri, *make up a quarrel,* patana, tulia - n. umbo, sura, — *shift,* n. badala ya lakini hafifu kuliko kitu chenyewe.

malady n. ugonjwa, maradhi.

male, a. -ume, -a kiume, mwanamume.

malediction n. laana, duio, apizo.

malefactor n. mfanya maovu, mharibifu.

malice n. uovu, kijicho, *malicious,* a. -ovu, habithi.

malignant a. -ovu, enye nia mbaya, adui.

malnutrition n. utapiamlo.

maltreat v.t. tendea mabaya, kirihi, — *ment,* n. kutendea vibaya, kitendo kibaya, karaha.

mam (ma), n. mama, nina.

mammal n. mnyama mwenye kunyonyesha.

man n. *(men),* mtu, mwanaume, *to a man,* wote - v.t. tia watu, pakia baharia - ajiri, *eater,* n. simba mla watu.

manage v.t. ongoza, simamia, tawala, wahi - v.i. fanya, faulu, diriki, wahi, *will you manage?* Utaweza? utamudu, — *ment,* n. usimamizi, uongozi ufawidh, —*er,* n. mwongozi, mkuu wa shughuli, meneja.

mandate n. amri, mamlaka, hukumu, agizo.

mane n. shungi la simba, manyoya ya shingoni mwa mnyama.

maneuver taz. *manoeuver.*

manger n. hori, chombo cha kulishia ng'ombe.

mango n. embe, *mango tree* muembe.

manhood utu, moyo wa kiume, utuuzima, ushujaa.

mania n. wazimu, upendo mno, wazimu wa kutumia fujo, *mania for music,* penda mno nyimbo, mshiriki mno ngoma, majidhubu.

manifest a. dhahiri, wazi, bayana - v.i. jitokeza, tokea, bainika - v.t. onyesha, dhihirisha, — *ation,* n. onyesho, ufunuo; — *manifesto,* n. hati ya kutangaza habari.

manifold a. -ingi, -a namna nyingi - v.t. - fanya nakala nyingi.

manioc n. unga wa muhogo; mkate au bumunda la unga huo.

manipulate v.t. fanya kwa mikono, vuta kwa werevu, (akili).

manipulation n. kuhadaa watu wafanye utakavyo, 2. utundu wa kutengeneza,

mankind n. watu, binadamu.

manner n. jinsi, namna, tabia *do after this manner,* fanya hivyi, —s, n. tabia, mwenendo, silka, *good manners,* adabu njema, *ill-mannered,* tovu wa adabu, jeuri, *well-mannered,* enye adabu njema, suluhivu.

manoeuvre n. uongozi wa akili, mchezo wa matayarisho ya kivita, majaribio - v.t. tayarisha vita, panga askari huko na huko vitani - v.i. fanya hila, tumia akili; shawishi mtu kufanya, *he manoeuvred them into doing it,* aliwashawishi wakafanya.

man-of-war n. manowari.

mansion n. jumba.

manslaughter n. mauaji ya mtu bila kukusudia lakini kinyume cha sheria.

mantle n. mtandio, ushungi, - v.t. funika, v.i. enea, zagaa.

manual a. -a mikono, -n. kitabu cha mafundisho (agh. kilichorudufiwa).

manufacture v.t. tengeneza, unda, fanya - n. kitu kilichotengenezwa, —er, n. mfanyiza vitu, muunda.

manure n. mbolea, samadi - v.t. tia mbolea, mwagia samadi.

manuscript n. mwandiko, kitabu kabla ya kuchapishwa, mswada.

many a. -ingi, tele, pomoni.

map n. ramani.

mar v.t. haribu, umbua, *be marred,* umbuka.

marauder n. mnyang'anyi, mpokoraji, mporaji.

marble n. marmar, gololi.

march v.i. enda kijeshi - v.t. endesha - n. mwendo wa kijeshi.

margarine n. siagi ya kutokana na mimea.

margin n. ukingo; nafasi.

marine a. -a baharini, a maisha ya baharini, - n. meli zote za taifa, —r, n. baharia.

marital a. - enye kuhusu ndoa, a kiunyumba.

maritime a. -a bahari, -a pwani.

mark n. alama, chapa, nembo - v.t. tia alama, piga nembo, *mark time,* chapa miguu chini bila kuenda pahali, ngojea amri, *up to the mark,* sawa kabisa, *it is beside the mark,* haina maana, *a man of mark,* mtu wa cheo, *a trade mark,* chapa ya bidhaa/biashara.

market n. soko, chete, gulio - v.t. uza sokoni.

marmalade n. aina ya jem kutokana na maganda ya matunda kama chungwa, ndimu n.k.

marriage n. ndoa, *ask in marriage,* posa chumbia.

marry v.t. oa, oza, olewa, funga ndoa.

marsh n. bwawa la mboje, —*y,* a. -a matope.

marshal v.t. panga kwa taratibu, simama - n. msimamizi, *field marshal,* jemadari mkuu.

mart n. soko, gulio.

martial a. kivita, kijeshi, *music,* n. muziki wa kivita, *law* n. sheria ya kijeshi.

martyr n. shahidi wa dini, —*dom,* n. ushahidi wa dini.

marvel n. ajabu, miujiza, shani - v.i. shangaa, staajabu, —*lous,* a. -a ajabu, a kushangaza.

masculine a. -a kiume, enye jinsi ya kiume.

mask n. kifuniko cha uso, mwigo, hila - v.t. ficha, geuza.

mason n. mwashi, fundi mwashi.

mass n. wingi, chungu, fungu, 2. misa, yaani ibada ya kikristu, *the masses,* watu wengi, umma, *in a* — kwa jumla, katika kikundi; *a mass-meeting,* mkutano mkubwa - v.t. kusanya, - v.i. kusanyika, —*ive,* a. -kubwa, - nene, -zito.

massacre v.t. chinja watu ovyo.

massage v.t. kanda, singa, chua.

mast n. mlingoti.

master n. bwana, mkuu; mwalimu (mkuu) v.t. weza, jua sana, mjuzi wa fani yake, — *ful,* a. hodari, -shupavu *key,* n. ufunguo wa jumla v.t. jua kabisa, —*piece,* n. kazi bora, kazi nzuri sana, —*y,* n. uwezo, maarifa mengi, ujuzi zaidi.

mat n. mkeka, utanga, jamvi.

match n. 1. kufu, umwenzi, sawa ya mshimdani wa kufu ya 2. shindano, mchezo, *be a match for,* wa sawa na, weza v.t. fanya swa, lingana, linganisha, piganisha, sawazisha 3. oana, patana, elekeana, *yellow matches with green,* njano inaoana, inapatana na kijani, 4. —*box,* kiberiti.

mate n. mmoja katika uwili, mwenzi mke au mume wa-, 2. Afisa katika meli chini ya cheo cha kapteni.

material a. -enye asili ya kitu, -a mwili, —*ize,* v.t. fanyika,

tokeza, kamilika.
maternal a. -a mama.
maternity n. umama, *maternity leave,* likizo ya uzazi.
mathematics n. elimu ya hesabu, hisabati.
matrimony n. ndoa.
matrix n. tumbo, kalibu, chombo cha kumiminia umbo la risasi.
matron n. bibi mkubwa, mkuu wa sehemu fulani (wa kike) Hospitali au utawani.
matter n. kitu cho chote, *as a matter of fact,* kwa hakiku, *what is the matter?* kuna nini? *no laughing matter,* si mchezo, *it does not matter,* ni mamoja, si kitu, haidhuru.
mattress n. godoro, tandiko.
mature a. -pevu, -bivu, enye busara - v.t. ivisha, - v.i. iva, pevuka.
maturity n. upevu, ubivu, ukubwa.
maxim n. mfano, mithali; kanuni, —*um,* n. upeo, kipeo, kipimo cha juu kabisa, a. kubwa sana, -a upeo.
may weza, *may I come?* je, nije? *may be,* labda.
mayor n. meya wa mji.
maze n. mwingiliano wa nyavu, waya au vijia vingi katika mji vinavyotatanisha, *be in a maze,* tatanishwa, tatizwa, zingwa.
me pron. mimi, *he likes me* ananipenda.
meadow n. shamba, konde.
meagre a. - embamba, -dogo.
mean a. -nyonge, -baya, *meal,* n. mlo 2. -a kati, -a katikati, a kiasi -n. kati, cheo cha kati -s, n. njia, *by no means,* sivyo hata kidogo, *by no means,* hakuna hiyo, *by all means,* hakika, kwa vyovyote, *a man of means,* tajiri, mtu mwenye kipato, *ways and means,* fedha, gharama - v.t. *(meant),* wa na maana. *What does it mean?* Maana yake nini? *it means,* yaani, maana yake, —*ing,* maana, *meaningless,* haina maana, bure tu, — *while, adv.* wakati huo huo.
measles n. shurua.
measure n. kipimo, kiasi, chenzo; mashauri, *take measures,* shika kazi, fanya mashauri; chukua hatua zifaazo, *take a man's measure,* pima mtu nguo, v.t. pima, *measure oneself with,* shindana na, — *ment,* n. kipimo.
meat n. nyama, mnofu, *a book full of meat,* kitabu chenye maarifa mengi.

mechanic n. fundi makanika.
medal n. nishani, medali.
meddle v.i. jiingiza katika mambo yasiyokuhusu, vuruga, jitiatia, *meddle with, in,* vuruga mambo.
mediate v.i. kuwaza kwa undani sana juu ya jambo fulani hasa la kidini au kinafsi.
mediation n. upatanisho, uombezi usuluhishi.
mediator n. mwamuzi, mpatanishi.
medical a. -a uganga, -a dawa, enye tiba.
medicament n. dawa.
medicine n. dawa, utabibu.
mediocre a. -a kadiri, si baya si, zuri, a wastani.
mediocrity n. hali isiyo nzuri au mbaya, wastani.
meditate v.i. tabia au kitendo cha kuwaza kwa undani juu ya jambo fulani hasa la kidini au la kinafsi.
meditation n. fikira, mawazo.
medium n. wastani, chombo, njia; a. mtu anayetumiwa na madjini kusema mambo hasa kuhusu dawa a. akati, akadiri.
medley n. mchanganyiko, fujo, kivuruguvurugu.
meek a. -pole, -ema, tiifu.
meet v.t. kutana na, kuta - v.i. kutanika, gusa, onana; *go to meet,* laki, *meet a person's wishes,* timiza mapenzi ya mtu, — *ing,* n. mkutano.
melancholy n. huzuni.
mellow a. laini.
melodious a. -a sauti tamu.
melody n. sauti tamu, ulingano wa sauti tamu za pamoja.
melt v.t. yeyusha, fanya kuwa maji, vunja lainisha - v.i. yeyuka, -fifia, toweka.
member n. sehemu ya mwili kiungo, memba, — *ship,* n. uwanachama.
membrane n. utando.
memorable a. -kubwa, -a sifa, -a kukumbukika.
memory n. kumbukumbu, *keep in memory,* kumbuka, *within living memory, in living* — si muda mrefu uliopita, muda mfupi kwa tukio kuweza kukumbukwa.
memorize v.t. jifunza kwa moyo, jifunza kwa ghibu.
men taz. man. n. watu, (wingi wa, *man*).
menace v.t. tisha, ogofya, ogofisha, kamia.
mend v.t. tengeneza, - v.i. pona, pata ahuweni.
menial n. mtumishi, - a. -nyonge.
mental a. -a akili, *mental arithmetic,* hesabu za

kichwa.

mention v.t. taja, *not to mention,* licha ya, sembuse, - n. mtajo.

menu n. orodha ya vyakula.

mercenary a. -a kukodishwa, *for — ends,* kwa ajili ya faida -n. askari wa kukodiwa.

merchandise n. bidhaa, mali.

merchant n. mfanyabiashara.

merciful a. -pole, -enye huruma, a rehema.

mercury n. zebaki, *(planet)* sayari.

mercy n. huruma, upole, *beg for mercy,* lalamika, taka shufaa, *be at the mercy of,* wa chini ya, *that's mercy,* alhamdulilahi tumshukuru Mungu.

mere a. tupu, —*ly, adv.* tu.

merge v.t. unganisha, changanya, biganya - v.i. ungana, unganika, - *r,* n. mwungano wa wengi.

meridian n. mchana, saa sita, adhuhuri.

merit n. stahili, sifa njema, matendo mema, fadhili; - v.t. stahili, *he merits it,* amestahili tuzo hilo, — *orious,* a. -a sifa njema, -a kustahiki.

merry a. -a furaha, ukunjufu.

mess n. vurugu, mchafuko, *a pretty mess,* vurugu tupu, *make a mess of things,* vuruga, haribu mambo - v.i. *up,* kushikashika kitu bila uangalifu, *about,* kuchezacheza, *around,* kujishughulishashughulisha na jambo.

message n. habari, ujumbe, taarifa.

messenger n. mjumbe, tarishi.

metabolism n. mabadiliko ya chakula katika mwili ili kiweze kujenga mwili.

metal n. madini.

metaphor n. mithali, — *ically, adv.* kwa mfano, kwa mithali.

mete *(out),* v.t. pima, gawia, tolea.

meteor n. kimondo, nyota ya mkia.

meteorology n. maarifa ya hewa na anga.

method n. njia, kawaida ya kazi, namna, —*ical,* a. -enye taratibu, kinamna.

meticulous a. -angalifu sana katika madogo, tunduizi.

metre n. meta, *metric,* a. -a meta.

metropolitan a. -a mji mkuu.

mica n. ulanga.

mice *(sing. mouse)* n. panya.

microphone n. chombo cha kugeuza mawimbi ya sauti kuwa umeme, kikuza sauti.

microsope n. darubini.

mid a. -a kati, *midday,* saa sita mchana, *—st,* n. *in the midst,* kati, baina ya.

middle n. and a. -a kati, *in the -,* katikati.

midnight n. katikati ya usiku, usiku wa manani.

midwife n. mkunga, *midwifery,* ukunga.

might v. taz. *may,* - 2. n. uwezo, mkuu, *—y,* a. enye uwezo.

migrate v.i. hama, *migration,* n. kuhama.

milch a. -enye kutoa maziwa, a kukama.

mild a. -pole, laini, *a mild fever,* homa kidogo.

mile n. maili, *— age,* n. hesabu ya maili.

milestone n. jiwe liwekwalo kando ya barabara kila baada ya maili moja; 2. hatua muhimu katika maendeleo ya jambo.

military a. -a askari - akijeshi, kiasikari.

militate v.i. *(against),* pinga, zuia, wa upande wa pili.

milk n. maziwa, *it is no good crying over spilt milk,* maji yaliyomwagika hayazoleki, - v.t. kamua, toza faida.

mill n. kinu, mashine, *flour mill,* kinu cha kusagia unga, *—ing,* n. kusaga, *— stone,* n. jiwe la kusagia, kijaa.

millet n. mtama, *millet stalks,* mabua.

million n. milioni, *— aire,* tajiri mkuu.

mimic v.t. iga fuatiza - n. mwigaji, *—ry,* n. mwigo.

mince v.t. kata vipande vidogo, n. nyama ya kusaga, *do not mince matters,* sema vema, usichanganye mambo.

mind n. akili, nia, dhati, *keep in mind,* kumbuka, *make up one's mind,* azimia, *call to mind,* kumbuka, *be of one mind,* patana, - v.t. angalia *never mind,* usijali, *mind you don't forget,* usisahau! angalia usisahau, *— ful,* a. - angalifu.

mine a. -angu, - 2. mgodi, *gold mine,* mgodi wa dhahabu - v.t. and i. chimba madini.

mineral n. mawe ya thamani, mafuta, n.k. madini -a. -a vito, *— waters,* soda.

mingle v.t. changanya, biganya - v.i. changanyika.

miniature n. sanamu au picha au mfano ulio mdogo, (hasa wa rangi).

minimize v.t. shusha, dharau, punguza sifa.

minimum n. kipimo kidogo kabisa, kima cha chini.

minister n. waziri, mtu mkubwa wa serikali; *(of religion)* kasisi, muhubiri.

ministry n. wizara, 2. jamii ya shughuli za mapadre na makasisi.

minor a. -dogo, hafifu -a umri mdogo, — *ity,* n. watu wachache kati ya wengi.

minus prep. kasoro, toa, alama hii (-).

minute n. dakika, *just a minute,* ngoja kidogo -a -dogo sana, —*ly,* adv. kwa uangalifu sana.

miracle n. muujiza, ajabu, shani, *miraculous,* a. -a miujiza, -a ajabu mno - enye shani.

mirage n. mdanganyo wa macho, mazigazi, sarabi.

mire n. tope, matope, udango wa kimasai.

mirror n. kioo cha kujitazamia.

mirth n. furaha na vicheko.

misadventure n. bahati mbaya, hasara, simakusudi, kutokukusudia, *by —,* kwa bahati mbaya.

misapply v.t. tumia vibaya, poteza.

misapprehend v.t. elewa nyume, elewa vibaya, kosa kufahamu.

misapprehension n. kutoelewa.

misappropriate v.t. iba, twaa pasi haki, jepa, kwapua.

misappropriation n. kutwaa bila haki, ukwapuzi, wizi.

misbehave v.i. kosa adabu, fanya jeuri.

misbehaviour n. tabia mbaya, jeuri, usunu.

miscalculate v.t. hesabu vibaya.

miscalculation n. kukosea hesabu.

miscarry v.i. haribika, potea, haribu (agh. mimba).

miscarriage n. kuharibika mimba.

miscellaneous a. -a mchanganyiko.

mischief n. uharibifu, hasara; *do someone a mischief,* mdhuru, mtendea vibaya, *make mischief between,* gombanisha, fitini, *he did it out of mischief,* ni utundu wake tu.

mischievous a. - tundu, - baya, -a machachari.

misconception n. kufahamu kimakosa, kufanya ndivyo sivyo.

misconduct n. tabia mbaya.

misconstrue v.t. fahamu visivyo, kufahamu

kimakosa.
misdeed n. tendo baya, kosa.
misdirect v.t. poteza njia, ongoza vibaya, potosha.
miser n. mtu mchoyo, mgumu, bahili, —*ly,* a. -choyo, bahili.
misery n. shida, umaskini.
miserable a. -enye taabu, duni, -a shida.
misfit n. vazi lisilomkaa mtu.
misfortune n. msiba, hasara, nuksi, laana.
misgiving n. wasiwasi, tapatapa, tashwishi.
misgovern v.t. tawala vibaya.
misguided a. -lioongozwa vibaya, liopotoshwa.
mishap n. bahati mbaya, jambo lisilokusudiwa.
misinform v.t. toa taarifa isiyo sahihi, potosha habari, *he was misinformed,* alipata habari za uwongo.
mislead *(misled),* v.t. kosesha, potosha.
mismanage v.t. vuruga mambo, endesha madaraka vibaya, chafua.
misnomer n. jina lisilofaa.
misplace v.t. weka pahali pasipo faa, poteza, weka ovyo.
miss n. bi, bibi (mbele ya jina la mwanamke asiyeolewa).
miss v.t. kosa shabaha, kosea, 2. kumbuka, *we shall miss you,* tutakukumbuka tutakujutia, *I miss my children,* nimekumbuka wanangu, *what is missing?* kitu gani hakipo?
missile n. kitu cha kutupwa kama mshale au mkuki, silaha kali yenye kuruka angani.
mission n. misioni, ujumbe, tume, — *ary,* n. mhubiri injili.
misspell v.t. *(misspelt),* kosea kuendeleza neno.
mist n. ukungu, kungugu, —*y,* a. -a ukungu.
mistake *(mistook, mistaken),* v.t. kosea, haribu, *mistake for,* dhania, *I mistook you for John,* nilikudhania kuwa John.
mister n. bwana.
mistress n. bibi 2. hawara. *head mistress,* mkuu wa shule wa kike.
mistrust v.t. toamini, shuku, tuhumu - n. shaka, tuhuma, dhana.
misunderstand *(misunderstood),* v.t. elewa vibaya, —*ing,* n. kosa, ufahamu usio sahihi.
misuse v.t. tumia vibaya, -n. matumizi mabaya.
mitigate v.t. punguza, tuliza.
mitigation n. upunguzo, kitulizo.

mix v.t. changanya, *ture,* n. mchanganyiko, —*up,* n. ghasia, fujo, vurumai.

moan v.i. lia, piga kite, n. kilio, kite.

mob n. watu wengi, ghasia ya watu - v.t. songa, fanya jeuri.

mobile a. -a mwendo, epesi kuenda.

mobility n. mwendo, wepesi wa kukisi.

mobilize v.t. kusanya (askari, zana, n.k.), tayari kwa vita au kazi maalumu.

mock v.t. iga, fanyia mzaha, cheka, - n. mzaha, mwigo, dhihaka, — *ery,* n. mzaha, dhihaka, utani.

mode n. njia, namna, jinsi, kanuni.

model n. kielelezo, mfano, kielezo, cheo. - v.t. finyanga kufuatia sura au umbo fulani, onyesha mfano wa umbo.

moderate v.t. punguza (joto, nguvu), tuliza, fanya kadiri; a. sio kali, -a wastani, —*ly,* adv. kwa kiasi.

moderation n. kiasi, kadiri, wastani.

moderator n. mwamuzi, wasta, mkaa kati, msuluhishi.

modern a. -a siku hizi, -a kisasa, —*ize,* v.t. geuza iwe ya kisasa, endeleza upya.

modest a. -enye haya, -dogo, -a soni, —*y,* n. adabu, haya, soni.

modify v.t. geuza kidogo ili ifae, tohoa; badilisha.

modification n. mabadiliko ili kitu kifae, mageuzi.

modulate v.t. badili sauti.

moist a. -a uchepechepe, -bichi, -a uowevu, -a unyevunyevu.

moisture n. unyevu, uchepe, umaji maji.

mole n. fuko, *make mountains out of mole hills,* hangaika juu ya shida ndogo tu; 2. - w. n. kiwaa cheusi, alama nyeusi mwilini.

molecule n. sehemu ndogo sana ya kitu.

molest v.t. sumbua, chokoza, kera, — *ation,* n. usumbufu, udhia, kero, shakawa.

mollify v.t. tuliza, bembeleza.

molten a. -lioyeyuka.

moment n. kitambo kidogo, muda mfupi, *at that* —, wakati ule, — *ary,* a. -a mara moja, —*ous,* a. -a maana sana, —*um,* n. mwendo, nguvu ya mwendo.

money n. fedha, *make money,* chuma fedha, — *order,* n. hati ya kupelekea fedha kwa posta.

monkey n. tumbiri, ngedere, kima, nyani.

monogamy n. desturi ya kuoa mke mmoja.

monologue n. mazungumzo ya mtu peke yake.

monopolize v.t. miliki vyote pasipo kushirikisha wengine, - hodhi.

monopoly n. miliki ya kitu kama biashara peke yako; *get a monopoly of gold,* kumba soko lote la kuuzia dhahabu.

monster n. dubwana, jitu la kutisha ajabu, kitisho.

monstrosity n. kioja, dubwana, kitu cha kutia hofu.

monstrous a. -kubwa, -a kuogofya, a kutisha.

month n. mwezi, monthly, a. -a kila mwezi.

monument n. kumbukumbu, mnara, kaburi, sanamu, —*al,* a. - kubwa sana, sifa.

mood n. namna, jinsi, tabia, —*y,* a. -enye moyo mzito - epesi kukasirika.

moon n. mwezi, *full moon,* mwezi mpevu, *new moon,* mwezi mwandamno, *moonlight,* n. mbalamwezi.

mop n. ufagio wa vitambaa - v.t. sugua, pangusa kwa, *mop.*

moral a. enye maadili, -nyofu, safi, *a moral certainty,* yamkini, uhakika usio kuwa na msingi imara, *moral obligation,* wajibu, —*ity,* n. maadili, usafi.

more a. zaidi, tena, *moreover,* adv. tena zaidi ya hayo.

morning n. asubuhi mapambazuko, *this* —, leo asubuhi, *tomorrow* —, kesho asubuhi.

morose a. -a huzuni, -chungu, a kisirani, chuki.

morsel n. kipande kidogo, mmego, kidogo.

mortal a. -a mauti, enye kufa, —*ity,* n. kifo, mauti.

mortar n. chokaa, kinu, mchanganyiko wa simenti chokaa na udongo wa kufanyia matofari.

mortgage n. rehani, poni - v.t. weka rehani, weka/tia poni.

mortification n. uchungu, kutiisha (mwili n.k.) haya, hasira.

mortify v.i. oza, - v.t. tia huzuni, tiisha, zuia, — *oneself,* jitesa, jinyima, jifunga.

mortuary n. chumba cha kuwekea maiti.

mosque n. msikiti.

mosquito n. mbu, — *net,* n. chandarua.

most a. ingi kuliko, -ote, - adv. sana, —*ly,* adv. kwa

moth/muddy

kawaida, kwa wingi.
moth n. nondo, — *eaten,* a. lioliwa na nondo.
mother n. mama, nina; *tongue,* lugha yao, — *hood,* n. umama - v.t. tuna, lea, — *in-law,* n. mama mkwe, —*ly,* a. -ema kama mama.
motion n. mwendo, shauri, azimio, haja, choo, *move a motion,* n. uliza watu kwenye mkutano maoni yao *have a motion,* enda chooni, harisha - v.t. and i. pungia mkono, ashiria.
motive n. nia, kusudi, kisa.
motley a. - a rangi nyingi, enye mabaka mabaka.
mottle v.t. tia madoadoa ya rangi mbalimbali.
motor n. mtambo wa kuendesha mashine, mota, — *cycle,* n. pikipiki, — *car,* n. motakaa - v.i. safiri kwa gari, —*ist,* n. msafiri wa motakaa.
motto n. usemi wenye maana kubwa kwa mtu.
mould n. kalibu, kielezo, tabia; tanuri, - v.t. finyanga, tengeneza, subu.
mound n. chungu, kilima, kichuguu - v.t. rundika, kusanya.
mount v.t. kwea, panda - v.i. inuka, ongezeka, *mount guard,* linda, shika zamu - n. mlima — *ain,* n. mlima, *mountainous,* a. -enye milima.
mourn v.i. huzunika, weka msiba, kwa matanga, omboleza. - v.t. lilia, *ful,* a. -a huzuni, — *ing,* n. matanga, msiba, maombolezi, *be in mourning,* kaa matanga, *go out of mourning,* ondoa matanga.
mouse *(mice),* n. panya.
moustache n. sharubu.
mouth n. kinywa, — *ful,* n. megatonge, — *organ,* n. kinanda cha mdomo.
move v.t. sogeza, endesha, ondoa, ongoza, — *in,* ingia, — *out,* toka, enda, — *on,* endelea mbele, —*ment,* n. mwendo, kishindo, msukosuko, mabadiliko.
mow v.t. kata majani, fyeka majani.
much a. -ingi, tele, *be too much for,* shinda, *make much of,* thamini, *how much?* kiasi gani?
mud n. tope, matope.
muddle v.t. chafua, fuja, vuruga, tatiza, changanya, haribu, *muddle work,* boronga - n. fujo, udhia.
muddy a -enye matope, — *guard,* n. madigadi.

muffle v.t. funika kwa nguo kuziba sauti — *r,* n. kitambaa cha kuzibia shingoni ili kuzuia baridi.
mug n. kopo, dumu, kikombe 2. baradhuli, bwege.
mulberry n. fursadi.
mule n. nyumbu, baghala.
multiple a. (*multiplex),* -a vitu vingi, -a mchanganyiko.
multiplication n. kuzidisha.
multiply v.t. zidisha, ongezeka.
multitude n. kundi, umati.
mumble v.t. and i. mung'unya (maneno) sema kwa kubabaika.
mummy n. mumiani, maiti aliyehifadhiwa kwa dawa.
mummy n. mama.
munch v.t. mumunya, guguna.
mundane a. -a kidunia, -a kilimwengu.
municipal a. -a kuhusu utawala wa mji, —*ity,* n. baraza la mji, mji wenye halmashauri yake.
mural a. -a ukutani.
murder v.t. ua makusudi -n. mauaji ya makusudi, —*er,* n. mwuaji, — *ous,* a. -enye kuua makusudi.
murmur n. vuma, lia kama maji, guna, nung'unika.
muscular a. -enye nguvu ya mwili, musuli.
muse v.i. fikiri, taamuli.
museum n. nyumba ya makumbusho, nyumba ya mambo ya zamani.
mushroom n. uyoga.
music n. muziki, — *al,* a. -a muziki, — *ian,* n. mwimbaji, fundi wa muziki, mpiga ala za muziki.
must aux. v., lazima, sharti, *you must go,* lazima uende.
mustard n. haradali.
muster v.t. changa, kusanya - v.i. kutana, kusanyika n. mkutano, *pass muster,* faa, kubalika, tosha.
mute a. kimya, bubu.
mutilate v.i. kata, vunja, lemaza.
mutilation n. mkato, kilema, mvunjiko, hasara.
mutiny n. maasi, fitina; v.i. halifu, vunjasheria, asi.
mutton n. nyama ya kondoo.
mutual a. - a wao kwa wao, - a wawili, *mutual agreement,* mapatano, makubaliano.
my a. - angu, *myself,* pron. mimi mwenyewe.
mystery n. siri, fumbo, miuja.
mystify v.t. fumba, tatiza, zuzua.
myth n. hadithi za miungu, zimwi, za imani ya uwongo, —*ology,* n. maarifa ya *myth.*

n

nag *(at),* v.t. and i. karipia, kemea, gombeza, fokea; 2. n. farasi mdogo.

nail n. msumari, *fight tooth and nail,* pigana sana, *hard as nails,* enye nguvu sana, gumu mno. - v.t. pigilia misumari, kongomea.

naive n. -nyofu, -jinga.

naivete n. unyofu, ujinga.

naked a. -tupu, uchi.

name n. jina, *call names,* tukana, *in name* kwa jina tu — *ly,* adv. yaani, — *sake,* n. somo, wajina.

nap n. usingizi kidogo, *be caught napping,* shtushwa, gutushwa usingizini.

napkin n. nepi; 2. kitambaa cha kufutia mikono mezani.

narcotic n. dawa inayotia usingizi.

narrate v.t. simulia, hadithia, tia kigano.

narration n. hadithi, mazungumzo, masimulizi.

narrative n. masimulizi, kisa, hadithi.

narrow a. -embamba, -dogo, -a kifinyu - v.t. fanya embamba, - v.t. -wa embamba, wa finyu. - v.i. - wa embamba, finyiza, —*ly,* adv. kwa shida, nusura, — *minded,* a. -enye akili fupi, sio busara.

nasal a. -a puani, a king'ong'o.

nasty a. -a kuchukiza, -chafu, a kukirihisha.

natal a. -a kuzaliwa.

nation n. taifa, —*al,* a. -a taifa lote, a watu wote (wa taifa moja).

nationalism n. utaifa, fahari ya kuwa wa taifa fulani, uwenyeji wa kitaifa.

nationality n. utaifa, taifa la mtu.

nationalism n. itikadi inayoweka maslahi ya kitaifa juu ya yote.

nationalize v.t. taifisha, fanya kuwa mali ya taifa.

native n. mzalia, mwenye asili ya -a. - a asili.

nativity n. uzaliwa.

nature n. asili, maumbile, tabia, *calls of nature,* haja.

natural a. -a sili, halisi, —*ize,* v.t. ingiza katika taifa, —*ly,* adv. kwa tabia, kwa kawaida hasa.

naught n. si kitu, nunge, *set at* —, dharau, *bring to* —, shinda, haribu, —*y,* a. -baya, -kaidi.

nausea n. kigeegezi, kichefuchefu, kinyaa, — *te,* v.t. chukiza sana, chafuka.

nautical a. -a baharia, kibaharia.

naval a. -a manowari, a kuhusu mambo ya manowarini.

navy n. manowari zote za taifa, jamii ya vyombo vyote vya jeshi la baharini.

navel n. kitovu.

navigate v.t. ongoza meli, safiri baharini, safiri hewani.

navigation n. safari baharini au angani.

near a. karibu, *a near friend,* rafiki sana, *a near escape,* ponea chupuchupu, —*ly,* adv. karibu.

neat a. nadhifu, maridadi, -zuri, *make neat,* katua, —*ly,* adv. vizuri, kwa akili.

necessary a. -a lazima, a sharti.

necessitate v.t. lazimisha, fanya wajibu wa, juzu.

neck n. shingo, *stiff necked,* -shupavu, — *lace,* n. mkufu kidani.

need n. uhitaji, haja, udhuru, - v.t. hitaji, pungukiwa na - v.i. hitaji, *you need not come tomorrow,* huna haja ya kuja kesho, —*ful,* a. - liohitajika, — *less,* a. - a bure, sio na haja, —*s,* adv. sharti, hakuna budi, — *y,* a fukara, maskini, kosefu.

needle n. sindano, shazia, —*work,* ushonaji.

nefarious a. -baya sana, ovu.

negate v.t. kana, kanusha, ukiri, tengua.

negation n. ukanusho, kukana.

negative n. kukana, *answer in the negative,* kataa, kanusha, *a negative,* filamu baada ya kutolewa katika kamera na kusafishwa lakini kabla ya kutoa picha.

negative a. -a kukanusha - v.t. kana, kataa, ukiri.

neglect v.t. totunza, fanya uzembe, puuza, dharau - n. uzembe, purukushani, kupuuza, *ful,* a. - enye uzembe, -enye kupuuza, a kudharau.

negligence n. uzembe, mwapuza, *gegligent,* a. - zembe.

negotiate v.t. fanya shauri, afikiana, patana, fanya makubaliano - v.i. fanya shauri, kubaliana.

negotiation n. shauri, mjadala wa biashara, mapatano.

neighbour n. jirani, mtu aliye karibu na, — *hood,* n. ujirani.

neither adv. si wala *neither... nor,* wala .... wala.

nephew n. mpwa wa kiume mtoto wa ndugu wa kiume.

nerve n. neva, mshipa wa fahamu, *strain every nerve,*

nervous/noble

jitahidi sana, *have the nerve to,* thubutu, wa na moyo wa, (kuthubutu).

nervous a. -epesi kushtuka, dhaifu, oga, *a — breakdown,* ugonjwa wa akili, -a kupungukiwa na fahamu.

nest n. kiota, tundu, *feather one's nest,* jipatia mali - v.i. jenga kiota, taga mayai.

nestle v.i. vamia, - v.t. sogeza.

net n. wavu, kimia jarife - v.t. vua, nasa, kusanya, *net price,* bei halisi, bei tasilimu, *net gain (profit),* faida halisi.

neutral a. - si upande huu wala ule, -a wastani, *I am neutral,* mimi simo, *—ity,* n. kutoelekea upande wo wote, -a katikati, *—ize,* v.t. tangua, batilisha.

never adv. kamwe, kabisa, *never do that,* kamwe usifanye hivi, *never mind,* usijali, sio kitu, *— theless,* conj. hata hivyo, lakini.

new a. -pya, -geni, - ingine, *—ness,* n. upya.

news n. habari, taarifa, *break the news,* toa habari za msiba, *— paper,* n. gazeti.

next a. - a pili, akufuata; na yakuja -a karibu, - adv. tena.

nice a. -ema, -zuri, tamu, *—ly,* adv. vizuri, *—ty,* n. uzuri, uhalisi, *to a nicety,* hasa, halisi.

nick n. pengo, *the nick of time,* wakati ufaao hasa.

nickname n. jina la kupanga, jina la fumbo, la kujipa.

niece n. mpwa wa kike, mtoto mwanamke wa ndugu wa kike.

nigh adv. karibu, *draw nigh,* karibia, jongelea.

night n. usiku, giza, *all night,* usiku kucha, *to-night,* usiku huu, *a night and a day,* kutwa kucha, *— fall* n. jioni, jua kuchwa, *— mare,* n. jinamizi, *—watch,* n. zamu za usiku, mlinzi wa usiku.

nil n. hamna kitu, sifuri.

nimble a. -epesi, hodari, elekevu.

nine n. tisa, kenda; *nineteen,* kumi na tisa, *ninety,* n. tisini, *ninth,* a. -a tisa.

nip v.t. and i. finya, haribu, uma ghafla, *nip in the bud,* komesha mwanzoni, *nip along,* enda upesi - n. mfinyo, mkato, pigo.

nipple n. (*of breast*), chuchu, titi.

no adv. siyo, la, hapana, *no sugar,* hamna sukari, *no doubt,* hapana shaka, *no more,* hamna tena.

noble a. bora kuu, -enye cheo kikubwa - n. mtu wa ukoo

bora, sharifu.
nobility, n. si mtu, *nobody knows,* hakuna ajuaye.
nod v.t. inamisha kichwa kukubali, toa ishara ya kukubali au kuamkia - v.i. sinzia, kupia, - n. mwinamo wa kichwa.
noise n. sauti, uvumi, makelele, ghasia, —*less,* a. -a kimya, *noisy,* a. -enye kelele.
nomad a. enye kuhamahama, sio na makao - n. mtu mwenye kuhamahama.
nominal a. -a jina, -a maneno tu, — *ly,* adv. kwa jina.
nominate v.t. taja, tenga, amuru, weka.
nomination n. kutaja, chaguo.
none a. hamna mtu, kitu, si hata moja; hakuweka chochote.
nonsense n. upuzi, maneno matupu, si chochote.
noon *noonday, noontide,* adhuhuri, jua utosini; wakati wa kustawi.
noose n. tanzi, kishwara.
nor conj. wala.
norm n. kawaida, kanuni, — *al,* a. -a kawaida.
normally adv. kwa kawaida, mara nyingi hasa.
north n. kaskazini, kibla, *the North,* upande wa kaskazini, —*erly,* —*ern,* a. -a kaskazini.
nose n. pua, *cut off one's nose to spite one's face,* jidhuru, kukata pua/kuadhibu sura, *follow one's,* -enda mbele moja kwa moja - v.i. nusa.
nostalgia n. hamu kubwa, kumbukumbu ya mtu kwao, majonzi.
not adv. si, *not so,* sivyo, *not at all, not a bit,* hata kidogo.
notability n. mtu mashuhuri.
notation n. alama zenye maana maalum, *staff* mwandiko wa muziki.
note n. habari, taarifa, ilani, onyo, —*able,* a. -a maana, lio wazi, a kuzingatiwa.
noted a. -enye sifa, maarufu, kubwa, akujulikana.
noteworthy a. -a kustahili kukumbukwa.
notify v.t. julisha, tangaza, arifu.
notification n. taarifa, tangazc, habari, hati.
notion n. wazo, dhana, nia, —*al,* a. -a mawazo, -a akili.
notorious a. -a ubaya, -enye sifa mbaya, maarufu kwa ubaya.
notoriety n. umaarufu wa sifa isiyo nzuri.
notwithstanding adv. prep. and conj. ijapo, ingawa, licha ya walakini,

nought n. si kitu, si neno, nunge.

noun n. jina la kitu, ngeli, nomino.

nourish v.t. lisha, chunga, nonesha, nenepesha, —*ment*, n. chakula, mlo, ulaji.

novel a. -pya, -geni, -n. kitabu cha hadithi ya kubuni, —*ty*, n. upya, ugeni, kizushi.

novice n. mwanafunzi, mtu mpya wa kazi, mgeni katika dini ambaye haijaiiimarisha bado.

now adv. sasa, sasa hivi, mara moja, *up to now,* mpaka sasa; —*adays,* n. siku hizi, , siku zetu.

nowhere adv. si.... pahali popote.

noxious a. -a kudhuru, -baya, enye kuchukiza.

nozzle n. mdomo, pua, tundu.

nuclear a. -a nuklia.

nude a. -lio uchi, n. picha ya mtu aliye uchi, *nudity* n. utupu, uchi.

nudge v.t. piga kikumbo, - n. kumbo, kiteku.

nuissance n. udhia, machukizo, upuuzi.

null a. batili, *be null and void,* tanguka, -fa-, —*ify,* v.t. batilisha, tangua, —*ity,* n. si kitu, si neno.

numb a. -enye ganzi, -zito v.t. tia ganzi, -n. ganzi.

number n. hesabu, namba, *a number of things,* vitu kadhaa *in great numbers,* -ingi, idadi kubwa -v.t. hesabu, kadiria —*less,* a. -ingi, sana

numeral a. -a hesabu, -n. tarakimu.

numerous a. -ingi mno.

nun n. mwanamke mtawa.

nuptial a. -a arusi, —*s,* n. arusi.

nurse n. nesi, mlezi, mwuguzi, yaya - v.t. uguza, tunza —*ry,* n. chuo cha watoto wadogo.

nut n. kokwa, karanga.

nutriment n. chakula, mlo, maakuli.

nutshell ganda, fufu, *in a-,* kwa kifupi.

O

oath n. kiapo, yamini, *to take an oath on the Bible or Quoran,* kula yamini ukishika Bibilia au Kurani, *put on oath,* apisha, lisha yamini. *administer an oath,* apisha.

oats n. nafaka kama shayiri *sow one's wild oats,* endesha maisha ya anasa, fanya uhuni.

obedient a. -tiifu, sikivu, *obedience,* n. utii, usikivu.

obeisance n. *make an obeisance,* inamia kwa heshima, shika miguu.

obey v.t. tii, sikia, stahi.

object n. kitu, lengo, kusudio *my object is,* kusudi langu ni - v.t. kataa, teta, kinza, —*ion,* n. katazo, kizuizi, —*ionable,* a. -a kuchukiza, -baya, sio pendeza, —*ive,* a. -a kitu, -n. shabaha lengo.

oblige v.t. shurutisha, tendea mema, lazimisha; bidii, juzu.

obligation n. sharti, lazima; mapatano, *be under an obligation,* wiwa.

obligatory a. -karimu, -ema, faradhi.

oblique a. -a kwenda upande, -potovu, pewa.

obliterate v.t. futa, haribu.

oblivion, n. usahaulifu, kutokumbuka, *be lost in —,* sahaulika kabisa.

oblivious a. sahaulivu, *be — of something,* sahau.

oblong a. -refu kuliko pana - n. mstatili.

obscene a. -chafu, -a kinyaa.

obscenity n. kinyaa, uchafu, vitendo vya kikahaba.

obscure a. -enye giza, -liofichika, -a siri.

obscurity n. giza, unyonge

observance n. kushika desturi, kukumbuka.

observation n. uchungulizi, uangalizi, *make an —,* sema rai yako, *by personal —,* kwa kuangalia mwenyewe.

observe v.t. chunguza, angalia kwa makini, *(keep),* fuata kawaida, tukuza, *observer,* n. mwangalizi, mchunguzi.

obsess v.t. shika, jaza katika, moyo shikilia, jaza moyoni sana, —*ion,* n. upagao wa pepo, uingiaji wa mawazo bila kiasi.

obsolete a. -siofaa tena, -zee mno, liochakaa.

obstacle n. kizuizi, mgogoro, pingamizi.

obstinacy n. ukaidi, usugu, kuduku.

obstinate a. -kaidi, -tukutu,

obstruct/offence

bishi.
obstruct v.t. zuia, pinga, kinga, kataza, —*ion,* n. kizuizi, katazo, kuzuia, —*ive,* a. -enye kizuia, pinzani, pingamizi.
obtain v.t. pata, - v.i. enea, wa desturi.
obtainable a. -enye kupatikana.
obtrusive a. fidhuli, safihi -enye kutokeza.
obvious a. wazi, bila shaka, dhahiri.
occasion n. wakati, tukio, kipindi, hali, *take occasion to,* tumia nafasi, *on this occasion,* leo hii, katika hali hii - v.t. sababisha, *be — ed by,* tokana na, sababishwa na, —*al,* a. -a mara kwa mara, —*ally,* adv. mara kwa mara.
occident n. magharibi, machweo ya jua.
occupant n. mwenyeji, mwenye kushika shamba, n.k.
occupation n. kazi, shughuli, uchumi.
occupy v.t. miliki, tumia, shika, hodhi.
occur v.i. tukia, tokea, *it occured to me,* nilipata wazo, nilifikiri, ilinijia, —*rence,* n. tukio, jambo.
ocean n. bahari, —*ic,* a. -a baharini.

o'clock *five o'clock,* saa kumi na moja.
ocular a. -a macho.
oculist n. mganga wa macho.
odd a. -a pekee, -a ovyo, -geni, -a kuchekesha, *odds and ends,* ukorokoro, *it makes no odds, what the odds?* mamoja, si kitu, *be at odds with,* zozana, bishana, *the odds are that,* - - - inaelekea kwamba.
odious a. -a kuchukiza, *odium,* n. chuki *I shall get the odium of it,* nitachukiwa kwa sababu yake.
odour n. harufu, *(pleasant)* manukato, *unpleasant* uvundo.
of prep. -a, kwa, *of late,* siku hizi, *of old,* zamani, *of himself, (itself, etc.)* peke yake kwa akili yake, *of consequence,* -a maana, *ten minutes of ten,* saa nne kasoro dakika kumi.
off prep. katika, mbali na, *off hand,* kwa haraka, bila kujitayarisha, *be well off,* - wa na mali nyingi, *go off,* ondoka, *get off,* enda *take off, (aircraft),* ruka juu, paa, ondoka, *(clothes),* vua, *ward off,* kinga, *Off with you!* Ondoka, toka, jiondokee.
offence n. kosa, chukizo, *take*

offence, chukizwa, *give offence,* chukiza.

offend v.t. chukiza, ghadhibisha, kirihi - v.i. kosa, fanya mabaya, —*er,* n. mwenye hatia, mkosefu.

offensive a. -baya sana, -a kinyaa, *take the offensive,* chokoza, shambulia.

offer v.t. toa, tolea, - v.i. tukia, onekana, *offer marriage,* posa - n. neno, shauri, *make an offer,* zabuni, tia bei, —*ing,* n. toleo, sadaka.

office n. ofisi, kazi, —*r,* n. afisa.

official n. afisa, -a. -a serikali.

officious a. -fidhuli, -sumbufu.

often adv. mara kwa mara, mara nyingi.

oil n. mafuta, —*y,* a. -a mafuta.

ointment n. dawa ya kupaka.

O.K. *okay,* sawa, vizuri.

old a. -zee, -a zamani, kongwe, *how old is he?* ana umri gani? *grow (be) old,* zeeka, chakaa, *old age,* n. uzee, ukongwe.

olive n. mzeituni.

olympic games michezo ya olimpiki.

omelette n. andazi la mayai, kiwanda, mayai yaliyopigwa na kukaangwa.

omen n. ndege, ishara, *good omen,* ndege njema, bahati njema, *bad omen,* ndege mbaya, kisirani, nuksi.

ominous a. -a ndege mbaya, -a kisirani.

omission n. kukosa kufanya, kuacha kitu, kosa.

omit v.t. acha, kosea, ruka kitu.

omnipotent a. -enyezi, -a enzi zote, n. kuweza, enzi kuu.

omniscient a. -enye kujua yote.

on prep. and adv. juu ya kwa, - ni, *go on,* endelea mbele, fuliza, *on board,* chomboni, *be on fire,* waka, *on the road,* njiani, *on and off,* pengine, *on demand,* inatakiwa sana, *on duty,* -a zamu, kazini, *on Sunday,* Jumapili, *and so on,* na kadhalika.

once adv. mara moja, siku moja, *at once,* upesi, mara moja.

one a. and n. moja, *be at one,* patana, *one another,* wao kwa wao, *one by one,* moja moja, *it is all one to me,* mamoja kwangu.

onion n. kitunguu.

onlooker n. mtazamaji, muhudhuriaji.

only a. tu, -a pekee, *if only he would agree,* laiti angekubali -conj. ila, isipokuwa.

onto prep. juu ya, kwa.
onward (s) and adv. kwenda mbele, kwa mbele.
ooze v.i. vuja, tiririka, churuzika.
opaque a. -siyoonya, siyopenyeka na mwanga.
open a. wazi, *an open secret,* siri inayojulikana, wadhiha, *be open with one,* ambia yote, sifiche kitu - v.t. fungua, acha wazi - v.i. fumbuka, —*er,* n. kifunguo, opena, —*ly,* adv. kwa wazi, —*minded,* a. -nyofu, -adilifu.
opera n. mchezo wa kuigiza ambao badala ya kusema maneno yanaimbwa.
operate v.t. endesha, - v.i. tenda kazi (med.) pasua mgonjwa, fanya operesheni.
operation n. kazi, operesheni.
operator n. mfanyi kazi.
opinion n. kauli, rai, fikira, *be of the opinion,* dhani, ona, *a matter of opinion,* ni mashaka, ni mawazo ya watu.
opium n. kasumba, bangi.
opponent n. mpinzani.
opportunity n. nafasi, faragha.
oppose v.t. zuia, pinga, kinga *be opposed to,* pinga, kataa.
opposite a. -a kuelekeana, mbele ya.
opposition n. upinzani, ubishi, ukinzani.
oppress v.t. onea, kandamiza, —*ion,* n. uonevu, udhalimu.
oppressive a. -enye maonevu, -dhalimu.
optical a. -a macho, *optician,* n. mwuza miwani.
optimism n. imani ya kuwa yote ni mema.
option n. uchaguzi, hiari, *no option in this case,* hamna hiari, ni shurti.
or conj. au, ama.
oral a. -a mdomo, -a maneno, —*ly,* adv. kwa kinywa.
orange n. chungwa, -a. -a rangi ya chungwa.
orator n. msemaji hodari, hodari wa kutoa hotuba.
orbit n. mzunguko wa dunia.
orchard n. bustani ya matunda.
orchestra n. kikundi cha wapiga muziki.
ordeal n. kiapo cha hatari, mateso, usumbufu, adhabu kali.
order n. agizo, desturi, taratibu, amri, *be out of order,* haribika, *give orders,* amrisha, *be in good order,* wa na afya, -zima, *in order to,* ili *keep order,* simamia, chunga *put in order,* panga, tunga - v.t. amuru, agiza.
ordinary a. -a kawaida, -

nyonge.
ore n. mawe nyenye madini.
organ n. kiungo, 2. kinanda, —*ization,* n. utaratibu, chama, mpango.
orientation n. maelekezo, mafunzo.
origin n. mwanzo, asili, —*al,* a. -a asili, halisi.
originate v.t. anzisha, zaa, tokana na asili ya.
ornament n. pambo, urembo, kingaja, —*al,* a. -enye urembo, -zuri.
orphan n. yatima, masikini, mwana mkiwa, — *age,* n. nyumba ya yatima.
oscillate v.t. pembeza, ning'iniza - v.i. pembea, ning'inia.
ostrich n. mbuni.
other a. -ingine, -a sili, — *wise,* adv. vingine.
ought v. aux. paswa, *I ought to go,* inanibidi kwenda.
our ours, a. -etu, *ourselves,* pron. sisi wenyewe.
oust v.t. ondosha, fukuza.
out adv. nje, *have it out with,* pigana na, *out of hand,* ghafula, ponyoka, *out of mind,* -a kupita akili; toka akilini, *out of question,* -siowezekana, *out of place,* -siofaa.
outcome n. matokeo.
outcry n. makelele, malalamiko.
outdo *(outdid, outdone)* shinda, pita.
outfit n. vifaa, mavazi.
outlaw n. haramia, - v.t. haramisha.
outlet n. mlango, tundu.
outline n. dokezo, kifupi, muhtasari - v.t. andika kwa ufupi.
outlook n. mtu aonavyo mambo, mtizamo; mambo yalivyo, yaonekanavyo, *world* — jinsi mtu achambuavyo mambo k.m. siasa, uchumi.
outnumber, v.t. pita kwa wingi.
outpatient n. mgonjwa asiye lala hospitali.
output n. mapato, mavuno.
outrage n. jambo ovu, kosa baya, — *ous,* a. -baya sana.
outright adv. kabisa, papo hapo.
outside adv. nje, —*r,* n. mtu wa nje, asiyehusika, mgeni.
outskirts n. kiunga, kando, pembezoni.
outspoken a. -nyofu, wazi.
outstanding a. -liobaki, *(debt)* - liopo siolipwa, *(prominent),* wazi, -a kuonekana wazi, -kubwa, enye kuvuta macho.
outward a. -a nje, enye kuamkana, —*ly,* adv. kwa nje, —*s,* adv. (kwenda) nje.

outweigh v.t. pita kwa uzito, nguvu, ubora.

oval a. -enye umbo la yai.

ovary n. kifuko cha mayai tumboni mwa mnyama jike.

ovation n. vifijo, shangwe, vingelegele.

over adv. juu, *all over,* kote, *it is all over,* imekwisha, imemalizika, *over and over,* mara nyingi, *over and above,* juu ya hayo.

overboard adv. (anguka) baharini.

overcast a. tanda, *the sky is* —, kumetanda mawingu.

overcoat n. koti la juu, koti kubwa.

overcome *(overcame),* liochelewa muda wake, liopita muda.

overdue a -a kuchelewa, siowadia, enye kutokea kinyume.

overestimate v.t. sifu mno, thamini kupita kiasi.

overflow v.t. furika, eneo - v.i. furuka, jaa mno, bubujika.

overhead adv. juu ya kichwa.

overjoyed a *be*—, furahi mno.

overland adv. kwa nchi kavu.

overlap v.i. ingiliana.

overmuch a. zidi mno, ingi mno.

overnight adv. kwa usiku mmoja; kwa kucha moja, ghafla.

overpower v.t. shinda nguvu, tiisha.

override v.t. tangua, vunja.

overrule v.t. tangua, geuza, amuru vingine.

overrun kuangusha kila kitu, majumba, miti, watu kwa zana za vita k.m. vifaru; kuingia kwa shari, kufunikiza.

oversee v.t. simamia, angalia; overseer, msimamizi, mnyapara.

overshadow v.t. tia kivuli juu, ziba.

oversight n. kupitiwa.

oversleep v.i. lala sana na chelewa kuamka, lala fofofo.

overtake v.t. pita, fikia toka nyuma kama gari.

overthrow v.t. pindua, angusha, shinda.

overtime adv. kwa saa za kuzidi. n. saa za ziada katika kazi baada ya saa za kawaida; malipo yake.

overturn v.t. and 1. pindua, angusha, pinduka.

overwhelm v.t. shinda, vunja, zidia nguvu, hilikisha.

overwork v.t. tumia mno, fanyisha kazi mno - v.i. fanya kupita kiasi, fanya kukithiri.

owe v.t. wiwa, -wa na deni, *owing to,* kwa sababu ya; owing, a. -adeni, a haki, *it is all ow-*

ing to him, kosa lake.
owl n. bundi, babewana; (coll.) mtu mjinga mwenye tabia ngumu.
own v.t. miliki, zuia, v.i. kiri, ungama, kubali -a. - ake, -anga, n.k. mwenyewe, *his own money,* fedha yake mwenyewe, —*ership,* n. umilikaji, uenyewe.
ox n. (pl. *oxen),* fahari la ng'ombe.
oxygen n. oksijeni.
oyster n. chaza.

p

pace n. hatua, wayo, mwendo, wepesi wa mwendo, *keep pace with,* enda sawa sawa na - v.i. enda kwa miguu, vuta hatua - v.t. pima kwa hatua.
pacify v.t. fanya amani, tuliza, poza, suluhisha, pacific, a. amani, pole.
pack n. mtumba, robota, bunda, furushi, —*age,* n. kipeto, furushi, —*et,* n. kifurushi, kichopa, kipakiti.
pact n. mapatano, mkataba, maafikiano.
pad n. kata, mto mdogo.
paddle n. kafi, kasia; - v.t. piga kafi, vuta kasia.
pagan n. mpagani, asiye na imani ya dini ya Mungu.
page n. ukurasa, gombo; 2. boi, mtumishi.
pail n. ndoo, dumu.
pain n. maumivu, uchungu, *be at pains,* jitahidi, fanya bidii, chukua tabu, - v.t. umiza, sumbua, shughulisha, — *ful,* a. -a maumivu, *it is painful,* inauma, inaudhi, — *staking,* a. -enye bidii, -ajitihada.
paint n. rangi, - v.t. paka rangi, tia rangi, —*er,* n. mpaka (fundi) rangi, — *ing,* n. picha, iliyochorwa kwa rangi, alama.
pair n. jozi, *a pair of shoes,* jozi ya viatu - v.t. panga viwili viwili.
palace n. jumba la mfalme, ukumbi mkubwa wa starehe na burudani.
palate n. kaakaa la kinywa.
palatable a. -tamu, -a kupendeza.

pale n. ua, mpaka, kiwanja - a. -eupe, -a kufifia, enye kuzingia - v.t. fifia.

palm n. kiganja, mnazi, kitanga cha mkono, mtende, mvumo au mchikichi.

palpitation n. mapigo ya moyo, mpumuo; *palpitate* v.i., pigapiga kwa moyo, pumua, tweta kwa haraka.

pamper v.t. dekeza, endekeza, nyeteza.

pamphlet n. kitabu kidogo chenye kueneza siasa au itikadi ya kikundi maalum.

pancake n. andazi, aina ya chapati.

pane n. kioo.

panel n. kibao, ukutano 2. watu waliochaguliwa kuhukumu.

pang n. maumivu makali ya ghafla, mkeng'eta, *pangs of hunger,* njaa kali.

panic n. hofu ya ghafula, mshituko, —*stricken,* a. -enye hofu kubwa.

pant v.i. tweta, hema — *after,* tamani.

pap n. ubwabwa, 2. titi, chuchu ya ziwa.

paper n. karatasi, hati, cheti; - v.t. bandika karatasi ukutani, pamba kwa karatasi.

par *on a par with,* sawa na, usawa wa thamani ya sarafu baina ya hii na nyinginewe.

parable n. mithali; hadithi fupi yenye maadili yaliyofichika.

parade n. gwaride, *make a — of,* jivunia - v.t. tembeza, jivunia, - v.i. pangana, andamana, enda kwa madaha.

paradise n. peponi.

paragraph n. aya.

parallel a. sambamba, chanjari.

paralyse v.t. pooza cha, ficha.

paralysis n. kipooza.

paralytic a. -enye kupooza - n. kiguru.

paramount a. -kuu, kubwa sana, adhimu.

parasite n. kimelea, kirukia, kinyonyaji.

parcel n. kifurushi, kipakiti, mtumba. - v.t. gawanya; 2. funika kwa turubai, ziba.

parch v.t. kausha, unguza, kaanga. - v.i. kauka, ungua. —*ment,* n. ngozi iliyotumika kwa kuandikia.

pardon n. msamaha, maghufira, *beg for, ask for pardon,* omba radhi - v.t. samehe, *pardon me,* niwie radhi, nisamehe.

pare v.t. menya, gua. toa maganda.

parent n. mzazi, mvyele. —*al,*

a. -a wazazi.

parish n. mtaa wenye padri.

park n. kiwanja cha magari, maegeshoni - v.t. egesha gari.

parliament n. bunge, baraza la kutunga sheria. — *ary,* a. -a bunge, *member of parliament,* mbunge, mjumbe wa baraza la.

parlour *beauty* — nyumba ya kutengenezea nywele na shughuli nyingine za urembo wa wanawake.

parrot n. kasuku.

part n. sehemu, kipande, zamu, *in good* —, vizuri, *in bad* —, kwa ukali, *take part in,* shiriki, wa pamoja na, *act a part,* fanya hila - v.t. tenga, gawa - v.i. tengana, achana, *part company,* achana na, tengana, *part with,* acha, tupa.

partake v.i. shiriki, onja.

partial a. -a sehemu, enye kupendelea, — *ity,* n. shauku, upendeleo.

participate v.i. shiriki, twaa sehemu, kuwemo.

participation n. ushirika.

particle n. kipande kidogo sana.

particular a. -a mtu mmoja, -a maana, maalum, halisi, *in particular,* hasa, mahsusi - n. jambo moja, — *ly,* adv. juu ya yote, sana.

partition n. mgawo, kiambaza cha kati, - v.t. gawa, tenga.

partly adv. kidogo, kwa sehemu.

partner n. mshiriki, mwenzi, patina, — *ship,* n. bia, ushirika.

party n. chaa, 2. karamu, *he was a party to it,* alishiriki, alikuwa mmoja wao, *give a party,* fanya karamu.

pass v.i. pita, ambaa, enda - v.t. pita, pisha, toa idhini, *pass a law, resolution, motion,* weka sheria, pitisha azimio, *bring to pass,* fanyiza, timiliza, *come to pass,* tukia, *pass an examination,* faulu, *pass for,* dhaniwa kuwa, *pass sentence,* hukumu - n. mlango; 2. hati, — *age,* n. mapito, kivuko, — *enger,* n. abiria, msafiri.

passion n. harara, tamaa, ashiki uchu, — *ate,* a. -epesi wa hasira, kali, -enye shauku.

passive a. -a kutendewa, -vumilivu.

passport n. cheti cha njia, pasi.

pass-word n. neno maalum la siri linalotumiwa kama

past a. -a zamani, *he is past cure,* haponi -n. zamani, kale, *half past one,* saa saba na nusu *the case is past hope,* ni kazi bure.
pastor n. mchungaji, padre, mkuu wa dini ya wakristo, pasta.
pasture n. machunga.
pasty n. sambusa.
pastry n. aina mbalimbali za keki.
pat v.t. papasa, *pat on the back,* pongeza - n. kipigo cha kofi kuonyesha furaha, hongera, pongezi.
patch n. kiraka, kiwanja - v.t. tia kiraka, *patch up,* tengeneza, *(a quarrel)* patana.
patent a. wazi, bayana, dhahiri.
paternal a. -a baba.
path n. njia, ujia.
pathetic a. -a kutia huruma.
patience n. saburi, utulivu, uvumilivu.
patient n. mgonjwa, muwele, -a. vumilivu, *be — with,* vumilia, stahamili, *—ly,* adv. kwa subira.
patriot n. mzalendo, mzawa, *—ic,* a. -enye uzalendo, *—ism,* n. uzalendo, upendo wa mzalendo kwa nchi yake.
patrol n. doria, askari wa zamu, mlinzi, v.t. pitapita kama askari wa doria.
patron n. mlinzi, mkuu, *— age,* n. ulinzi, *— ize,* v.t. saidia, linda, angalia.
pattern n. kielelezo, mtindo, mfano, kienzo.
pause n. kikomo, - v.i. pumzika kidogo, pumua.
pave v.t. sakifu, *pave the way for,* andalia, tayarishia, *— ment,* n. sakafu ya mawe.
paw n. makucha ya wanyama.
pawn v.t. weka rehani, *put in pawn,* weka rehani, *— broker,* n. akopeshaye fedha kwa rehani.
pawpaw n. papai.
pay v.t. (paid), lipa, - v.i. lipa, *pay attention to,* stahi, jali, sikiliza, *pay court to,* jipendekeze kwa, *pay a visit,* tembelea, salimu - n. ujira, haki, *— ment,* n. malipo.
pea n. njegere, dengu.
peace n. amani, *— ful,* a. -tulivu, *— maker,* n. mpatanishi.
peacock n. tausi.
peak n. kilele, ncha.
peanut n. karanga, njugu.
pear n. pera.
pearl n. lulu.
peasant n. mkulima.
pebble n. kokoto, changarawe.

peck v.t. donoa.
peculiar a. -a pekee, sio na mifano, -a kiajabu, —*ity,* n. tabia ya pekee; tofauti.
pedal n. pedali, - v.t. kanyaga pedali, endesha kwa kukanyaga pedali.
pedestrian n. mwenda kwa miguu.
pedigree n. ukoo, nasaba, majina ya wahenga wa kale.
peep v.i. chungulia, chimbuka, chomoza; 2. lia kama panya au kinda, — *hole,* n. ufa, tundu.
peer n. mwenzi, mfano; v.i. 2 chungua, kazia macho; onekana, — *less,* a. -sio na mfano.
peevish a. -enye kisirani, -tukutu, epesi wa kukasirika.
peg n. kijiti, kigingi; *(whisky)* pegi - v.t. pigilia vijiti, egeshea.
pelvis n. fupa la nyonga.
pen n. kalamu, 2. zizi, ua zio kizimba - v.t. andika — *knife,* n. kisu - 2. zizi, ua zio, kizimba.
penal a. -a adhabu, a watu waliopasiwa adhabu, —*ize,* v.t. adhibu, tia adabu, —*ty,* n. adhabu.
penance n. adhabu.
pencil n. kalamu ya risasi.
penetrate v.t. penya, choma, ingia.
penetration n. kupenya, kuingilia.
peninsula n. nchi iliyozungukwa na maji pande zote ila upande mmoja.
penis n. mboo, dhakari.
penitent a. -enye kutubu, -a toba.
pension n. ujira wa uzeeni.
pensive a. -enye mawazo, -a huzuni.
people n. watu, jumla ya watu, taifa.
pepper n. pilipili, hoho.
perceive v.t. fahamu, tambua.
percent n. asilimia (%) — *age,* n. asilimia.
perception n. ufahamu, kuona.
perceptible a. -enye kuonekana wazi, -a dhuhuri.
percussion n. mgongano, kishingo.
peremptory a. -a lazima, -kali, — *ily* adv. vikali, kwa nguvu.
perfect a. kamili, -zima sahihi, timilifu - v.t. kamilisha, timiza, — *ion,* n. ukamilifu, upeo, — *ly,* adv. kabisa, kamili, halisi.
perforate v.t. toboa, pekecha.
perform v.t. fanya, tenda — *ance,* n. kazi, utendaji.
perfume n. marashi,

manukato.
perhaps adv. labda, huenda.
peril n. hatari, *put in peril*, ponza, tosa, — *ous,* a. -enye hatari.
period n. muda, kipindi, muhula, *woman's periods,* hedhi, mwezini, — *ical,* a. -a vipindi, — *ical,* n. gazeti la vipindi.
perish v.i. potea, angamia — *able,* a. -enye kuangamia, sio dumu.
perjury n. ushahidi wa uwongo, uzushi, ushahidi wa kusingizia.
permanent a. -enye kudumu, -a daima, a kila siku.
permeate v.i. enea, lowesha, penya.
permission n. ruhusa, idhini.
permit v.t. toa ruhusa, ruhusu, - n. ruhusa, kibali.
perforation n. kitundu, kitobo.
perpendicular a. -a wima.
perpetual a. -a daima, -a siku zote, enye kudumu.
perpetuate v.t. dumisha, endeleza, wekesha.
persecute v.t. tesa, onea, sumbua.
persecution n. udhalimu, mateso.
persevere v.i. shikilia, endelea licha ya upinzani, shida.

perseverance n. licha ya shida, uvumilivu, bidii.
persist v.i. endelea, shikilia, — *ence,* n. bidii, jitihada, — *ent,* a. -shupavu, - kaidi.
person n. mtu, nafsi, *in —,* binafsi, — *age,* n. mtu mashuhuri, maarufu, — *al,* a. -a mtu mwenyewe, *make personal remarks on,* sengenya, — *ality,* n. nafsi ya mtu, haiba, — *ify,* v.t. igiza mtu, -wa nafsi yake, jifanya kuwa ufulani, — *nel,* n. jumla ya watu wa kazi kiwandani, melini, n.k. *personnel officer,* afisa maslahi.
perspiration n. jasho, hari.
perspire v.i. toka jasho, toka hari.
persuade v.t. vuta, bembeleza, shawishi, tia bilisi.
persuasion n. mvuto, moyo, nia.
persuasive a. -a kubembeleza, -shawishi.
perusal n. kusoma kwa makini, mtalaa.
peruse v.t. soma kwa uangalifu, durusu.
pervade v.t. penya pote, enea kote.
perverse a. -kaidi, -potevu, -tundu.
perversity n. upotevu, inadi,

ukaidi.

pessimism n. tabia ya kuona kila kitu ni kibaya.

pessimist n. mtu aonaye yote ni mabaya.

pest n. maradhi, baa, balaa.

pet n. kipenzi, mnyama rafiki, mnyama wa kufuga.

petal n. jani la ua, petali.

petition n. maombi, dua, haja v.t. omba, sihi, lilia hali.

petrify v.t. geuza jiwe, shangaza, tia bumbuwazi - v.i. geuka kuwa jiwe.

petrol n. petroli, — *station,* kituo cha petroli.

petty a. -dogo, dhaifu, sio kubwa.

pew n. kiti cha kanisani kirefu.

pharmacy n. duka la dawa.

phase n. sura ya kitu, awamu.

philanthropy n. kutoa fedha za misaada kwa ajili ya kuendeleza kazi nzuri zisizoleta faida kifedha.

philology n. elimu ya lugha, asili na maendeleo yake.

philosophy n. falsafa.

phonetic a. -a mambo ya sauti, jinsi ya kutamka.

phonetics n. -elimu ya sauti za usemi.

photograph n. picha, taswira - v.t. piga picha, — *er,* n. mpiga picha.

phrase n. fungu la maneno, kishazi.

physics n. fizikia.

physical a. -a asili, -a viumbe, -enye mwili, *a - impossibility,* kitu kisichowezekana kabisa.

physician n. mganga.

physiology n. elimu ya mwili.

physique n. umbo.

pick v.t. donoa, chokoa, chagua, chuma, *pick up,* okota, *pick a quarrel,* taka ugomvi, *pick hole in, pick to pieces,* chongea, singizia, *pick a pocket,* iba mifukoni, — *axe,* n. sururu, — *pocket,* n. mwizi wa mifukoni.

picnic n mandari, matembezi.

picture n. picha, taswira, sanamu.

pie n. andazi, *have a finger in the pie,* -wamo katika.

piece n. kipande, *take to pieces,* vunja vunja, kongoa, *all of a piece,* yote sawa sawa, — *meal,* adv. kidogo kidogo.

pierce v.t. toboa, penyeza, - v.i. penya.

piety n. uchaji wa Mungu, ucha Mungu, utawa.

pig n. nguruwe.

pigeon n. njiwa, *pigeon-hole,* n. tundu la njiwa, mtoto wa meza au kabati.

pig-headed a. - kaidi, bishi, kichwa maji.
pigment n. rangi, pigmenti.
pike n. mkuki mfupi, fumo.
pile n. nguzo, 2. fungu, chungu - v.t. lundika, kusanya.
pilgrim n. mhaji, —*age*, n. safari ya kuhiji, *make a pilgrimage*, hiji.
pill n. kidonge cha dawa.
pillage n. v.t. vitendo vya kuvamia na kupora mali kwa mfano wakati wa vita au kupora uchumi wa nchi kupitia ukoloni na ubeberu.
pillar n. nguzo.
pillow n. mto, — *case*, n. foronya.
pilot n. rubani, - v.t. ongoza, peleka.
pimple n. kipele, chunusi.
pin n. pini, - v.t. funga, kaza *pin one's faith on*, tegemea.
pincers n. koleo.
pinch v.t. finya, minya, dokoa - n. finyo, shida, *at a pinch*, mashakani, *to take with a — of salt* kutoamini moja kwa moja, dokoa.
pine v.i. fifia, chakaa, —*for*, tamani sana, - n. msonobari — *apple*, n. nanasi.
pink a. -ekundu.
pinnacle n. mnara mwembamba.
pioneer n. mtangulizi, - v.t. tangulia, vumbua.
pious a. -enye dini, mchaji wa Mungu.
pipe n. kiko, bomba, — *line*, bomba la mafuta n.k.
piracy n. uharamia baharini, unyang'anyi baharini.
pirate n. haramia baharini, muasi.
pistol n. bastola.
pit n. shimo, - v.t. fanya kovu — *fall*, n. mtego, shida ya ghafula.
pitch n. lami, - v.t. paka lami *pitch-dark*, giza sana - v.t. tupa, *pitch a tent*, simika hema, jenga hema, *come to a pitch*, iva, *a pitched battle*, pambano kali la vita.
pith n. moyo mwororo, lami, —*y*, a. -enye maana.
pitiful a. -enye huruma.
pity n. huruma *what a pity, it is a great pity*, msiba kweli huo!
pivot n. msumari wa kati.
placard n. tangazo ukutani, v.t. tangaza habari kwa kubandika makaratasi ukutani.
place n. pahali, *take place*, tukia, *out of place*, haifai, pasipofaa.
placid a. -tulivu, -pole.
plague n. tauni, msiba, baa mateso.

plain a. wazi, dhahiri, sawa; - n. uwanda, mbuga.

plaint n. kilio, mashtaka, maombolezo, hati ya mashitaka, —*iff,* n. mdai, *plaintive,* a. -a huzuni, -enye kudai.

plan n. shauri, azimio, kusudi - v.t. azimu, nia.

plane n. randa, -a. -enye uso ulio sawa sawa - v.t. piga randa, sawazisha kwa randa.

plant v.t. panda mbegu, kaza; tega, panga ili kupata nafasi ya kusingizia, — *ation,* n. shamba kubwa.

plaster n. lipu - v.t. piga lipu, paka, rudishia.

plastic a. -enye kunyumbuka, ororo, -a kufuata vyovyote. elekevu.

plate n. sahani, kombe, bamba, kibati.

platform n. jukwaa, mbao, kilili.

plausible a. (maelezo, jibu) enye kuelekea kuwa kweli A — *explanation,* haya yaweza kuwa maelezo yake.

play n. mchezo, - v.i. cheza, *play into the hands of,* kufanya jambo la kumnufaisha mtu maalum, *bring into play,* tendeza, *come into play,* tenda kazi, — *er,* n. mchezaji.

playground n. uwanja wa michezo, kiwanja cha kuchezea.

plea n. maombi, kisa, udhuru.

plead v.t. tetea, - v.i. omba, sihi, *plead guilty,* kiri sana.

pleasant a. -a kupendeza, -zuri.

pleasure n. furaha, anasa, mchezo; *pleasure* v.t. and 1. pendeza.

plenary a. kamili, - ote, ingi.

plenty n. wingi, usitawi, neema.

pliable a. -a kupindika, -sikizi, epesi kufuata.

pliers n. koleo, chamburo.

plight n. hali, hasa isiyopendeza, mambo; - v.t., ahidi, n. ahadi.

plod v.i. enda pole pole na kwa shida.

plot n. shauri, hila - v.t. fanya shauri, hila, ghilba; mtego; n. shamba, kiwanja.

plough n. plao, jembe la ng'ombe, v.t. and i. lima kwa jembe la ng'ombe, shindwa au sababisha kushindwa.

pluck v.t. chuma, konyoa, angua, *pluck up courage,* piga moyo konde.

plug n. kizibo, nguruzi, hasho, - v.t. ziba, funga.

plumb n. timazi, chubwi, -a.

plump/poll

sawa sawa; v.t. - pima kwa timazi, ona hadi chini, — *er*, n. fundi bomba, — *plumbline*, n. timazi, kipimo.

plump a. -enye maungo, -nene, -a kujaziana, - v.i. anguka kwa kishindo.

plunder v.t. teka nyara, nyang'anya, ghilibu; - n. mateka, nyara, ngawira.

plunge v.t. tumbukiza, tosa, ingiza, - v.i. *oneself into*, jitupa, jiingiza, jitumbukiza - ni mtupo; mshindo.

plural a. zaidi ya moja, -ingi, - n. wingi, hesabu zaidi ya moja.

plus prep. pamoja na.

ply v.t. tumia (chombo, n.k.) kwa bidii - n. tabaka, *three-ply wood*, tabaka tatu za mbao zilizogandamizwa pamoja.

pneumonia n. ugonjwa wa pafu.

poach v.t. winda kwa wizi; 2. tokosa ute na kiini ndani ya maji.

pocket n. mfuko, *be out of -*, pata hasara - v.t. tia mfukoni, futika; vumilia, — *money* n. fedha ya matumizi.

poem n. shairi, utenzi.

poet n. mshairi, malenga, manju.

poetry n. utungaji wa mashairi, umalenga, *write poetry*, tunga mashairi.

poignant a. -kali, *poignancy*, n. ukali.

point n. ncha, *at all points*, pande zote, *point of view*, maoni, *carry a point*, shinda - v.t. chonga, *point out*, onyesha, —*d*, a. -enye ncha, *beside the*, —, havihusiani.

poison n. sumu, - v.t. tia sumu — *ous*, a. -a sumu, enye kufisha.

poke v.t. sukuma, kumba, tia mdukuo, *poke fun at*, fanyia mzaha - n. kikumbo, msukumo, dafrao.

pole n. ncha ya dunia, pembe za dunia; mwisho wa sumaku; *be poles apart*, hitilafiana kabisa - n. mti, ufito, pao.

polemic polemical a. -bishi, -shindani.

police n. polisi, — *station*, kituo cha polisi.

policy n. busara, sera.

political a. -a siasa.

politics n. siasa.

polish v.t. kwatua, n. dawa ya kukwatulia.

polite a. -enye adabu njema, -a heshima.

poll n. kisogo, watu wenye haki ya kupiga kura - v.t. toa kura, pokea kura, *poll-tax*,

kodi ya kichwa.
pollen n. poleni, chavuo.
pollute v.t. najisi, chafua, *pollution,* n. uchafu, janaba, najisi, taka.
polygamy n. desturi ya kuoa wake wengi.
pomp n. fahari, sherehe, — *ous,* n. -a fahari.
pond n. ziwa, dimbwi.
ponder v.t. fikiri, waza, tafakari kwa makini, — *ous,* a. -zito sana.
pony n. farasi mdogo.
pool n. kidimbwi, ziwa dogo; 2. mchezo wa kamari kushindania fedha.
poor a. maskini, fukara, —*ly,* adv. vibaya, *feel poorly,* sikia vibaya.
pop n. kishindo, - v.i. fanya kishindo, zibuka, funguka, v.t. zukia na ghafla.
pope n. Papa mkuu wa madhehebu ya katoliki.
popular a. -a kupendwa na watu wote, a watuwengi — *ity,* n. sifa, umaarufu.
populate v.t. jaza watu.
population n. watu wa nchi fulani, wakazi, idadi ya wakazi fulani.
populous a. -enye watu wengi. -a kujaa watu wengi.
porch ukumbi, sebule.
porcupine n. nungu.
pore v.i. *pore over,* kazia macho - n. kitundu, kinyweleo.
pork n. nyama ya nguruwe.
porridge n. uji mzito.
port n. bandari, diko, mji wenye bandari.
porter n. mpagazi; 2. mlinzi wa hoteli au jumba maarufu, mchukuzi wa mizigo.
portion n. sehemu, fungu.
portrait n. picha, *portray,* v.t. andika picha, eleza, picha ya uso wa mtu, onyesha kwa picha au ishara.
pose n. kikao, sura, - v.t. weka katika kikao, - v.i. jiweka, jifanya.
position n. hali, kikao, *(opinion)* rai, dhana, fikira, *be in a* — *to,* weza.
positive a. -a hakika, dhahiri *be* —, jua bila shaka.
possess v.t. miliki, wa na.
possession n. mali, miliki, hali *take* —, twaa, shika.
possible a. -a kuwezekana, *it is* —, yawezekana.
possibility n. uwezekano, *there is a possibility,* yawezekana, kuna uwezekano.
post n. mti, nguzo, cheo - v.t. tangaza, — *age,* n. ada ya posta, gharama ya kupelekea kifurushi, simu au barua.

post office n. posta.
posterity n. wazao, vizazi vya baadae.
postpone v.t. ahirisha, subirisha, fanya baadaye.
posture n. mkao, hali, msimamo.
pot n. kopo, sufuria, chungu, kikaango.
potato n. kiazi, vi-, *(potatoes)* mbatata.
potent a. -enye nguvu, *potency,* n. nguvu.
potion n. dawa ya kunywa.
pouch n. mfuko, beti; - v.t. tia mfukoni, futika.
poultry n. jamii ya kuku, bata, n.k.
pounce v.t. ruka kwa ghafula, — *upon,* rukia ghafula - n. mruko wa ghafula, mchupo.
pound n. pauni, 2. ratli - v.t. twanga, funda, —*er,* n. mchi.
pour v.t. mwaga, - v.i. miminika, *the rain is pouring down,* mvua inanyesha sana.
poverty n. umaskini, ukata, — *stricken,* a. maskini, -mkata.
powder n. poda.
power n. uwezo, nguvu, *have power over,* tawala, chunga — *ful,* a. enye nguvu, — *less,* a. bila nguvu, iso uwezo.
pox n. ugonjwa wa upele, *small-pox,* n. ndui, *(syphilis)* kaswende, sekeneko.
practicable a. -a kuwezekana, -naofaa, -akufanyika.
practical a. kufaa, -enye busara, -a kutumika; — *ly,* adv. kwa kweli.
practice n. mazoea, kazi, desturi.
practise v.t. tenda mara nyingi jizoeza.
praise v.t. sifu hamidi, -n. sifa, — *worthy* a. -naostahili sifa.
prank n. mchezo, mzaha, vitimbi.
pray v.t. omba, sali, taka maghofira, *pray what is the news?* ebu niambie, vipi? — *er,* n. sala, ombi.
preach v.t. hutubu, hubiri, — *er,* n. muhubiri, — *ing,* n. hotuba.
precarious a. -a shida, si thabiti, -a hatari.
precaution n. uangalifu, hadhari, *take — s,* jihadhari.
precede v.t. tangulia, enda mbele, takadamu, — *nce,* n. utangulizi, — *nt,* n. mfano uliotangulia, *there is no precedent,* hamna mfano uliowahi kutokea.

preceding a. -a kwanza, -a mbele.
precept n. agizo, amri.
precious, a. -a thamani, ghali, -penzi.
precipice n. genge, jabali, mteremko wa hatari.
precipitate v.t. himiza, leta upesi.
precipitation n. haraka nyingi, harara.
precis n. ufupisho wa maneno, muhtasari.
precise a. sawa sawa, halisi, wazi, dhahiri.
precisely adv. sawa sawa, hasa, kwa dhahiri.
precision n. usahihi, usawa wa karibu sana wa vipimo.
precocious a. -enye kupevuka upesi wa akili.
preconceived a. -liowazwa kabla.
predatory a. -a kunyang'anya.
predecessor n. mtangulizi.
predetermine v.t. azimia mbele, toa azimia kabla.
predicament n. mashaka, shida, hatari.
predicate v.t. toa habari juu ya, kitu fulani, sema.
predict v.t. tabiri, *prediction,* n. utabiri.
predisposition n. maelekeo, hali ya kuwa tayari.
predominant a. -kuu, -enye kuzidi, ingi.
predominate v.i. pita, wa na nguvu, zidi, shinda.
preface n. utangulizi.
prefect n. msimamizi.
prefer v.t. penda zaidi, chagua mbele, hitari, — *able,* a. afadhali, bora, aula, heri, — *ence,* n. upendeleo, hiari, kuchagua mbele.
prefix n. neno litangulialo, chambele, kiambishi.
pregnant a. -enye mimba, -a ujauzito, enye kuhamili, — *with,* -a kujaa.
pregnancy n. mimba, ujauzito.
prejudice n. dhana isiyo na msingi, upendeleo bila sababu za haki - v.t. dhania bila msingi, chukia pasi sababu, dhuru.
preliminary a. -a mwanzo, -a kuweka tayari, — *remarks,* matangulizi, dibaji.
prelude n. mwanzo.
premature a. -a kabla ya wakati wake, — *ly,* adv. kabla ya wakati wake, upesi.
premeditate v.t. waza mbele, tangulia.
premier n. waziri mkuu; a. kwanza -a mwanzo, kuu.
premises n. nyumba na kiwanja chake.
premium n. zawadi, malipo

preoccupy/prevalence

yanayotolewa kila muda kwa ajili ya bima, *be at a premium,* -wa na thamani zaidi, *sell at a premium,* uza kwa faida.

preoccupy v.t. shughulisha kabla.

preoccupation n. shughuli za wasi wasi, kutangulia kutwaa kabla.

prepare v.t. andaa, tayarisha, weka tayari, idilisha.

preparation n. matayarisho, maandalizi, matengenezo, *make preparations,* andalia.

preposition n. neno la uhusiano, ainisho.

prescribe v.t. agiza, amuru.

prescription n. cheti cha daktari kinachomwezesha mgonjwa kununua dawa na maelekezo ya kuzitumia.

presence n. kuwapo, *in the — of,* hadhara ya, mbele ya, *presence of mind,* welekevu wa akili.

present a. -liopo, -a sasa, -a wakati huu n. zawadi, - v.t. tunukia; — *ment.*

presentiment hisia kwamba jambo fulani karibu litatokea.

preservation n. hifadhi, afua, ulinzi.

preservative a. -a kulinda, -a kupanga - n. dawa ya kuhifadhi kitu kisioze au kuharibika.

preserve v.t. hifadhi, linda, - n. hifadhi.

preside v.i. wa mkuu, tawala, ongoza, — *nt,* n. rais, kiongozi.

press v.t. gandamiza, minya, songa, kaza, lemeza, bonyeza. 2. piga pasi, — *ure,* n. msongo, mbano, mshurutisho, mkazo, *do it under pressure,* fanya kwa kushurutishwa.

prestige n. sifa, tabia njema, heshima, fahari.

presume v.i. - v.t. dhania kabla, waza kabla ya jambo.

presumption n. kiburi, ujuvi.

presuppose v.t. dhania kabla ya kujua.

pretence n. uwongo, hila, kujisingizia.

pretend v.i. jisingizia, jifanya kuwa kama, sema kwa uwongo.

pretext n. sababu isiyo ya kweli, udhuru, hoja hasa isiyo ya kweli.

pretty a. -zuri, -enye sura nzuri, enye kupendeza, *I am pretty well,* sijambo sana.

prevail v.i. shinda, weza, wa na uwezo, — *upon,* shawishi, vuta.

prevalence n. kuwa, *prevalent,*

mazoea, maneno, kushinda.

prevalent a. a kuenea, -kubwa, wa kote, enye kuchaga, *fever is prevalent,* homa imechaga, homa imeenea.

prevent v.t. zuia, pinga, kinza, kingiza, —*ion,* n. zuio, mzuio, — *ive,* a. -a kuzuia, -n. kinga, -a hadhari.

previous a. -a kwanza, -a zamani.

prevision n. busara kuona mbele.

prey n. mateka, mawindo, ngawira, *be the prey of,* shikwa na, - v.i. teka, *prey on,* teka.

price n. bei, kima, *at any price,* kwa vyo vyote - v.t. kadirisha, *priceless,* a. bora sana.

prick v.t. choma kwa ncha, washa; piga makoongo; pandikiza - n. mwiba, *prick up one's ears,* sikiliza sana.

pride n. majivuno, kiburi, kinaya, usodawi, *feel pride at, (in),* ona fahari kwa sababu ya, *pride oneself on,* jivunia, nyeta.

priest n. padri, kuhani, mchunga, — *hood,* n. upadre.

primarily adv. kwanza kwanza, kwanza hasa.

primary a. -a asili, -a kwanza, *primary school,* shule ya msingi.

prime a. -a kwanza, *prime minister,* n. waziri mkuu.

primitive a. -a zamani, -a kale.

principal n. mkuu wa shule, msimamizi, bwana mkubwa; akiba rasilimali.

principle n. kanuni, chimbuko, jambo la asili, *act on — s,* wa mtu wa haki, mtu mwenye msimamo imara.

print v.t. piga chapa, tia alama; zingatia moyoni - n. chapa, —*ing,* n. chapa, ufundi wa kupiga chapa, *out of print,* kitabu au chapisho linapopotea kabla ya kuchapishwa upya.

prior a. -a kwanza, *prior to,* kabla ya, — *ity,* n. kitu cha kwanza kufikiriwa, umuhimu wa kwanza.

prison n. gereza, mahabusu, —*er,* n. mfungwa.

privacy n. faragha, upweke.

private a. -a mtu faraghani, -a faragha, *in* —, faraghani.

privation n. ukosefu, shida, upungufu, uhitaji.

privilege n. heshima, fahari.

prize n. tuzo, zawadi, tunu; -v.t. penda sana, tunuka, tunza sana.

probable a. yamkini, labda,

probability/promise

huenda ikawa, *it is —,* labda, penginepo.

probability n. uelekeo, *in all probability,* huelekea hivyo, yamkini.

probably adv. huenda, labda, pengine.

probation n. majaribio.

problem n. shida, matatizo, hoja, maulizo, mashaka; 2. neno gumu, fumbo, — *atic,* a. -a shida, -a shaka.

proceed v.i. endelea mbele, against, shitaki.

proceeds n. uchumi, faida, mapato.

procedure n. kawaida, mwenendo, kanuni.

process n. njia, tendo, kazi yenyewe, *legal process,* mashtaka, madai.

procession n. mafuatano, maandamano.

proclaim v.t. tangaza, piga mbiu ya.

proclamation n. tangazo, mbiu.

produce v.t. toa, zaa, - n. mazao, mapato.

product n. mavuno, —*ion,* n. mazao, —*ive,* a. -enye kuzalisha, a kutoa mazao.

profess v.t. tangaza, ungama, kubali, — *ion,* n. imani, ungamo, — *ional,* a. -a fundi wa kazi, enye shughuli hizo maalum, — *or,* n. mwalimu, profesa.

profit n. faida, uchumi, chuma, msaada, - v.t. toa faida, faa, v.i. nufaika, — *able,* a. -a kuleta faida, enye manufaa.

profound a. -a maana sana, -a kwenda chini sana.

prognosis n. ubashiri, utabiri, uaguzi, kashfa.

programme n. utaratibu, orodha ya mambo yanayokusudiwa kufanyiwa, programu.

progress n. maendeleo, mwendo, - v.i. endelea, —*ive,* a. -a kuendelea mbele.

prohibit v.t. kataza, — *ion,* n. makatazo, marufuku.

project n. azimio, mradi - v.t. azimu, kusudia - v.i. tokeza, jionyeshe, — *ion,* n. kutupa, kitokezo, nundu, — *or,* n. chombo cha kuonyeshea picha.

prolong *prolongation* — v.t. ongeza urefu, refusha, — *ation,* n. kurefusha urefu, urefusho.

prominent a. -a kutokeza, maarufu, mashuhuri.

prominence n. umaarufu, umashuhuri.

promise n. ahadi, kiaga, *keep a promise,* timiza ahadi, *break a promise,* vunja ahadi, *make a promise,* ahidi, toa ahadi, weka kiaga, - v.t. and i. ahidi.

promote v.t. endeleza, chochea, ongeza cheo.

promotion n. nyongeza ya cheo, n.k.

prompt a. tayari, -epesi, a wakati ule ule unaopasa - v.t. sukuma, pa moyo.

prone a. -enye maelekeo fulani, - zoevu wa.

pronoun n. kijina.

pronounce v.t. tamka, tangaza, — *ment,* n. tangazo.

pronunciation n. tamko, lafudhi, utamshi.

proof n. ushahidi, yakini, *water — proof,* siopitisha maji, *put to the proof,* jaribia, hakikisha.

propagate v.t. tangaza, zaa.

propagation n. kuzaliana, maenezi.

propel v.t. sukuma mbele, — *ler,* n. majembe ya meli au mapanga ya ndege.

propensity n. maelekeo, tamaa.

proper a. -a peke yake, maalum, -a kufaa, — *ly,* adv. kwa kufaa, safi hasa, —*ty,* n. mali, milki, *a man of —,* tajiri.

prophecy n. unabii.

prophesy v.t. bashiri, tabiri.

prophet n. nabii, mtume

proportion n. ukadiri, ulinganifu - v.t. fanya kadiri, gawa.

proposal n. azimio, pendekezo.

propose v.t. pendekeza, toa shauri, azimu - v.i. nuia, kusudia.

propriety n. adabu, ulinganifu, utaratibu.

prose n. usemi usiokuwa shairi.

prosecute v.t. shtaki, sheriani, peleka mahakamani; fuliza, endesha.

prosecution n. daawa, mashtaka, kudai; fululiza, kuendesha.

prospect n. matazamio, maelekeo, mambo yajayo. - v.t. peleleza, chungua, — *us,* n. muhtasari.

prosper v.t. fanikisha, stawisha, - v.i. stawi, fana, endelea, — *ity,* n. usitawi, mali, neema, — *ous,* a. -enye kustawi, -a kufana.

prostitute n. malaya, - v.t. fanya umalaya, aibisha.

prostitution n. umalaya, ukahaba, ukibelenge.

prostrate a. kifudifudi, lio lala chini, - a kusujudi.

prostration n. kusujudia.

protect v.t. linda, hifadhi, tunza, — *ion,* n. ulinzi, hifadhi.
protest v.t. kataa, pinga, — *ant,* mpinzani, mprotestanti, — *ation,* n. upinzani.
protract v.t. zidisha, fuliza, — *ed,* a. -refu, -a muda mrefu.
protrude v.t. and i. tokeza, benua, benuka.
protrusion n. mbenuko, mpindo, mtokezo.
proud a. enye kiburi, majivuno, *be proud of,* jivunia, tegemea.
prove v.t. hakiki, bainisha, - v.i. bainika, onekana.
proverb n. methali.
provide v.t. andaa, toa, weka tayari, — *for,* tunza, lisha, — *d, conj. (that),* iwapo, ikiwa, — *nce,* n. maongozi ya Mungu, Majaaliwa, Rehemma ya Mungu.
province n. sehemu ya nchi, jimbo, mkoa.
provision n. vifaa, chakula, matayarisho, — *al,* a. -a muda tu, — *s,* n. vyakula, riziki.
provocation n. kukasirisha, kitendo cha uchokozi kichocheo, maudhi.
provocative a. -a kuchochea, a kukasirika.
provoke v.t. chochea, chokoza, udhi, tia hamaki.

prudence n. busara, — *prudent,* a. enye hekima.
prune v.t. kata matawi, pogoa, punguza.
pry v.i. dadisi, tafiti, — *into,* chunguza.
psalm n. zaburi.
psychological a. -akili, -a mambo ya akili ya binadamu.
psychology n. elimu ya akili, saikolojia.
puberty n. ubalehe, upevu.
public a. -a watu wote, *the public,* watu.
publication n. uchapishaji wa vitabu, vitabu, machapisho.
publish v.t. chapisha vitabu, eneza habari, —*er,* n. mchapishaji vitabu.
puff v.t. puliza kwa kishindo, toa pumzi, tweta, hema, - n. kishindo.
pull v.t. vuta, burura, - v.i. vuta, *pull apart,* pasua, rarua.
pull down bomoa.
pull a face kunja (finya) uso.
pull one's leg kejeli, dhihaki.
pull up simamisha, *pullover,* n. sweta.
pulpit n. membari.
pulse n. mapigo ya moyo, *feel the pulse,* pima mapigo ya moyo.
pulsate v.i. pigapiga.

pulverise v.t. geuza vumbi, saga, meng'enya.

pump n. bomba, - v.t. vuta kwa bomba, *(question)* hoji sana.

pumpkin n. boga.

punch n. ngumi, - v.t. piga ngumi.

punctual a. - siochelewa, *be* —, fika kwa wakati wake, — *ity*, n. kufika kwa wakati.

punctuate v.t. tenga, maneno kwa vituo.

punctuation n. alama za kutenga maneno.

puncture v.t. choma kwa ncha kali, n.k. - n. kitundu, pancha.

pungent a. -kali, -chungu, gwadu.

punish v.t. adhibu, rudi, tia adabu, — *able*, a. -enye kustahili adhabu au kurudiwa, — *ment*, n. adhabu, mafundo.

pupil n. mwanafunzi.

puppet n. mwana sesere.

purchase v.t. nunua, pata, - n. ununuzi, wenzo.

pure a. safi, - tupu, —*ly*, adv. hasa, tu.

purge v.t. takasa, safisha, *purgative*, n. dawa ya kuharisha.

purpose n. kusudi, nia, azimio *serve a purpose,* faa, *on purpose, with the purpose of,* makusudi, - v.t. and i. kusudia, azimia.

purse n. kifuko, *make up a purse,* changa fedha - v.t. finya, kunja, *be purse proud,* jivunia fedha.

pursue v.t. fuata, fuatia, tafuta kwa bidii.

pursuit n. ufukuzo, shughuli, kazi.

push v.t. sukuma, *push aside,* piga kikumbo, *push each other about,* buburushana, *push on,* sogeza.

put v.t. weka, *put across, over, in front of, be put about,* sumbuka, hangaika *put on,* vaa, *put on trial, be put upon,* onewa.

puzzle v.t. zuzua, tatiza, *puzzle over,* fikiria sana - n. fumbo, kitendawili.

pygmy n. mbilikimo, watu wafupi sana wakaao msitu wa Ituri, Zaire.

q

quack v.i. lia kama bata, 2. n. mganga wa kujisingizia, ayari, wongo.

quail v.t. tetema kwa hofu, ingiwa na mkeng'eta.

quaint, a. -a zuri siyo kawaida, zuri geni.

quake v.i. tetemeka, *earth* — tetemeko la ardhi.

qualification n. sifa, wasifu.

qualify v.t. stahilisha, - v.i. stahili.

quality n. sifa, tabia fulani, jinsi.

quantity n. kiasi, ukubwa, kadiri, hali, cheo.

quarantine n. karantini, uzuiaji wa mahali kwa ajili ya maradhi fulani.

quarrel n. ugomvi, utesi - v.i. gombana, — *with,* kasirikia, gombana na, — *some,* a. -gomvi, enye matata, -a kuzoza.

quarry n. windo, 2. machimbo ya mawe.

quarter n. robo, *give* —, achia *at close quarters,* karibu karibu.

quaver v.i. tetemeka, tikisika - n. mtikisiko.

queen n. malkia.

queer a. -geni, sio kawaida.

quench v.t. zima, zimisha, *quench thirst,* zima kiu.

querulous a. -a kutoridhia, enye manung'uniko, a hasira nyingi.

query n. swali, ulizo, alama ya kuuliza; - v.t. uliza - uliza kutoa wasi wasi.

quest n. upelelezi, kutafuta, safari ya utafiti.

question n. swali, *ask questions,* uliza, *press with questions,* hoji, dadisi, *out of the question,* haiwezekani, *a burning question,* jambo muhimu, *beyond question,* bila shaka - v.t. uliza, hoji, saili — *able,* a. -enye mashaka, — *naire,* n. maswali ya kuandika, hojaji.

queue n. foleni, msitari, —*up,* v.i. simama foleni, *jump a* -, ruka mstari ili kutangulia.

quick a. -epesi, elekevu, enye akili, *be quick,* fanya haraka - n. nyama ya ndani, moyo *cut to the quick, touch to the quick,* choma moyo, — *en,* v.t. and i. himiza, chochea, harakisha, — *lime,* n. chokaa —*ly, adv.* mbio, upesi, kwa haraka.

quiet a. -tulivu, -liotulia, -v.t. tuliza fariji — *ly,* adv. polepole, taratibu.

quinine n. kinini.
quit v.t. acha, ondoka, *be quit of,* okoka katika, achana na, nusurika, *be quits,* patana.
quite ad. kabisa, pia, *quite so,* ndivyo hivyo, ndivyo hasa.

quiver v.i. tetemeka, - n. tetemo - n. podo, ziaka.
quote v.t. dondoa, *quotation,* n. madondoo, *quotation marks,* alama za madondoo "..."

r

rabbit n. sungura.
rabble n. watu wengi wakifanya makelele, zogo, vurumai.
race v.i. shindana mbio, - v.t. shindanisha, - n. shindano la mbio - n. udugu, ukoo, jumuia.
rack v.t. nyosha kwa nguvu, *rack one's brains,* fikiri sana.
radiant a. -angavu, enye kung'aa -a furaha, *radiance,* n. nuru, mwanga, mwangaza.
radiate v.t. and i. toa nuru, rusha nuru.
radiation n. kutoa nuru, rusha nuru.
radical, a. enye kukua kutoka kwenye mizizi ya mmea 2. enye kuhusiana na mizizi ya maneno katika lugha 3. enye kuhusiana na asili, msingi wa jambo 4. enye kutofautiana sana na kawaida 5. enye kutaka mabadiliko makubwa katika tabia, mwenendo na taasisi k.m. za serikali na jamii — *group,* kikundi cha watu wanaopendelea kuchukua hatua kali kubadili au kutetea siasa na uchumi wa nchi.
radio n. redio.
radium n. madini yenye thamani kubwa.
radius n. mstari wa katikati ya duara.
rag n. kitambaa, nguo mbovu.
rage n. hasira kali, - ghadhabu - v.i. kasirika, panda ghadhabu, udhika.
raid n. shambulio, vita vya ghafla - v.t. shambulia ghafula.
rail *(against),* v.i. kemea, karipia, laumu - n. reli, — *way,* n. relwe.
rain n. mvua, - v.i. nyesha — *bow,* n. upindi wa mvua, — *fall,* n. mvua katika muda

moja.
raise v.t. inua, paaza.
rake n. reki, jembe lenye meno la kukokotea taka. - v.t. tumia reki; kusanya.
rally v.t. kusanya tena, rudisha, - v.i. kusanyika tena, pata moyo - n. mkutano.
ram n. dume la kondoo; mdomo wa manuwari, mtambo wa kubomolea.
ramble v.i. zurura, tembea bila lengo maalum.
ramify v.i. enea, gawanyika.
rampart n. boma.
ranch n. ranchi, uwanda wa kufugia ng'ombe.
random n. a. bila utaratibu, *at random*, ovyo, bila utaratibu.
range v.t. elekeza, panga, lenga, - v.i. enea - n. safu, msafu.
rank n. daraja, cheo, hadhi - v.t. panga kwa vyeo.
ransack v.t. tafuta kwa makini, sachi kila kitu.
ransom n. fidia, - v.t. fidia.
rapacious a. -a pupa, choyo.
rape v.t. teka kwa nguvu, tia mwanamke kwa nguvu, - n. kitendo cha kumlala mwanamke kwa nguvu.
rapid a. -epesi, -a kasi — *ity*, n. upesi, mbio, — *ly*, adv. hima.
rare a. haba, adimu, *it is rare*, si mara nyingi.
rarity n. uhaba, uchache.
rascal n. mtundu, mchimvi, mshari, mtu wa tabia mbovu.
rash n. vipele, ukurutu, *come out in a rash*, wanga, -a. -a harara, -epesi, *a rash judgement*, uamuzi usio na msingi, masingizio.
rat n. panya, *smell a rat*, shuku hila, wa na wasiwasi.
rate n. mwendo, *at any rate*, iwayo yote v.t. kadiria.
ratio n. kadiri.
ration n. posho, masurufu.
rather adv. si sana, *you had rather not*, heri usifanye, bora usi.
ratify v.t. toa idhini, tia hakika thibitisha, *ratification*, n. idhini, ithibati.
rational a. -a akili, -a busara — *ize*, v.t. eleza kuridhisha.
rattle v.i. lia kama kokoto, sema upesi.
ravage v.t. haribu, umbua, teketeza, — *s*, n. madhara, hasara.
rave v.i. wana mahoka, wehuka, payuka, *rave about*, sifu sana.
raving a. -enye wazimu, -a mahoka.
ravel v.t. fumua, tatanula, - v.i. fumuka.

ravenous a. -enye njaa kuu, -a kilafi.

ravish v.t. chukua mwanamke kwa nguvu; shinda moyo, shangaza moyo.

raw a. -bichi, *raw material,* mali ghafi.

ray n. mshale wa nuru, mwangaza.

raze v.t. angusha, bomoa, haribu kabisa.

razor n. wembe.

reach v.t. fika, fikia, — *up,* nyanyua mkono ili kufikia kitu, - n. eneo, uwezo.

react v.i. tenda jambo kwa kurudisha hali, jibu kwa vitendo, — *ion,* n. tendo likiwa jibu la kutendewa, — *ionary,* a. -a kutaka upinzani, -enye kupinga maendeleo.

read v.t. soma, *read into,* tia maana, *it will read well,* itasomeka vema, *deeply read,* msomi mkuu, — *er,* n. msomaji.

readily adv. upesi, rahisi.

readiness n. wepesi, welekevu.

ready a. tayari, elekevu, rahisi, *make ready,* andaa, weka tayari.

real a. -a kweli, -a hakika, —*ity,* n. ukweli, hakika.

realization n. kufanya jambo liwe hakika, au litendeke.

realize v.t. timiza, fanyiza, ng'amua.

realm n. milki, ufalme.

reap v.t. vuna, chuma.

reappear v.i. onekana tena, tokea mara ya pili; kurudi, — *ance,* n. kuonekana tena.

rear v.t. lea, fuga, — *ing,* n. malezi -v. upande wa nyuma, *bring up the rear,* fuata mwishoni.

rearrange v.t. pangilia tena, panga upya.

reason n. sababu, kisa, *by reason of,* kwa sababu ya, - v.i. tumia akili, fikiri, *reason with,* hoji, *reason out of,* mfanye mtu kuacha nia yake, — *able,* a. -a haki, -a akili, — *ing,* n. majadiliano, fikira.

reassemble v.t. kusanya tena, kutanisha - v.i. kutanika, ungana.

reassure v.t. rudisha moyo, tuliza.

rebel n. mwasi, -v.i. asi, huni.

rebuff v.t. jibu vikali, - n. jibu kali, *give a rebuff to,* vunja uso, karipia.

rubuild v.t. *(rebuilt),* v.t. jenga tena.

rebuke v.t. karipia, kemea, -n, kemeo, onyo.

rebut v.t. kana, kataa, kanusha, onyesha uwango.

recall v.t. ita tena, *beyond recall, past recall,* sioweza kurudishwa.

recapture v.t. twaa mara ya pili, kamata tena.

recede v.i. enda nyuma, rudi.

receipt n. wasila, stakabadhi.

receive v.t. pokea, kubali.

recent a. -pya, -a siku hizi, —*ly,* adv. juzijuzi, hivi karibuni.

reception n. kupokea, *hold a reception,* barizi, fanya mapokezi, *he had a warm reception,* alishangiliwa.

recipient n. mwenye kupokea.

reciprocal a. -a kubadili, -a wao kwa wao, — *affection,* upendano, — *action,* n. kutendeana sawasawa.

recite v.t. soma, soma mbele ya watu.

recital n. kusoma, kunena mbele ya watu, zoezi la muziki au shairi.

recitation n. taz. *recital.*

reckless a. jasiri, sokuwa na tahadhari, - a. hatari, —*ly,* adv. kwa ujinga.

reckon v.t. hesabu, —*on,* tegemea, *be out of reckoning,* potea.

recline v.i. inama, —*on,* egemea, jinyosha, lala.

recognize v.t. tambua, jua.

recognition n. utambuzi, shukrani.

recoil v.i. rudi nyuma, nywea.

recollect v.t. kumbuka, jirudia, — *ion,* n. ukumbuko, *within my recollection,* katika maisha yangu, kadiri nikumbukavyo.

recommend v.t. sifu, sifia, shauri, pendekezo, — *ation,* n. sifa njema, upendekezo.

recompense v.t. lipa, -n. malipo, lipa fidia, zawadi, tuza, ijara.

reconcile v.t. patanisha, tuliza, suluhisha, fanya sawa, linganisha.

reconciliation n. mapatano, usuluhishaji, urari.

reconsider v.t. fikiria, tena, rudia.

reconstruct v.t. jenga tena, geuza, fanyiza tena, — *ion,* n. kujenga tena.

record v.t. andika habari fulani, weka kumbukumbu -n. habari iliyoandikwa, kumbukumbu, *break the record,* shinda wote, vunja rikodi.

recourse n. shime, *have recourse to,* taka msaada wa, kimbilio.

recover v.t. jipatia tena, pona, funika tena, pata afya, pata iliyo haki - v.i. pona, pata nafuu, —*y,* n. kupona, kupata tena, — *arable,* a

kupana, patikana tena.
recreation n. maburudisho, pumziko, burudani.
recruit v.t. andika askari wapya, tia nguvu; v.i. - pumzika, pata nguvu.
rectangle n. pembe nne mraba.
rectify v.t. rekebisha, safisha, sahihisha, toa makosa.
recur v.i. tokea tena, rudia, (wa mara kwa mara, — *rence,* n. kutokea tena, — *rent,* a. -enye kurudia rudia.
red a. -ckundu, *catch hand ed,* fumania, fuma.
red-letter day, n. kawaida ya kuonyesha sikukuu za dini kwa rangi nyekundu kwenye kalenda, sikukuu.
redeem v.t. komboa.
redemption n. ukombozi.
reduce v.t. punguza, shusha.
reduction n. kupunguza, upunguo.
reed n. unyasi, tete, *a broken reed,* msaidizi asiye na msimamo.
reef n. miamba.
reel n. kigunzi cha kukunjia uzi, - v.t. kunja uzi.
re-elect v.t. chagua tena, *re-election,* n. uchaguzi tena.
refer v.t. rejezea, pelekea, rudia - v.i. rejea kwa, — *ence,* n. marejeo, mtajo, kumbukumbu, *in reference to,* kuhusu....
refine v.t. takasa, safisha, — *ment,* n. malezi mazuri, usafi.
reflect v.t. and i. rudisha nuru, waza, mawazo, masingizio, — *upon,* fikiria, —*ion,* n. kurudisha mwanga, mfano.
reflex -liopinda nyuma, -enye kutendeka mwilini bila kukusudiwa.
reform v.t. adilisha, ongoa, geuza kuwa ema, - v.i. ongoka, tengenea, tulia, — *ation,* n. matengenezo tena, *the reformation,* mwanzo wa kanisa la waprotestanti.
refrain v.t. zuia, - v.i. jizuia *(from),* epuka, acha - n. kiitikio cha wimbo, kipokeo, kibwagizo.
refresh v.t. burudisha, fariji — *ment,* n. viburudisho, vinywaji.
refrigerator n. friji, jokofu.
refuge n. kimbilio, —*e,* n. mkimbizi.
refund n. malipo ya fidia.
refuse n. takataka, - v.t. kataa, susia, zira.
refusal n. makatazo, kanyo, 2. ruhusa ya kununua kabla ya wengine.
refute v.t. onyesha uwongo wa, jibia, suta, pinga.

refutation n. kukanusha, ukanusho.
regain v.t. pata tena, shika mara ya pili.
regard v.t. angalia, ona, heshimu, stahi, *as regards, regarding,* mintarafu ya *regard as,* ona sawa na, - n. heshima, staha, *give my regards to,* unisalimie, *in (with) regard to,* kuhusu...
regenerate v.t. zaa tena, huisha upya, tia uzima.
region n. mkoa, nchi, mahali, *regional,* a. -a mkoa, -a mahali.
register n. daftari ya orodha ya watu au vitu, - v.t. andika katika kitabu.
registrar n. msajili, mrajisi.
registration n. kuandikisha.
regret v.t. juta, ona majuto, - n. majuto.
regular a. -a kawaida, *a regular thief,* mwizi wa tabia, — *ity,* n. kawaida, —*ize,* v.t. rakibisha, patanisha, — *ly,* adv. kwa kawaida.
regulate v.t. rekebisha, tawala.
regulation n. masharti, madaraka, amri, maagizo.
rehearsal n. ukariri, jaribio la mchezo, hotuba etc.
rehearse v.t. kariri, jizoeza, simulia, jiweka tayari.

reign n. utawala, - v.i. tawala.
rein n. hatamu, *give the reins to,* jitoa kwa, tawalisha, pa madaraka.
reinforce v.t. leta msaada, tia nguvu, tia shime, — *ment,* shime, nyongeza ya askari, usaidizi.
reject v.t. kataa, tupia mbali, iza, — *ion,* n. kanyo, katao.
rejoice v.t. furahisha, changamka, - v.i. furahi, shangilia.
rejoin v.t. jiunga na (tena) unganisha mara ya pili, — *der,* n. jibu.
relapse v.t. rudia hali mbaya -n. kurudia hali mbaya, kurudiwa na ugonjwa, *relapsing fever,* homa ya kurudia rudia.
relate v.t. legeza, punguza hasira, ukali, pomoka.
relation n. ndugu, urejeo, uhusiano wa kidugu, *in relation to,* kuhusu, —*ship,* n. udugu, uhusiano, ujamaa.
relative n. ndugu, a. -a kuhusiana na.
relax v.t. legeza, burudisha, pumua - v.i. legea, pumzika, tulia, — *ation,* n. ulegevu, burudisho, starehe, pumziko.
relay n. *do by relays,* pokezana kazi, *arrange re-*

relentless *adj.* sio legeza, sio punguza hasira au ukali k.m. — *enemy,* adui asiyepunguza uadui.

relevant *a.* -a kuhusu, -a kupasa, enye uhusiano na.

relevancy *n.* uhusiano.

reliable *a.* -aminifu -a kutegemewa.

reliance *n.* tegemeo, *self-reliance,* kujitegemea, *place reliance on, (in)* tumaini, tegemea.

relic *n.* masalia, tia charaka, bovu; *in good,* nzuri, malipo.

relief *n.* msaada, faraja, kitulizo.

relieve *v.t.* pumzisha, fariji, tuliza.

religion *n.* dini, religious, *a.* -a dini.

relinquish *v.t.* acha, tupa, toka katika.

relish *n.* ladha, utamu, kitoweo kiungo, *give a relish to,* koleza, pendekeza - *v.t.* penda sana.

reluctant *a.* siopenda, takilifa.

reluctance *n.* chuki, *with —,* kwa shingo upande.

rely *v.i.* tegemea, tumainia, amini.

remain *v.i.* baki, salia, kaa, — *der, remains,* *n.* masazo, mabaki.

remark *v.t.* sifia, sema, - *n.* neno, maoni, — *able,* *a.* -a sifa, -a maana, -geni.

remedy *n.* dawa, tendwa - *v.t.* ponya, rekebisha.

remember *v.t.* kumbuka, zingatia, *please remember me to your family,* salamu kwa watu wote nyumbani.

remembrance *n.* ukumbusho, kumbukumbu.

remind *v.t.* kumbusha, *or,* *n.* ukumbusho.

reminiscent *a.* -a kumbukumbu.

remiss *a.* -legevu, -zembe, vivu, tepetevu.

remit *v.t.* samehe, achilia, lipa deni, — *tal,* *n.* kusamehe, 2, malipo, — *tance,* *n.* malipo.

remnant *n.* mabaki, masazo.

remonstrate *v.i.* onya, gombeza, kemea.

remonstrance *n.* onyo, tahadharisha.

remorse *n.* majuto, toba.

remote *a.* -a mbali, -a zamani.

removal *n.* ondoa, hamisha - *v.i.* hama, ondoka, toka.

render *v.t.* toa, rudisha, tafsiri —*ing,* *n.* tafsiri.

renew *v.t.* fanya upya, rudia, — *al,* *n.* tendo la kufanya upya.

renounce v.t. kataa, jinyima.
renovate v.t. fanyiza, upya, tengeneza tena.
renovation n. kutengeneza upya.
renown n. sifa, fahari, — *ed*, a. -enye sifa.
rent n. kodi ya nyumba, ushuru - v.t. panga nyumba.
repair v.t. tengeneza, tia charaka, n. matengenezo, *in bad repair*, bovu; *in good —* nzuri, malipo.
repay (repaid) v.t. lipa, rudisha — *ment* n. malipo.
reparation n. malipo, fidia inayolipwa kwa mshindi iliyoanza vita halafu ikashindwa.
repeal v.t. tangua, batilisha, tenga, vunja.
repeat v.t. fanya tena, rudia, — *edly*, adv. mara nyingi.
repetition n. marudio.
repent v.t. juta, tubu, sikitika — *ance*, n. toba, sikitiko, majuto, — *ant*, a. -a toba,; enye kutubu.
replace v.t. weka kitu badala ya kingine, badili ya kingine — *ment*, n. kuweka badili ya.
replenish v.t. jaza tena.
replete a. -liojaa.
replica n. nakala.
reply v.t. jibu, -n. jibu, jawabu.
report v.t. toa ripoti, arifu, n. ripoti, —*er*, n. mwandishi wa habari, mtoa habari.
repose v.i. pumzika, sinzia, tulia - v.t. laza, egemeza, tegemea - n. utuivu, raha, mapumziko, *deep repose*, usingizi mzito, utulivu sana.
represent v.i. toa mfano wa, wakilisha, — *ation*, n. picha, mfano, 2. — *ative*, n. wakili, mwakilishi, mjumbe.
repress v.t. komesha, tiisha, zuia, —*ion*, n. makatazo, matiisho.
repressive a. -enye kugandamiza, -a kudhalilisha.
reprimand v.t. laumu, kemea, gombeza - n. lawama, shutuma.
reprint v.t. kupiga chapa kitabu upya, n. toleo jipya la kitabu.
reprisal n. kisasi, *take reprisals*, lipiza kisasi.
reproach v.t. karipia, kemea, laumu, n. kemeo, zuio *reproach oneself with*, jilaumu.
reproduce v.t. toa tena, zaa tena.
reproduction n. uzazi tena, mfano, picha.
reproof n. lawama.
reprove v.t. laumu, kemea,

shutumu.
reptile n. mnyama mtambazi kama nyoka.
republic n. jamhuri.
repugnance n. machukio, ikirahi, karaha.
repugnant a. -a kuchukiza, makuruhi.
repulse v.t. sukuma nyuma, fukuza, kimbiza -n. kanyo, katazo.
repulsive a. -a kuchukiza.
reputable a. -a sifa njema, -zuri, a kusifika.
reputation n. sifa.
repute v.t. dhani, ona, —*d*, a. -a sifa njema, n. sifa, heshima; kutambuliwa kuwa mtu wa kuheshimika; *ill*— sifa mbaya, tuhuma ya ubaya.
request n. haja, ombi, *be in request,* tafutwa - v.t. taka, omba.
require v.t. taka, —*ment,* n. masharti.
requisite · a. -liotakiwa, -n. kifaa.
requisition n. agizo ili vitu vitolewe.
requite v.t. lipa, lipiza.
requital n. malipo.
rescue v.t. okoa, opoa, - n. wokovu, msaada, *go to the - of,* okoa.
research n. utafiti, uchunguzi, —*er,* n. mtafiti.

resemblance n. mfano, sura moja.
resemble v.t. fanana na, randana na.
resent v.t. chukizwa na, kasirishwa, — *ment,* n. chuki, mfundo, kinyongo.
reservation n. usetiri, sharti, ombi la kuwekewa vitu au nafasi ya safari, katika ndege, chombo, chumba cha hotel n.k.
reserve v.t. weka akiba, saza, bakiza - n. akiba, limbiko.
reservoir n. birika, tangi.
reside v.i. kaa mahali, ishi, — *nce,* n. makazi, — *nt.* n. mkazi, mwenyeji.
residue n. baki, sazo.
resign v.t. acha, jiuzulu, jitoa, staafu, — *oneself,* jitoa, ridhika, utulivu.
resignation n. kujiuzulu, — *ed,* a. -tulivu, vumilivu, stahamilivu, *be resigned,* kubali yote.
resist v.t. pinga, kaidi, zuia, — *ance,* n. ushindani.
resolute a. -shupavu, thabiti, imara, —*ly,* adv. kwa uthabiti.
resolution n. azimio, *make resolution,* nuia, azimia.
resort v.i. kimbilia, rejea kwa.
resound v.i. lialia, vuma.
resource n. mali, rasilimali,

—s, n. zana, vifaa, *a man of resources,* mtu mwenye uwezo; **— ful,** enye uhodari wa kutafuta mbinu za kukabili mambo.

respect n. heshima, ustahi, *in respect of,* juu ya, *in this respect,* hivyo, katika hali hii, *in all respects,* kwa vyovyote - v.t. heshimu, jali, **— able,** a. -a heshima, enye staha, **— ful,** a. stahilifu, -a adabu, **— ive,** a. -a peke yake.

respiration n. pumzi, muhemo, mpwito.

respite n. nafasi, pumziko.

resplendent a. -a kung'ara.

respond v.i. jibu, itika.

response n. jibu.

responsible a. -enye madaraka.

responsibility n. jukumu, wajibu.

responsive a. -a kujibu, -a kuitikia.

rest n. baki, sazo, *all the rest,* wengine wote, *for the rest,* mwisho, kwa waliobaki - v.i. kaa, dumu, *rest assured that,* kaa ukijua kwamba, - n. raha, pumziko - v.i. pumzika, starehe, - v.t. pumzisha, **— less,** a. tukutu, -siotulia, enye utundu, *be restless,* gaagaa, furukuta.

restaurant n. hoteli, mkahawa.

restitution n. malipo, ukombozi.

restoration n. matengenezo, malipo.

restore v.t. rudishia hali ya kwanza.

restrain v.t. zuia, shika, funga.

restraint n. kizuio, kipingamizi.

restrict v.t. zuia, bana, pinga, **— ion,** n. kizuio, mipaka.

result n. matokeo, - v.i. tokea, tukia, *result from,* fuata, andama, *result in,* tokea *be the result of,* wa sababu ya.

resume v.t. twaa tena, anza tena.

resurrection n. ufufuo.

retail n. rejareja, - a. -a rejareja - v.t. uza reja reja, uza moja moja.

retain v.t. shika, weka, shikilia.

retention n. kuweka, kitendo cha kushikilia kitu.

retentive a. -a kufahamu, *he has a retentive memory,* anakumbuka sana, ana ukumbuko mzuri.

retaliate v.i. lipa kisasi.

retaliation n. kisasi.

retard v.t. cheleza, ahirisha, chelewesha.

retinue n. wafuasi.
retire v.i. staafu, ng'atuka, —*ment*, n. ustaafu, kustaafu.
retort n. jibu kali, - v.t. *and* i. jibu vikali.
retrace v.t. fuatia, rudia, *retrace, one's steps,* rudi nyuma, fuatilia nyayo zako.
retract v.t. kana, tangua.
retraction n. utanguo, kuvuta nyuma.
retreat v.i. rudi nyuma, kimbia - n. kurudi nyuma, marejeo, *beat a retreat,* rudi nyuma, kimbia.
retribution n. malipo, kisasi.
retrieve v.t. pata tena, rudisha, twaa tena.
retrospect *retrospection,* n. kutazamia yaliyopita.
return v.i. rudi, rejea - v.t. rudisha, rejesha, - n. marejeo, marudio, *in return,* kwa malipo, badala yake, *on my return,* nirudipo, *many happy returns of the day,* heri za sikukuu, *return ticket,* tiketi ya kwenda na kurudi.
reunion n. mkutano, kuunganika, kupatana.
reunite v.t. kutanisha baada ya utengano, unganisha.
reveal v.t. funua, eleza siri, funulia.
revelation n. wahai.
revel v.i. fanya sherehe, - n. karamu, — *ry,* n. ulevi na ulafi.
revenge v.t. lipa kisasi, — *oneself on,* lipiza kisasi - n. kisasi, — *ful,* a. -a kisasi.
revenue n. mapato, uchumi.
revere v.t. stahi, heshimu, — *nd,* a. -stahifu, -n. padre, — *ntly,* adv. kwa heshima.
reversal n. upinduzi, ugeuzi.
reverse v.t. pindua, geuza, - n. upande wa nyuma.
review v.t angalia tena, kagua - n. mkaguo, gazeti.
revise v.t. sahihisha, fanya tena.
revision n. marudio na masahihisho.
revival n. ufufuo, kuamka.
revocation n. utanguo, ugeuzo.
revoke v.t. tangua, futa.
revolt v.i. asi, halifu, -v.t. chukiza mno, kirihi, -n. maasi.
revolution n. mapinduzi, — *ary,* a. -a mapinduzi.
revolve v.i. zunguka, geuka.
reward n. zawadi, tunzo, hidaya, - v.t. pa zawadi, tunza.
rheumatism n. baridi yabisi.
rhinoceros n. kifaru.
rhyme n. mashairi yenye vina - v.i. -wa na vina.

rhythm/role

rhythm n. ulinganifu wa vina.
rib n. ubavu.
ribbon n. utepe, ugwe.
rice n. mchele, mpunga.
rich a. tajiri, enye mali, *get rich,* tajirika, —*es,* n. mali, utajiri, — *ly,* adv. sana, —*ness,* n. neema, baraka.
rid v.t. okoa, toa, *he is rid of his trouble,* zimemtoka, taabu, *get rid of,* epuka, ondokewa na fukuza.
riddle n. kitendawili, fumbo.
ride *(rode, ridden)* v.t. panda gari, punda, n.k.
ridicule n. mzaha, - v.t. dhihaki.
ridiculous a. -a kuchekwa, -a mzaha.
right a. -a upande wa kulia, sawa sawa, *all right,* vema - adv. sawa, -n. haki, *put to rights,* tengeneza, *on the right,* kuumeni, —*eous,* a. -nyofu, -ema.
rigid a. siokunjika, -gumu, *be -,* kauka, ng'ang'ania.
ring n. pete, - v.t. *(rang, rung)* piga kengele, - *leader,* n. kiongozi wa wahalifu.
rinse v.t. suza, sukutua.
riot n. ghasia, makelele, vujo, *run riot,* fanya ufisadi, fanya fujo - v.i. fanya ghasia.
rip v.t. pasua.
ripe a. -bivu, -pevu, tosa, - n.

v.t. ivisha, - v.i. iva, komaa.
ripple n. kiwimbi, - v.i. wa na viwimbi.
rise v.i. *(rose, risen)* inuka, kwea, panda 2. fanya fitina *the rising generation,* chipukizi.
risk n. hatari, ponza, *at your own risk,* hasara juu yako - v.t. hatarisha, *risk it!* usijali, — *y,* a. -a hatari.
rival n. mshindani, mpinzani, *no rival,* haina kifani - v.t. shindana na, — *ry,* n. ushindani.
river n. mto, — *side,* n. ukingo wa mto.
road n. njia, barabara, *on the -,* barabarani, njiani.
roam v.i. zurura, enda ovyo, zembea.
roar v.i. nguruma, -n. ngurumo.
roast v.t. choma (kwa moto) - n. nyama iliyookwa.
rob v.t. ibia, teka, nyang'anya; — *ber,* n. mwizi, — *bery,* n. wizi.
robust a. enye afya, hodari.
rock n. mwamba, jabali, - v.t. pembeza - v.i. pembea.
rod n. ufito, ukombati.
rogue n. jambazi, mhuni, ayari, jahili.
role n. wajibu wa hali ya mtu, *mother's —,* wajibu wa

mama.
roll v.t. fingirisha, kunja, vingirisha - v.i. fingirika, *roll up,* fingirisha, - n. jora, chochote kichofingirishwa, *he is a rolling stone,* hana kikao, anatangatanga tu.

romance n. hadithi za chonjo, hadithi za mahaba.

roof n. paa, chusi - v.t. ezeka, paua, — *ing,* n. vifaa vya kuezekea.

room n. chumba, *make room for,* pisha, — *y,* a. -enye nafasi.

root n. mzizi, - v.t. tia mizizi, kaza, - v.i. kazwa, wa na mizizi, *be rooted in,* wa na asili ya, *root about,* chimbua, *root up,* ng'oa.

rope n. kamba, *know the ropes,* jua yote, wa mwenyeji.

rosary n. tasbihi, rozari.

rose n. waridi, *under the rose,* kwa siri.

rosy a. - zuri, -a kutia matumaini.

rostrum n. membari.

rot v.t. ozesha, - v.i. oza, vunda, chacha, - n. kioza, upuzi, *what rot!* upuzi mtupu, — *ten,* a. -liooza, bovu.

rotate v.t. zungusha, - v.i. zunguka (kwa kufuatana kwa zamu).

rotation n. mzingo, mzunguko, mabadiliko.

rote n. *learn by rote,* jifunza kwa moyo.

rough a. -a kuparuza, si sawa, -a mikwaruzo, *a rough idea,* dokezo, *rough and ready,* -a kufaa, shida ya dharura, v.i. chafuka, *rough it!* vumilia taabu, *a rough diamond,* mtu mwema lakini si mzuri wa sura.

round a. -a duara, wazi, *all the year round,* mwaka wote n mviringo, mduara, *go round,* zunguka, *turn round,* zungusha, pindua, *an all-round man,* mjuzi wa kazi zote - v.t. fanya mviringo - v.i. viringana, *round off,* maliza vizuri.

rouse v.t. amsha, sisimua, - v.i. amka, sisimka.

rout v.t. kimbiza, fukuza, - n. mafukuzo.

route n. njia, *on route,* njiani.

routine n. utaratibu, mwenendo wa kawaida.

rove v.i hamahama, zurura enda huku na huku.

row n. safu, *be in rows,* pangana, *put in a row,* panga mstarini - 2. n. makelele, ghasia, *it takes two to make a row,* mtu hawezi kugombana peke yake, lazima

rowdy/ruthless

wawe wawili - 3. v.t. piga makasia, vuta kafi, vuta makasia.

rowdy a. jeuri, fidhuli -a ghasia.

royal a. -a fahari, -a kifalme.

rub v.t. sugua, pangusa, fura — *ber,* n. mpira, raba, — *bish,* n. takataka.

rubbish mawe.

rude a. shenzi, sio na adabu.

rudimentary a. -a mwanzo, -a kiini.

ruffian n. mjeuri, mkorofi, mhuni.

ruffle v.t. kunjakunja, timua - v.i. chafuka, kunjana - n. mkunjo.

rug n. zulia, *rugged,* a. -a kuparuza.

ruin n. uharibitu, upotevu, uvunjifu - v.t. angamiza, haribu, tekeleza, *be ruined,* angamia, haribika.

rule n. kanuni, sharti, desturi *as a rule,* mara nyingi, kwa kawaida - v.t. tawala, tamalaki, 2. piga mstari — *er,* n. mtawala, 3. rula.

rum n. pombe ya miwa.

rumble v.i. vuma, nguruma, n. *(rumbling),* ngurumo.

ruminant, a. -enye kucheua.

rummage v.t. and i, tafuta sana.

rumour n. uvumi, tetesi, *there's a rumour,* watu wanasema.

run v.i. *(ran, run),* kimbia, *run after,* fuata, kimbilia, *run against,* gongana, *run away,* toroka, kimbia, *run into debt,* ingia deni, *run short,* punguka, pungukiwa, - n. mwendo, *in the long run,* mwishoni mwishowe, *-ing,* a. -a mbio, moja kwa moja, *five days running,* siku tano mfululizo.

rung n. daraja, *(of ladder)* ya ngazi.

rupture v.t. vunja, pasua, chana - v.i. vunjika, pasuka - n. mvunjo, mpasuko.

rural a. -a shambani, si a kimjini.

rust n. kutu, - v.i. pata kutu, shika kutu - y, a. -enye kutu, *I am rusty on that matter,* nimesahau jambo hilo.

ruthless a. pasipo huruma, -a ukatili, - kali, -ly, adv. kwa ukatili.

S

sabotage n. kitendo cha kuharibu mitambo na vitu vingine kuonyesha upinzani, upinzani kwa vitendo, uhaini.

sack n. gunia, mfuko, - v.t. tia mfukoni, ondosha, *give the sack,* fukuza kazi - 2 v.t. teka, kumba.

sacred a. -takatifu, *sacrilege,* n. kufuru.

sacrifice n. sadaka, - v.t. toa sadaka.

sad a. -enye uchungu, enye huzuni, *— den,* v.t. tia huzuni, *— ly,* adv. kwa huzuni.

saddle n. tandiko, la farasi, - v.t. tandika farasi.

sadism n. ukatili, *sadistic* a. -katili, -enye kufurahia mateso ya wenzake.

safe a. salama, yakini, amani - n. kasha la chuma la kuwekea fedha, sefu, *— ly,* adv. salama salimini.

safety n. usalama.

sag v.i. nepa, inama, legea.

sagacity n. busara, hekima, maarifa.

sail n. tanga, *make (set) sail,* tweka matanga ya meli, *strike sail,* tua - v.t. endesha kwa tanga, tweka tanga - v.i. safiri kwa meli.

saint n. mtakatifu, walii.

sake n. *for the sake of,* kwa ajili ya.

salad n. saladi.

salary n. mshahara, ujira.

sale n. kuuza, *a sale,* kuuza vitu rahisi, *be on sale,* tembezwa, uzwa, *it is not for sale,* haiuzwi — *sman,* n. mwuzaji.

salient a. -a kutokeza, -a maana.

saliva n. mate, makohozi.

saloon, n. sebule kubwa.

salt n. chumvi, munyu, - v.t. tia chumvi.

salutary a. -a kuleta afya.

salute v.t. salimu, amkia, - n. salamu.

salvation n. wokovu, usalimishi.

same a. yule yule, ile ile, *all the same,* mamoja.

sample n. mfano, namna, - v.t. onja, jaribu.

sanctify v.t. takasa, fanya takatifu, *sanctity,* n. utakatifu.

sanction .n. idhini, kibali, ruhusa - v.t. ridhia.

sand n. mchanga, *— paper,* n. msasa.

sandal n. kiatu, ndara, kubadhi.

sane a. -enye akili timamu, razini.
sanitary a. -a kutunza afya, safi.
sanitation n. usafi wa kuleta afya na kuepuka magonjwa.
sanity n. akili timamu, busara.
sap n. utomvu, - v.t. ondoa misingi ya, ondolea nguvu.
sarcasm n. maneno ya kuchoma moyo, maneno ya uchokozi.
sarcastic a. -chungu, -kali -a kuchoma moyo.
sarah n. shetani, ibilisi, afriti.
satiate v.t. shibisha, kinaisha.
satiety n. shibe, ukinaifu.
satire n. dhihaka, mzaha, utani.
satisfaction n. kuridhika, ridhaa.
satisfactory a. -a kuridhisha, -a kufaa.
saturate v.t. nywesha maji mengi, rowesha, — *di,* a. -a kujaa.
saturation n. hali ya kujaa, kulowa.
saturday n. Jumamosi, sabato.
sauce n. mchuzi, ujuvi, — *pan,* n. sufuria, kikaango, — *r,* n. kisahani.
savage a. -kali, -katili, -n. mshenzi —*ry,* n. ushenzi.
save v.t. okoa, ponya, nusuru.

saving n. akiba, albaki.
saviour n. mwokozi.
savour n. ladha, harufu - v.i. wa na ladha ya.
saw n. msumeno, - v.t. pasua kwa msumeno — *dust,* n. unga wa mbao.
say v.t. *(said),* sema, nena, *They say, it is said,* husema, *that is to say,* ndiyo kusema, yaani, *I don't say, not to say,* licha, sembuse -n. neno, *he has no say in the matter,* hana la kusema hapa, —*ing,* n. neno, methali, *it goes without saying,* ni wazi....
scaffold n. jukwaa, kilili.
scale n. *(of fish),* gamba, —*s,* n. mizani - v.t. kwangua, kwaruza - v.i. kwanguka, toka, *on a large scale,* kwa wingi sana, *on a small scale,* kwa kiwango kidogo.
scandal n. jambo la aibu, —*ize,* v.t. chukiza, toa mfano mbaya, — *ous,* a. -a aibu, enye mfano mbaya.
scanty a. -chache, haba, pungufu.
scapegoat n. mtu anayebebeshwa makosa ya wengine.
scar n. kovu.
scarce a. -chache, haba, — *ly,* adv. kwa shida, *scarcity,* n. uhaba, shida.
scare v.t. tisha, ogofya - n.

hofu, kitisho, — *crow,* n. sanamu ya mtu shamba, kwa kutishia ndege n.k.

scarf n. shali.

scatter v.t. tawanya, - v.i. tawanyika, — *brain,* n. mpuzi.

scavenge v.t. fagia njia za mji — *r,* n. mfagia mjini.

scene n. sehemu ya mchezo wa kuigiza - 2. tamasha, *on the scene,* pale pale, *be behind the scenes,* jua siri, —*ry,* n. crow, kwa sura ya nchi.

scent n. harufu, *be on the scent,* fuata nyayo, - v.t. nusa, ona dalili za.

sceptic n. mtu wa mashaka — *al,* a. -enye mashaka.

schedule n. taarifa, orodha, taratibu, *on schedule,* kama ilivyopangwa.

scheme n. azimio, nia, - v.t. kusudia, tunga, hila 2. mradi mkubwa k.m. *water,* mradi wa maji.

scholar n. mtaalamu, — *ship,* n. elimu, 2. fedha ya kusomea.

school n. shule, - v.t. fundisha — *master,* n. mwalimu mkuu, — *room,* n. darasa.

science n. sayansi, *science tells us,* sayainsi inatuambia.

scientist n. mtaalamu wa sayansi, mwanasayansi.

scissors *pair of* —, mkasi.

scoff v.i. dhihaki, fanya mzaha, fanya masihara; dharau, cheka, beua - n. mzaha, masihara, beno.

scoffing n. dharau, dhihaka, utani, cheko, mbeuo.

scold v.t. karipia, shutumu, kemea, tukana.

scoop n. kombe, kijiko, upo - v.t. komba, chota, fua; pata zaidi kwa haraka.

scope n. eneo, upeo, 2. kusudi 3. nguvu, akili.

scorch v.t. unguza, choma moto, kausha, - v.i. ungua, choma.

score n. hesabu, korija, ishirini, *on the score of,* kwa sababu ya, — *s,* n. wingi, *pay off old scores,* jilipiza kisasi - v.t. funga bao, tia goli, funga goli, — *off,* shinda; scorer, n. mwandishi wa hesabu za mchezo, mfungaji bao.

scorn v.t. beza, dharau, tweza, - n. dharau, bezo, — *ful,* a. -a kudharau, -a kubeza.

scot-free a. salama salimini, bure, bila malipo.

scoundrel n. mtu mbaya sana habithi, balaa.

scour v.t. sugua sana, safisha sana paruza.

scourge v.t. adhibu, chanzo

cha maradhi, dhiki, shida, kilio, k.m. kipindupindu, adhibisha; - n. mjeledi, koto, mchapo; balaa.
scout n. mpelelezi, mtumishi mwema - v.i. peleleza, *boy scouts,* vijana chipukizi, maskauti.
scramble v.t. songana, gombania, changanya pamoja, seta, — *d eggs* mayai yaliyokaangwa mchanganyiko - n. fujo, mashindano, *the scramble for Africa,* (1884-) hugombania Afrika kwa Wazungu.
scrap n. kipande kidogo, makombo; gae, vitu vikuu kuu - v.t. tupa, acha, *have a scrap,* pigana.
scrape v.t. paruza, puna, kwaruza, komba, *scrape past,* ambaa - n. uparuzo, shida, *be in a scrape,* kwama, pata shida.
scratch v.t. kuna, kwaruza, piga mtai, parura, *scratch out,* futa, *scratch a hole,* fukua, chimba - n. chale, chanjo, nembo, *come to the scratch,* shika kazi.
scream v.i. lia kwa hofu, au maumivu, piga, kelele au yowe - n. kilio cha nguvu, yowe.
screen n. kifuniko, kificho, ki-

ambaza v.t. funika, ficha, linda, ziba.
screw n. skrubu, *have a screw loose,* kuwa, kichaa, *put the screw on,* lazimisha, adhibu, *screw-driver,* bisibisi.
scribble v.i. chora, fumba, - n. mchoro, urembo.
scripture n. bibilia.
scrub v.t. sugua sana, safisha, paruza.
scruple n. shaka, hangaiko, wasiwasi, hamaniko, kihere hiire Imani na mshmamo unaomzuia mtu kufanya jambo, wa na machugachuga.
scrupulous a. -angalifu sana, - chaguzi, -nyoofu, enye hadhari.
scrutiny n. uchunguzi, uangalizi, utunduiza.
scrutinize v.t. chunguza, angalia sana.
sculpture n. picha, nakshi iliyochongwa katika mawe, miti au udongo.
sculptor n. msanii anayetumia mawe, miti au udongo.
scum n. uchafu unaotanda juu ya maji na kunuka, kuvu, *of the earth,* watu duni, wasio na utu.
sea n. bahari, *at sea,* baharini, *go to sea,* wa baharia.
sea-shore n. pwani, kando ya

bahari ufukwe (ufuko).
seal n. muhuri, chapa, alama, - v.t. tia muhuri, *seal up,* ziba, funga.
seam n. mshono, upindo, — *less,* a. bila mshono.
search v.t. tafuta, pekua, chungua, — *for,* chunguza, tafuta, - n. upekuzi, kutafuta, uchunguzi, — *warrant,* n. hati ya kuruhusu polisi, kupekua nyumba, n.k.
season n. msimu, majira, *the seasons,* nyakati za mwaka, msimu, *it is in season,* ni wakati wake, ndio majira yake - v.t. koleza (chakula), unga, zoeza, — *ing,* n. kiungo cha chakula.
seat n. kiti, *take a seat,* keti, kaa, - v.t. ketisha, *seat oneself,* keti, kaa, *he is seated,* amekaa, ameketi.
secession n. farakano, mtengano.
seclude v.t. tenga, *seclusion,* maficho, upweke, utengano *live in seclusion,* jitenga, kaa pweke.
second n. sekunde, moja ya sitini ya dakika moja -a pili, -a baadaye - v.t. saidia, kubaliana — *hand,* n. si - pya, -liotumika, — *nature,* n. desturi, mila, tabia asili — *rate,* a. si - zuri sana.

secret n. -a siri, -a kiundani - n. siri, kunga, undani, *in secret,* kwa siri.
secrecy n. siri.
secretary n. katibu, karani, mwandishi.
secretariat n. ofisi ya katibu.
secrete v.t. ficha, toa maji mwilini.
secretion n. mate, maji au nyongo kutoka mwilini.
secretive a. -a siri, enye undani.
secretly adv. kwa siri.
sect n. sehemu, madhehebu, jumuia.
section n. sehemu, fungu, kata.
secular a. -a ulimwengu.
secure a. salama, aminifu, dhibitifu - v.t. weka salama, tunza, dhibiti.
security n. dhamana, usalama, ulinzi.
sedate -a tulivu -pole, enye makini; *sedately,* adv. kwa utulivu.
sedative a. -a kutuliza, - n. dawa ya kutuliza.
sedentary a. -a kukaa kitako.
sediment n. takataka za chini, chicha, mashudu, matope ya mtoni, mashapo, mashata.
sedition n. uchochezi, fitina, maasi.
seditious a. -a kuchochea, -a

seduce/send

kufitini, -asi.
seduce v.t. tongoza, honga, tia ibilisi, vuta kufanya maovu, poteza.
seduction n. utongozi, kishawishi, upotovu, ufasiki.
see v.t. *(saw, seen),* ona, elewa, fahamu, *see to, see about, see after,* angalia, *see a person off,* sindikiza, *seing that,* madam, kwa kuwa.
seed n. mbegu, punje, *run to seed,* haribika, - v.i. toa mbegu, fanya kimea.
seek v.t. *(sought)* tafuta, taka, tazamia.
seem v.i. onekana, fanana na, elekea kuwa ni, *it seems to me,* huenda, nadhani, — *ing,* a. -a kujifanya, — *ingly,* adv. kama kwamba, kwa nje.
seep v.i. vuja, penya.
seesaw n. mchezo wa watoto, pembea - v.i. cheza pembea.
seethe v.t. tokosa, chemsha, pwapwasa, pwaza, - v.i. tokota, piga mcheo, — *with anger,* vimba kwa hasira.
segment n. sehemu, pingiti.
segregate v.t. tenga, bagua, farikisha.
segregation n. ubaguzi.
seize v.t. kamata, twaa kwa nguvu, shika, bamba, tia mbaroni, *be seized with,* zingatia, fikiria.
seizure n. kukamatwa na, kushikwa.
seldom adv. mara chache, kwa nadra, si aghalabu.
select v.t. chagua, teua, tenga - a. -liochaguliwa.
selection n. uchaguzi, uteuzi.
selective a. -enye kuchagua.
self *(selves)* n. nafsi, mwenyewe, *self-applause,* kujivuna, *self-assertion,* n. kujitanguliza mbele, *self confidence,* n. ukinaifu, kujiamini, *self-contained,* a. -kinaifu, -a kujitosheleza, *self-control,* n. kujitawala, *self-defence,* n. kujilinda, *self-denial,* n. kujinyima, *self-determination,* n. kujichagulia, kujitawala, *self-esteem,* n. kujistahi, *self-evident,* a. wazi.
selfish a. choyo, enye ubinafsi, enye inda.
self-reliance, n. kujitegemea.
sell v.t. uza *(sold),* danganya - v.i. uzika, *sell up,* filisisha, *sell out,* uza mali yote, — *er,* n. mwuza.
semen n. shahawa, manii.
semicolon n. nukta na mkato (;).
senate n. baraza la wazee.
send v.t. *(sent),* peleka, tuma,

agiza, *send for,* ita, tuma mtu kuita, *send back,* rudisha, *send in all directions,* eneza, *give a good send-off to someone,* agana vizuri.

senior a. -kubwa kwa cheo au umri, - andamizi.

sensation n. maono, kuhisi, dhana.

sense n. busara, shauri, *a man of good sense,* mtu mwenye busara, *in the sense of,* kwa maana, maana yake, *it has no sense,* haina maana, *be out of one's sense, lose the senses,* potewa na akili *recover the senses,* pata akili tena.

sensible a. -enye akili, busara, *be — of,* tambua, *be sensible, -* wa na akili.

sensibility n. akili, wepesi wa kuona au kuhisi.

sensitive a. -epesi kuona, kuhisi, -a kufahamu upesi.

sensual a. -a mwili, -a anasa.

sentence n. hukumu, *capital —,* adhabu ya kifo - v.t. toa adhabu, *he was sentenced to death,* alihukumiwa kufa.

sentiment n. maono, maelekeo, taarifa, *— al,* a. epesi kuvutwa na upendo, n.k.

separate v.t. tenga, achanisha, weka mbali mbali, - v.i. tengana, achana, epukana -a. -liotengwa, moja moja, *— ly,* adv. mbalimbali, benibeni.

separation n. mtengano, mgawo.

sequel n. ufuatano, mwandamano, utaratibu.

serene a. safi, eupe; kunjufu, tulivu.

series n. mfululizo.

serious a. -siocheka, -a kuonya - zito, mahututi, *a serious offence,* jambo zito, kosa kubwa.

sermon n. hutuba, mahubirio ya injili.

serpent n. nyoka.

serve v.t. tumikia, fanyia kazi, - v.i. tumika, *serve for,* wa badala ya, *it serves him right,* astahili, ni haki afanywe hivyo.

servant n. mtumishi, mfanyakazi.

service n. utumishi, huduma, kazi, *he is on service,* yuko kazini.

servile a. -a kitumwa, nyange, dhalili.

servitude n. utumwa.

session n. baraza, mkutano.

set v.t. weka, tega, *set a trap,* tena, - v.i. tua (jua), *set an example, to,* toa mfano kwa, *set apart,* tenga, *set aside,* tangua, weka pembeni, *set*

set-back/shape

store by, thamini, *set eyes on,* tupia jicho, *set free,* nasua, achilia, pa nafasi, *set on fire,* choma moto, unguza, tia moto.

set-back n. kizuizi, kipingamizi.

settle v.t. kata shauri, lipa deni, sawazisha, kaa, tulia, v.i. tulia, azimu, — *ment,* n. makazi, mapatano, maafikiano, — *r,* n. mhamia, mlowezi.

seven n. saba, — *fold,* n. n. mara saba, — *teen,* n. kumi na saba, — *ty,* sabini.

sever v.t. tenga, farakisha, -v.i. vunjika, katika, — *ance,* n. mtengano, mfarakano.

several a. -ingine, kadhaa wa kadha si - ingi, — *ly,* adv. moja moja.

severe a. -kali, -zito, gumu, bila huruma.

severity n. ukali, uzito.

sew v.t. *(sewed, sewn),* shona - *ing machine,* cherehani.

sewage n. taka za maji machafu.

sewer n. mfereji wa kutolea maji machafu.

sex n. hali ya kuwa kiume au kike, jinsia, *male sex,* mwanamume, — *ual,* a. -a kuhusu wanaume na wanawake, — *uality,* n. kuwa mwanaume au mwanamke.

shabby a. -liovaa makame, enye kuvaa manyavunyavu.

shackle n. kiungo cha pingu -v.t. funga kwa pingu, tia pingu.

shade n. kivuli, *a shade of difference,* tofauti ndogo ndogo - v.t. tia kivuli, weka baridini.

shadow n. kivuli, - v.t. tia kivuli.

shaft n. mshale, mkuki, mpini, ufito.

shake v.t. *(shook, shaken),* tikisa, tetemesha, - v.i. tikisika, — *off,* pukusa, — *hands,* peana mkono wa salamu, — *out,* kung'uta n. mtikiso.

shaky a. -a kutikisika, dhaifu, -a kutikisika, enye mashaka.

shall v. aux. *(should),* -ta, it *shall be so,* itakuwa hivyo.

shallow a. -enye kina kifupi, - a akili chache.

sham v.t. jifanya jisingizia, n. kujifanya, mwigo.

shame n. aibu, fedheha, izara *it is a shame,* ni aibu - v.t. aibisha, — *ful,* a. -a aibu, -a kutahayarisha, — *less,* a. -tovu wa haya.

shape n. sura, umbo, mfano, kalibu *take shape,* tengenea, tengezeka - v.t. tengeneza, umba, fanya, fanyiza - v.i. pata umbo, kua.

share v.t. gawanya, - v.i. shiriki - n. fungu, hisa, sehemu, *have shares in,* shiriki, *go shares in,* shiriki.

sharp a. - kali, -enye akili, erevu, stadi, *look sharp,* chapuchapu, karamuka, — *en,* v.t. noa, tia makali, — *sighted,* a. -enye macho makali.

shatter v.t. vunjavunja, pasua, ungamiza; - v.i. angamia, pondeka haribika.

shave v.t. *(shaved, shaven)* nyoa, chega, *a close shave,* hatari kubwa.

shawl n. shali, kashinda, muharuma.

she pron. yeye mwanamke, *she-goat,* mbuzi jike.

sheaf *(sheaves),* n. mganda, tita.

shear v.t. *(sheared, shorn)* nyoa kondoo, —*s,* n. makasi.

sheath n. ala, — *e,* v.t. futika, weka.

shed v.t. toa, eneza - n. banda, bohari.

sheep n. kondoo.

sheer a. -a kwenda juu, - tupu, tu.

sheet n. shuka, ma-.

shelf *(shelves),* n. rafu ya vitabu na vitu vingine.

shell n. ganda la konokono, n.k. ganda la risasi - v.t. toa ganda.

shelter n. kimbilio, kificho, kivuli, *take shelter,* jificha, jizibe, jisetiri - v.t. funika, linda, ficha, setiri.

shepherd n. mchungaji, - v.t. chunga, linda.

shield n. ngao.

shift v.t. badili, - v.i. sogea *shift for oneself,* fanya yote kwa manufaa yako -n. hila, zamu, *night shift,* ya usiku, — *ing,* a. -enye kugeukageuka, *a make shift,* kitu hafifu pahali pa kitu kingine bora.

shin *(bone),* n. muundi.

shine *(shone),* v.i. angaza, ng'aa, meremeta - n. mwanga, nuru.

ship n. meli, jahazi chombo - v.t. pakia, abiri, — *wreck,* n. uharibifu wa meli, kuvunda, — *wreck,* v.t. angamiza, vunjika.

shirk v.t. jitoa katika shida, epa, jinusuru.

shirt n. shati.

shiver v.i. tetemeka, yumbayumba, gwaya - v.t. vunja vipande vipande - n. tetemeko kigereng'enza.

shock n. kishindo, shtuko, fadhaa; v.t. tia kishindo, chukiza - v.t. shtusha, fadhaisha, tia haya.

shoe n. kiatu, — *lace,* n. kikanda cha kiatu, — *maker,* n. fundi viatu, mshona viatu.

shoot n. chipukizi, - v.t. *(shot),* piga bunduki - v.i. ota, mea, chipuka, — *by, (past),* pita upesi, — *up,* chipuka, kua, — *ing,* n. kupiga bunduki, *go out shooting,* enda kuwinda, *shooting pains,* kichomi.

shop n. duka, *set up a shop,* weka duka, *close a shop,* funga duka, *talk shop,* ongea mambo ya kazi - v.i enda dukani, *go shopping,* enda madukani, — *keeper,* n. mwenye duka, — *lifting,* n. kuiba dukani.

shore n. pwani, ufukani, *on the shore,* pwani, ufukweni, *go on shore,* shuka pwani.

short a. -fupi, -dogo, *short of,* — pungufu, *a short cut,* njia ya kukata, *make short work of,* maliza upesi, *in short,* kwa ufupi, *stop short,* katiza, *be short of, run short of,* pungukiwa, *the long and short of it,* jambo lenyewe, *short commons,* chakula hapa, — *age,* n. ukosefu, upungufu, — *coming,* n. upungufu, kosa, — *en,* v.t. fupisha, kata - v.i. punguka — *hand,* n. mwando wa kukata, —*ly,* adv. kwa ufupi.

shot n. marisaa, risasi, *within ear-shot,* karibu sana, *have a shot at it,* jaribu, *he is a good shot,* ana shabaha.

should v. aux. *you should be careful,* jihadhari.

shoulder begn, tumi a cold to, dharau, *shoulder to shoulder,* karibu karibu, *shift the blame on to other shoulders,* tupa lawama watu wengine - v.i. twika, chakua begani.

shout v.i. piga kelele guta, - n. kelele, mayowe.

shove v.t. sukuma, kumba *push and shove each other,* sukuma.

shovel n. jembe, shepetu, v.t. pakua, kurega.

show *(showed, shown),* v.t. onyesha, - v.i. onekana, — *off,* tamba, — *up,* kashifu, - n. onyesho.

shower n. manyunyu.

shred n. kipande, - v.t. chana.

shrewd a. -erevu, -janja, laghai.

shriek v.i. lia kwa sauti - n.

mlio wa nguvu.

shrift n. muda mfupi, zamu *give (get) short shrift,* toa (pata) muda mfupi wa kutubu, adhibiwa upesi.

shrink v.i. *(shrank, shrunk)* v.i. jikunyata, sinyaa, nyaa, *shrink from,* kimbia, jitenga na, *shrinkage,* n. upunguo kwa mkunjo.

shrivel v.i. finyaa, kunjamana, — *led,* a. -a kufinyana.

shroud n. sanda, - v.t. funika.

shrub n. kijiti, gugu.

shrug v.t. kataa kwa kuinua mabega, sitasita, dharau, n. mkunyo wa mabega. - n. mkunjo wa mabega.

shudder v.i. tetema (kwa hofu, baridi) tetemeka, gwaya, kata tamaa, - n. mtetemeko.

shuffle v.t. jongeza huko na huko, pisha, geuza geuza - v.i. furukuta, taataa, sowera, sota, fanya hila, danganya - n. hila, werevu, madanganyo; shaffter, n. mjanja.

shun v.t. epuka, epa, jitenga na, kimbia.

shut v.t. funga, fumba, — *up!* kelele! funga, nyamaza.

shy a. -enye haya, a huzuni, enye sani - v.i. ruka upande; v.t. tupa, vurumisha, *shy at,* epuka, kataa. *fight shy of,* epa.

sick a. -gonjwa, -a uwele, *sick at heart,* enye huzuni, *be sick of,* kinai, *make sick,* chafusha moyo, — *en,* v.t. tapisha, chukiza, tibua moyo - v.i. chukizwa.

side n. upande, *side by side,* kando kando, *lay on side,* inika - v.i. *(with),* kaa upande wa, *sideways,* adv. kwa upande

siesta n. usingizi kidogo wa mchana, lepe la usingizi.

sieve n. chekecha ungo, kitunga, chujio, - v.t. chekecha, chunga; peta.

sigh v.i. pumua, hema, kwa taabu sana, shusha pumzi, *sigh for,* tamani sana, palua na shauku - n. kuhema kwa taabu au baada ya kuondolewa tabu.

sight n. uwezo wa kuona kwa macho, *be in sight of,* weza kuona, *come in sight,* onekana, *be out of sight,* toweka, *catch sight of,* ona, *within sight of,* karibu kiasi cha kuonekana, - v.t. ona, tazama, — *seeing,* n. matembezi.

sign n. alama, dalili - v.t. weka sahihi, 2. konyeza.

signal n. alama, - v.t. toa ishara - a. -kuu, *a signal success,* mafanikio makubwa —*ize,* v.t. tukuza, onyesha, *signalize oneself,* jipatia sifa.
signature, n. sahihi, saini.
significance n. maana.
significant a. -enye maana.
signification n. maana.
signify v.t. onyesha, wa na maana, *it does not signify!* haidhuru, mamoja.
silence n. kimya, unyamavu, - v.t. nyamazisha, tuliza
silent a. nyamavu, -a kimya.
silk n. hariri, - a. -a hariri.
silly a. -pumbavu, -puzi.
silt n. matope, - v.t. *(up),* jaza matope.
silver n. fedha, sarafu - v.t. tia fedha nje - v.i. pata mvi - a. -a fedha, —*smith,* n. mfuafedha.
similar a. sawa, mfano mmoja, -a kufanana, -a kufanana, — *ity,* n. ufanano, hali ya kuwa sawa, sura moja, kifani.
simile n. methali, fumbo, nahau, msemo.
simmer v.i. chemka polepole, — *(of feelings),* karibia kuwaka, hasira.
simple a. rahisi, *simple English,* Kiingereza rahisi.
simplicity n. urahisi, ujinga, wepesi wa hali.
simplification n. kurahisisha, urahisishaji.
simplify v.t. rahisisha, sahilisha.
simply adv. bila hila, tu basi tu.
simulate v.t. iga, jifanya, fuasa, shabihi.
simulation n. unafiki, uzandiki.
simultaneous a. -a wakati ule ule, pale pale, papo hapo.
sin n. dhambi, kosa, batin, *ful,* a. -a dhambi, ovu, kosefu.
since adv. prep., and conj. tangu, toka, *he is here since yesterday,* yupo hapa tangu jana, *since last year,* tangu mwaka jana, *ever since,* tangu siku ile.
sincere a. -a kweli, -enye moyo safi, — *ly,* adv. kwa kweli.
sincerity n. unyofu, ukweli, uaminifu, weupe.
sinew n. kano, mshipa, mshipa wa nguvu.
sing v.i. *(sang, sung),* imba, vuma, simulia kwa utunzi, — *ing,* n. kuimba, uimbaji, -a kuumba, — *song,* n. uvumi wa sauti, wimbo.
singe v.t. unguza, chanua.
single a. peke yake, siooa, seja, moja tu, pasipo mwenzi

-v.t. — *out,* chagua, teua, — *minded,* -a nia moja.
singular a. -a pekee, sio-a kawaida, -a ajabu, —*ity,* n. ajabu, upweke, umoja.
sinister a. -baya, -ovu, -a kuogofya.
sink *(sank, sunk),* v.t. zamisha, tosa, didimiza - v.i. zama, tota, didimia, *form a sinking fund,* weka mali ya kupunguza deni - n. mfereji wa takataka.
sinner n. mkosefu.
sip v.t. onja, nywa kidogo, piga funda - n. kionjo.
sir n. bwana, hababi.
sisal n. mkonge, katani.
sister n. ndugu wa kike; sista, muuguzi wa hospitali, mtawa wa kike, dada, *sister-in-law,* shemeji au wifi.
sit (sat), v.i. kaa kitako, keti, tulia, *sit up at night,* kesha, *sit up for,* ngojea usiku kucha, *to sit on the fence,* kataa kusaidia upande wo wote, *sit tight,* shikilia, —*ting room,* n. setule.
site n. mahali, *situated,* a. ilio mahali fulani. *I am rather awkwardly situated,* nina shida kidogo.
situation n. kikao, *grasp the — * fahamu mambo yalivyo.
six n. sita, *at sixes and sevens,* machafuko, *it is six of one and half a dozen of the other,* hamna tofauti, *sixteen,* n. kumi na sita, *sixth,* a. -a sita, *sixty,* n. sitini.
size n. saizi, kipimo, kiasi, kadiri, ukubwa; v.t. panga kwa kadiri ya kipimo, v.t. kadiria ukubwa, *size up the situation,* elewa hali halisi ilivyo.
sizzle v.i. fanya sauti ya mafuta yakichemka.
skeleton n. mifupa mitupu, kiunzi, chenzo, gimba.
sketch n. mchoro, kielezo, dokezo, —*y,* a. -enye kidokezo, a mchoro.
skew a. -a mshazari, a kukingana.
skewer n. kibanzi, kibano, *fix on skewer,* tunga kijitini, tia mbanani.
skid v.i. teleza matopeni, - n. kuteleza; kizuizi.
skill n. ustadi, ufundi, ujuzi, utaalam.
skilled *skillful,* a. stadi, elekevu.
skim v.t. ambaa, pitia upesi; onja, soma upesiupesi, *skim over,* pita juu juu.
skin n. ngozi, ganda, gome, utando, - v.t. menya, chuna, ambua; v.i. funika kwa ngozi, tanda — *ny,* a. -a ngozi,

skip/slight

-gofu.
skip v.i. randa, rukaruka - v.t. ruka sehemu ya kazi au kitabu, pitiliza.
skirmish, n. mapigano madogo madogo ya vikundi vidogo vidogo vya askari, v.t. pigana kidogo kidogo.
skirt n. sketi.
skull n. fuvu la kichwa, kichwa, bupuru.
sky n. anga, mbingu.
slab n. ubao.
slack a. legevu, zembe, goigoi, vivu, *business is slack,* hakuna biashara - v.t. legeza, punguza - v.i. pungua, — *en,* v.t. and i. taz. *slack,* v.t. — *ness,* n. ulegevu.
slain taz. *slay.*
slake v.t. tuliza, punguza, burudisha, poza.
slam v.t. funga kwa kishindo, piga kwa nguvu.
slander n. masingizio, uzushi - v.t. singizia, zulia.
slanderous a. -chongezi, -zushi, a kusingizia.
slang n. usemi usiokuwa sanifu, semi za msimu.
slant v.i. enda upande, ende pewa, - v.t. endesha upande, —*ing,* a. -a kwenda upande.
slap v.t. piga kofi, chapa, - n. kofi.

slash v.t. katakata, chanja, tia mtai.
slate n. kibao, kipande.
slaughter v.t. chinja, - n. machinjo.
slave n. mtumwa, hadimu, mjakazi, mtwana, *a slave to drink,* mlevi mkuu - v.i fanya kazi kama mtumwa.
slavery n. utumwa, uhadimu, *slave-trade,* n. biashara ya watumwa.
slavish a. - kitumwa, -nyonge, a kitwana.
slay *(slew, slain),* v.t. ua, chinja, ua kwa kukata shingo.
sleek a. laini, malidadi sana.
sleep n. usingizi, - v.i. *(slept),* lala usingizi, — *less,* a. sio na usingizi, —*y,* a. enye usingizi, a kusinzia.
sleeve n. mkono wa vazi, *laugh in (up) one's sleeve,* cheka kwa siri.
slender a. -embamba n. cheche, kipande, kipande cha mkate. - v.t. katakata.
slick a. -erevu, epesi.
slide v.i. *(slid),* teleza, pita upesi, nyiririka, tiririka, *let things slide,* acha mambo yalivyo.
slight a. -dogo, embamba hafifu, - v.t. dharau, tweza, - n. dharau, chukiza, —*ly,* adv. kidogo.

slim a. -embamba, - dogo, enye hila.

slime n. tope za kunata, utelezi.

sling *(slung)*, tupa kwa kombeo, piga teo - n. kombeo.

slip v.i. teleza, ponyoka, nyiririka, *slip on (clothes)*, vaa - n. kuteleza, *give the slip to,* toroka, piga chenga, *slip-knot,* n. kitanzi, — *per,* n. kiatu chepesi, — *pery,* a -enye utelezi, *it has slipped my mind,* nimesahau, yamenitoka.

slit v.t. pasua, chana, tatua - v.i. pasuka, tatuka - n. mpasuko.

slogan n. neno la kutangaza kitu, wito wa kutiliana shime, kutiana (moyo.

slope n. mtelemko, mwinamo, kilima, - v.i. inama.

slot n. tundu.

sloth n. uvivu, — *ful,* a. -vivu.

slovenly a. -zembe, -chafu, vivu.

slow a. -a mwendo wa polepole, -a taratibu - v.t. *down,* punguza mwendo, - v.i. enda pole pole, enda taratibu, —*ly,* adv. pole pole, kwa taratibu.

slum n. mtaa mchafu.

slumber v.i. sinzia, lala, zirai, - n. usingizi.

slur v.t. sema haraka na kuruka maneno mengine - v.i. kokoteza maneno - n. aibu, fedheha, mtwezo.

sly a. -janja, enye hila, danganyifu, laghai, *on the sly,* kwa siri, kwa kujificha.

smack n. ladha, - v.i. wa na ladha ya shabihiana na, 2. - v.t. piga kofi, lambitia, jiramba; n. kofi; mwaliko *smack the,* lipa, alisha midomo, piga kidoko. - adv. kwa kishindo.

small a. -dogo, dhaifu, embamba, *look small,* ona haya, tahayari, *small talk,* porojo, soga, piga domo - *pox,* ndui.

smart v.i. washa, ona uchungu, chanyota, choma - n. kichomi, mchanuo - a. hodari, epesi, enye nguvu; maridadi, nadhifu.

smash v.t. vunja, ponda, haribu - v.i. vunjika, pondeka, bomoa - n. mavunjiko, ubomozi.

smear v.t. paka, tia doa, aibisha, singizia.

smell *(smelt),* v.t. nusa, - v.i. toa harufu, nuka, nukia *smell a rat,* shuku hatari *smell out,* fundua - n. harufu.

smelt v.t. choma mawe kutoa madini.
smile v.i. chekelea, tabasamu *smile on,* pendelea - n. kicheko, furaha.
smitten a. *smitten with love,* penda sana.
smoke n. moshi, - v.t. kausha kwa moshi, vuta uraibu, - v.i. foka moshi, toa moshi -r, n. mvuta tumbako, mvuta sigara, *screen,* n. moshi mwingi wa kuficha manowari vitani
smooth a. laini, -ororo - v.t. lainisha, legeza, —ly, adv. kwa ulaini.
smother v.t. songa roho, kaba koo, sokota roho.
smoulder, v.i. waka na kutoka moshi, sinzia.
smuggle v.t. ingiza au toa bidhaa katika nchi bila kulipa ushuru upasao, —r, n. mtu aingizaye au kutoa bidhaa bila kulipa ushuru.
smuggling, n. kuingiza au kutoa bidhaa bila ushuru.
smut n. masizi, waa jeusi, maradhi ya mmea.
snack n. chakula kidogo cha kuliwa haraka.
snail n. konokono, koa.
snake n. nyoka, joka, mtambaachi.
snap v.t. vunja, konyoa, kwatua - v.i. vunjika, *snap at,* katiza, dakiza.
snare n. mtego, 2. kishawishi, kivutio - v.t. tega, nasa, kamata.
snarl v.i. lia na kutoa meno, toa ukali.
snatch v.t. nyakua, pokonya - n. mnyakuo.
sneak v.i. nyatia, - n. mwoga *to have a sneaking regard for,* penda mtu kwa siri.
sneer v.i. cheka kwa dhihaka, twega - n. dhiheka dhihaka
sneeze v.i. piga chafya, *not to be sneezed at,* si - baya - n. chafya.
sniff v.i. vuta hewa puani, nusa, *sniff at,* nusa.
snob n. mtu anayejivuna na, jiona.
snore v.i. koroma, vuta kerezo, - n. mkoromo.
snort v.i. koroma (mnyama).
snout n. pua ya mnyama.
snow n. barafu, *ice,* theluji.
snub v.t. vunja, puza, nyamazisha kwa dharau, *a snub nose,* pua fupi.
snuff n. tumbaku ya kusaga, ugoro, - v.i. vuta tumbako, nusa ugoro.
snug a. -a. raha, enye starehe.
snuggle v.i. lala karibu sana kwa raha.
so adv. and conj. vivi hivi, kwa

soak v.t. tia maji, chovya, tosa, loanisha - v.i. lowana, tosa, —*ed,* -a majimaji.

soap n. sabuni, - v.t. tia sabuni.

soar v.i. ruka juu, paa.

sob v.i. lia kwa kwikwi, *sob out,* sema kwa kulia.

sober a. -a kiasi, -enye busara, siolewa, - v.t. ondoa ulevi.

sobriety n. busara, utulivu.

soccer n. mchezo wa mpira.

sociable a. -kunjufu, -a urafiki sana.

socialism n. ujamaa.

society n. jamii, chama, *be fond of society,* penda kuongea, vizuri na watu.

sock n. soksi.

soda n. soda.

sofa n. makochi, kitanda cha kupumzikia.

soft a. laini, teketeke, — *en,* v.t. lainisha, — *en,* v.i. lainika.

soil n. udongo, ardhi, - v.t. chafua - v.i. chafuka.

sojourn v.i. shinda pahali, - n. kikao.

solace v.t. fariji, tuliza.

solar a. -a jua.

solder v.t. unganisha kwa risasi, lehemu.

soldier n. askari.

sole n. wayo, - v.t. tia soli - a. -a peke yake.

solemn a. -a heshima, -chaji, -a sherehe, — *ity,* n. ibada, sherehe, — *ize,* v.t. adhimisha.

solicit v.t. omba, sihi, tongoza, — *ation,* n. maombi, matongozi.

solid a. -kavu, imara, aminifu - n. kitu kigumu, —*arity,* n. umoja, ushirikiano.

soliloquy n. kusema peke yako, sema kimoyomoyo.

solitary a. -a peke yake, pasi na watu.

solitude n. upweke, faragha.

solo n. wimbo wa mtu mmoja.

soluble a. -a kuyeyuka.

solution n. myeyusho, maelezo.

solve v.t. eleza, fumbua.

solvent a. -enye kuyeyuka - n. kitu kiyeyushacho vitu.

some a. baadhi, —*some food,* chakula, *some one,* mtu fulani, *some of them,* baadhi yao, *some day,* siku moja fulani, *somebody,* mtu fulani, *something,* kitu, neno, jambo.

sometime adv. siku moja fulani, —*s.* adv. mara kwa mara.

somewhere adv. pahali fulani.

son n. mwana mume.

song n. wimbo.
soon adv. upesi, *too soon,* kabla ya wakati wake, *I would as soon go,* afadhali niende, *sooner or later,* hakuna budi, lazima.
soot n. masizi, moshi, mweusi.
soothe v.t. tuliza, fariji, poza.
soothsayer n. mtabiri, mnajimu, *soothsaying,* utabiri, unajimu.
sophisticated a. -erevu, janja, - enye tahadhari.
soporific a. a. -a kutia usingizi, -a kulaza -a kulegeza.
sorcerer n. mlozi, mchawi, mganga wa mazingaombwe..
sorcery n. uchawi, ulozi, mazingaombwe.
sordid a. nyonge, hafifu, dhaifu.
sore n. kidonda, jeraha, - a. - enye kuuma, -a majonzi, *sore throat,* n. maumivu ya koo.
sorrow n. huzuni, sikitiko, majonzi, —*ful,* a. enye huzuni, -a masikitiko.
sorry a. enye huzuni, au majuto, *be sorry for,* sikitika, jutia.
sort n. jinsi, aina, *a sort of,* enye kufanana na, mfano wa tenga, ainisha, panga, chagua.
soul n. roho, *poor soul!* maskini!

sound n. sauti, mlio - v.i. toa sauti, vuma, lia - v.t. liza tarumbeta, n.k. toa sauti *sound a retreat,* toa amri kurudi nyuma, *it sounds nice,* yasikika vizuri, yapendeza, - a. -zima, kamili, *a man of sound judgement,* mtu wa busara, *sound sleep,* usingisi mzito, *safe and sound,* salama usalimini.
soup, n. supu, mchuzi.
sour a. chachu, chungu, kali - a kioirani, enye chuki.
source n. chimbuko, chanzo, asili.
south n. kusini, - a. -a kusini -adv. upande wa kusini.
souvenir n. ukumbusho, kumbukumbu; hiba.
sovereign mfalme, -a. enye enzi —*ty,* n. enzi, utawala.
sow v.t. *(sowed, sown),* sia mbegu, panda, tapanya.
space n. nafasi, pahali wazi, uwanda; muda, muhula.
spade n. shepe, koleo, sepeta, *call a spade a spade,* sema wazi wazi.
span n. muda, kitambo; shabiri, futuri.
spank v.t. piga kofi, *spank along,* enda mbio - n. kofi.
spare a. -chache, haba, a kiba - a faragha - v.t. tumia kwa uchache, hurumia, acha, *he*

was spared, tosha na kusalia, *spare parts,* n. vipuli, spea
sparingly, adv. kwa kiasi tu.
spark n. cheche - v.i. toa cheche.
sparkle v.i. metameta, chemka, shika moto, toa cheche, *sparkling,* a. enye kumetameta.
spasm n. mshindo, mshtuko - *odic,* a. -a ghafula.
spatter v.t. tapanya.
speak *(spoke, spoken),* v.i. sema, nena, tamka, *speak about,* ongea juu ya, *speak against,* amba, pinga, *speak English,* ongea kiingereza, *speak on behalf of,* tetea, semea juu ya, — *er,* n. msemaji, spika.
spear n. mkuki, mkonzo, umangu.
special a. -a pekee, -a maana, maalum, — *ize,* v.i. wa, mtaalamu wa, fanya au jifunza kitu kinagana.
species n. aina, safu, jamii ya watu au wanyama.
specific a. -a namna yake maalum, hasa.
specify v.t. taja, ainisha.
specimen n. namna, mfano, kielezo.
spectacle n. tamasha, kioja, — s, n. miwani.
spectacular a. -a ajabu, -a tamasha, a pekee.

spectator n. mtazamaji.
speculate v.i. fikiria, wazia, kisia, bahatisha.
speculation n. kisio, fikira, wazo.
speech n. usemi, maneno.
speed n. mbio, mwendo, *at full speed,* upesi sana, - v.t. himiza, endesha haraka - v.i. enda mbio, *how have they sped?* wameendeleaje?
speedily adv. mbio, kwa haraka.
speedy a. enye mbio.
spell n. ulozi, urogaji, mvuto, uchawi, *be spellbound,* logwa, shangaa sana, *remove a spell,* agua, tegua, komoa v.t. *(spelt),* endeleza herufi, —*ing,* n. kuendeleza herufi, utaratibu wa lahajia.
spend v.t. *(spent),* tumia.
spent a. -liochoka.
sperm n. manii.
sphere n. duara, eneo mviringo, *sphere of influence,* miliki.
spice n. kiungo cha chakula, kama karafuu, mdalasini, - v.t. unga chakula.
spick and span a. safi, nadhifu.
spider n. buibui, *spider's web,* utando wa buibui.
spike n. msumari, mwiba - v.t. kongomea, gonga, *spiky,* a.

spill/spontaneity

-enye ncha kali.
spill v.t. *(spilled, spilt)*, mimina - v.i. mwagika, *it is no good crying over spilt milk,* maji yaliyomwagika hayazoleki.
spin v.t. *(span, spun)*, sokota v.i. zunguka upesi, *spin out (story),* ongeza mno, tia chonjo, tia chumvi, *go for a spin,* enda matembezi.
spinach n. mboga ya mchicha.
spinal n. a uti wa mgongo.
spine n. mgongo.
spinster n. mwanamke asiyeolewa.
spiny a. -enye mifupa mingi.
spire n. mnara wenye ncha.
spirit n. roho, nafsi, pumzi, *be in good spirits,* wa na furaha, changamka, *be full of spirits,* furahi sana, *be out of spirits,* huzunika.
spit n. uma, kibanzi, mshikaki *toast on a spit,* banika. - v.t. tunga kijitini, choma.
spit v.i. *(spat, spit.)* tema mate - n. mate, *he is dead spit of his father,* anafana mno na baba yake.
spittle n. mate.
spite n. chuki, *he has a spite against me,* anichukia, *in spite of,* ingawa, *spiteful,* a. enye chuki, -korofi, enye ugomvi.

splash v.t. rusha maji, matope - v.i. rukaruka, cheza cheza - n. kuruka matope.
spleen n. wengu, bandama; kisirani.
splendid a. -angavu, zuri sana, bora.
splendour n. fahari, utukufu.
splint n. banzi, kipande cha ubao - v.t. ganga mfupa uliovunjika.
splinter n. kibanzi, kipande cha ubao, v.t. vunjavunja v.i. vunjika vunjika; n. kikundi cha wanasiasa wanaojitenga.
split v.t. pasua, chanja - v.i. tengana, pasuka, wa mbalimbali, *split the difference,* fanya suluhu, *split with laughing,* cheka sana, *split up,* gawanya, katakata - n. mpasuko, ufa.
spoil n. mateka, nyara, mawindo, - v.t. teka, nyang'anya, pokonya - v.i. oza, haribu.
spoke n. spoku (ya baiskeli), tindi, *put a spoke in his wheel,* pinga, zuia.
sponge n. sifongo, *throw up the sponge,* kubali kushindwa - v.t. safisha kwa sifongo, *sponge out,* futa, kausha.
spontaneous a. -enye hiari, lio tayari.
spontaneity n. hiari, kuwa

tayari kwa ridhaa.

spool n. kipande cha kuzungushia uzi.

spoon n. kijiko, ukasi, upawa.

spoor n. nyayo za mnyama.

sporadic a. -a kutokea huko na huko, si aghalabu, moja moja.

sport n. mchezo, furaha, shangwe, tafrija. - v.i. cheza.

spot n. doa, alama, *on the spot,* hapo hapo - v.t. tia doa, tambua, — *less,* a. safi sio na doa, —*ty,* a. -enye madoa doa

spouse n. mume na mke.

spout n. mbubujiko wa maji, mchuruzo wa maji, mlizamo - v.i. bubujika, fufurika, (maji moto) foka - v.t. toa kwa nguvu, piga domo.

sprain v.t. tegua, teguka. - n. kuteguka.

spray n. povu, manyunyu, dawa ya kunyunyizia marashi, - v.t. nyunyizia, pulizia.

spread v.t. tawanya, eneza, tapakaza - v.i. enea, tandaa, sambaa, tapakaa, *spread a table,* tandika meza, *spread out,* kunjua, nyosha - n. eneo, nafasi.

sprightly a. -epesi, -changamfu.

spring v.i. *(sprang, sprung),* ruka, toka upesi, *spring a leak,* anza kuvuja, *spring to one's feet,* simama ghafula, n. mtambo, mruko.

sprinkle v.t. nyunyizia, mwagia, *be sprinkled about,* tapakaa - n. manyunyu.

sprout v.i. chipuka, chipua.

spruce a. nadhifu, -a urembo.

spur n. mwiba wa kuchomea farasi aende mbio, *on the spur of the moment,* mara moja, ghafula - v.t. choma kwa spur, chochea, washa.

spurious a. -a uwongo, si a kweli.

spurn v.t. kataa kwa dharau.

sputter v.i. tematema, bubujika.

sputum n. kohozi, mate.

spy n. mpelelezi, doria, mchunguzi - v.t. ona, chungua - v.i. peleleza, tafuta, *spy into,* chunguza.

squabble n. ugomvi, mzozo, - v.i. gombana, tetana, kosana.

squalid a. -chafu, -baya.

squalor n. uchafu, ubaya.

squander v.t. poteza, ponda mali, tumia ovyo ovyo.

square n. mraba - v.t. fanya mraba - v.i. patana, sawazisha.

squash v.t. ponda, songa, meng'enya - n. mson-

squat v.i. *(on heels)*, chutama, chuchumaa, — *ter,* n. mkaa pahali bila ruhusa, *squatter settlement,* makao mjini yasiyopangwa na manispaa.

squeak n. kilio kama cha panya au bawaba yenye kutu, sauti ya mkwaruzo, *I had a narrow squeak,* niliponea chupuchupu, ilikuwa nusura.

squeamish a. chaguzi, teuzi, -a kuchagua, chagua; -a kisirani, kinaifu, enye harara.

squeeze v.t. kamua, minya - n. msongamano, mshikamano, mgandamiano.

squint n. makengeza, mawenge, *have a squint at,* tazama.

stab v.t. choma kisu, piga kisu. - v.i. uma kama jipu, pwita.

stability n. uthabiti, uhodari, umadhubuti.

stabilize v.t. imarisha, kaza, thibitisha.

stable a. imara, hodari, thabiti.

stable n. zizi, chaa, boma.

stadium n. uwanja wa michezo.

staff n. fimbo, gongo, chombo 2. -n. wasaidizi wa mkuu, *he is on the staff,* ni mmoja wa wasaidizi wake, *member of the academic staff,* mwalimu wa taaluma.

stage n. jukwaa, *last stage,* mwisho - v.t. tengeneza mchezo.

stagger v.t. pepesuka, sitasita —*ing,* a. -a kupepesuka, enye kusitasita.

stagnant a. sioenda, -bovu *trade is stagnant,* hakuna biashara kitu.

stain n. taka, aibu, doa, kutu, - v.t. tia taka, chafua, shika kutu -v.i. pata rangi —*less,* a. safi.

stair n. daraja, *upstairs,* juu darini, *downstairs,* chini.

stake n. kiguzo, *be at stake,* wa hatarini - v.t. bahatisha, hatarisha, jasirisha.

stale a. kuukuu, -bovu, -a zamani -mate, n. sare.

stalk v.i. tagaa, ringa, enda magamaga - v.t. nyatia, winda, nyemelea.

stall n. zizi, kiduka - v.t. weka zizini, - v.i. *(of engine),* simama.

stalwart a. -enye maungo, enye siha, enye tambo. - n. mtu mwaminifu.

stamina n. uthabiti, ushupavu, sitamina.

stammer v.i. gugumiza, babaika.

stamp v.t. piga chapa, bandika stempu, *stamp out*, komesha, - n. stempu.

stand (stood), simama, simika, —v.t. vumilia, stahimili, *I can't stand it*, siwezi kuvumilia zaidi, *stand corrected*, kubali masahihisho, *stand fast*, kaa imara, *stand for*, wa badala ya - n. msimamo, *make a stand*, shika vita, *come to a stand*, simama, fika mwisho, koma *be at a stand*, shindwa, simama, kwama.

standard n. kanuni, kipeo, darasa; wastani, — *ize*, v.t. sawazisha na kanuni, weka kiwango kimoja, *standoffish*, a. enye kiburi.

standstill n. kusimama, *everything came to a standstill*, kila kitu kilisimama.

stanza n. fungu la mashairi, beti.

staple n. pete, bidhaa kubwa, — a. —a siku zote, *staple food*, chakula muhimu.

star n. nyota, *falling star*, kimwondo, nyota mkia.

starch n. wanga.

stare (at), v.i. kodolea macho, tumbulia macho —n. kukodoa macho.

stark a. —ngumu, —kavu, *stark madness*, wazimu mkubwa.

start v.i. anza, ondoka, tangulia —v.t. anzisha —n. mwanzo, *get a start of*, tangulia, *in fits and starts, by starts*, kwa vipindi, kwenda na kusimama.

startle v.t. shtusha, gutusha.

starve v.t. shindisha kwa nja.a —v.i. shinda na njaa, *starve for*, taka sana, *be starved with cold*, ona baridi sana.

starvation n. njaa, baa la njaa.

state n. hali, cheo v.t. sema, nena -a. -a serikali, -a kitaifa, — *ly*, a. -a fahari, bora.

station n. kituo, stesheni - v.t. weka pahali, — *ary*, a. -a kusimama, a kukaa bila kazi, — *ery*, n. vifaa vya kuandikia.

statistics n. takwimu.

statue n. sanamu.

stature n. kimo, urefu.

status n. hali, kiwango, *in status quo*, hali iliyopo.

statute n. sheria, kanuni, amri ya serikali.

statutory a. -a sheria, halali.

staunch a. -aminifu, imara, enye kutumainiwa.

stave v.t. *(stove), stave off*, zuia, kinga.

stay v.t. kawisha, zuia, - v.i. kaa nyumbani kwa, *stay the course*, endelea mpaka mwisho, maliza kazi, - n.

stead/stiff

kukaa, *a long stay,* kukaa muda mrefu - v.t. tegemea - n. tegemeo, msaada.

stead n. *instead of,* badala ya, *it will stand you in good stead,* itakufaa sana.

steadfast, a. thabiti, imara, madhubuti.

steady a. imara, siogeuka - v.t. weka imara.

steak n. steki, mnafu.

steal v.t. *(stole, stolen),* iba - v.i. nyara, steal upon nyemelea, *steal a march on,* tangulia kufanya kitu.

stealth n. siri, *by —,* kwa siri *stealthily,* kwa siri.

stealthy a. -erevu, -a siri.

steam n. mvuke, - v.i. enda kwa nguvu ya umeme - v.t. tia mvuke, *— er,* n. meli, *— ship,* n. meli.

steel n. chuma cha pua, chuma safi.

steep v.t. rowesha, roweka - a. -a kuinuka ghafula -n. mwinuko, *— en,* v.i. inuka.

steeple n. mnara wenye ncha.

steer n. dume - v.t. elekeza njia, shika usukani - *age,* n. upande wa nyuma wa meli, *— ing wheel,* n. usukani.

stem n. shina, bua, mwanzi - v.t. zuia, ziba.

stench n. uvundo, harufu mbaya.

stencil n. karatasi fulani za kufanyia makala.

step n. hatua, *take steps,* anza, chukua hatua - v.i. enda polepole, vuta hatua - v.t. pima kwa hatua, *step over,* kiuka, *step out,* kaza mwendo, *step in,* ingia, jiingiza, *— ping stone,* jiwe la kuvukia, (fig.) njia ya kufikia mradi fulani, *— father,* n. baba wa kambo.

sterile n. tunu, uvika, msitu.

sterile a. tasa, gumba.

sterility n. utasa, ugumba.

sterilize v.t. haribu kizazi.

stern a. -kali, -gumu, enye roho katili.

stew v.t. tokosa majini, pwap waisa, chenusha - v.i. tokota - n. mboga iliyotokoswa, *in a great stew,* enye wasi wasi mkubwa.

steward n. msimamizi, mtumishi.

stick n. fimbo, ufito, upao, bakora, - v.t. *(stuck),* choma penyeza - v.i. nata, ganda, ng'ang'ania *stick at,* onea mashaka, *stick to, stick by,* gandamia, *stick out,* tokeza *stick at nothing,* wa jasiri.

stiff a. -gumu, -zito, *be stiff,* kauka, *—en,* v.t. imarisha - v.i. kazana, shikilia, *— necked,* a. kaidi.

stifle v.t. songa, zuia, - v.i. songwa, ona kisongo.
stigma n. aibu, fedheha, hayo.
still a. -tulivu, -kimya, *be still,* tulia, kaa kimya - v.t. tuliza - adv. bado, *he is still in town,* bado yumo mjini, *still-born,* n. -liozaliwa mfu.
stimulate v.t. amsha, chochea.
stimulant a. -a kuamsha - n. kichocheo.
stimulus n. kitu chenye kuamsha au kuchochea, kiamshi, mchocheo.
sting n. mwiba, - v.t. *(stung),* uma (kama mdudu), washa, *(of feeling),* umiza moyo.
stingy a. -choyo.
stink v.i. *(stank, stunk)* nuka - n. uvundo, ujaka.
stipulate v.t. weka masharti, weka maagizo, afikiana, *stipulation,* n. sharti, amri.
stir v.t. koroga, chochea, tifua, biganya - v.i. enda, sogea, jongea - n. msukosuko.
stitch v.t. shona, unga kwa uzi, tia janganene - n. mshono, *without a stitch on,* uchi kabisa, *a stitch in time saves nine,* usipoziba ufa utajenga ukuta.
stock n. shina, asili, ukoo, *keep in stock,* -wa na vitu tayari stoo, *a laughing stock,* kichekesho - v.t. weka bidhaa dukani, pangilia dukani, *out of stock,* hamna dukani, *it is on the stocks,* inatengenezwa, bado inapatikana.
stocking n. soksi ndefu.
stole taz. *steal.*
stomach n. tumbo, — *ache,* n. kuumwa tumbo.
stone n. jiwe, kokoto - a. -a mawe.
stood taz. *stand.*
stool n. kiti kidogo, stuli, kigoda 2. mavi.
stoop v.i. inama, jishusha, jikunja, jidhalilisha.
stop v.t. simamisha, zuia komesha - v.i. acha, koma, basi, *stop up,* ziba - n. kituo, stop! basi! — *page,* n. kizuio, —*per,* n. kizibo.
store n. bohari, duka, ghala, *in store,* tayari, *set store by,* penda sana - v.t. weka, dunduliza, — *house,* n. bohari.
storey *story,* n. ghorofa.
storm n. dhoruba, tufani, kimbunga, *take by storm,* twa ghafula, *a storm in a teacup,* ghasia nyingi juu ya jambo dogo - v.t. shambulia, toa ukali.
story n. hadithi, kisa.
stout a. -nene, -a nguvu.
stove n. jiko.
stow v.t. pakia, *stowage,* n.

struggling/strike

mapakizi.
struggling, a. -liotawanyika, -a kuhangaika.
straight a. -a kunyoka, *go - on,* enda moja kwa moja, —*en,* v.t. nyosha, - v.i. nyoka, — *forward,* a. -a kunyoka, -nyofu — *way,* adv. papo hapo.
strain n. juhudi, mkazo, bidii - v.t. nyosha, kaza, - v.i. fanya bidii, jitahidi.
strait a. embamba, —r, n. taabu, *be in a strait, be in straits,* kwama, taabika —*en,* v.t. songa, —*ened circumstances,* taabu, dhiki.
strand n. jino la kamba 2. ukingo wa bahari - v.t. kwamisha, - v.i. panda mwambani, vunda, *be stranded,* -wa shindani.
strange a. -geni, -a ajabu, —*r,* n. mgeni.
strangle v.t. nyonga, kaba roho, tia tanzi shingoni.
strap n. ukanda, mraba, - v.t. funga kwa ukanda.
strategic a. -a maana sana, -a madaraka ya vita.
strategy n. mbinu ya vita.
straw n. majani makavu, *the last straw,* kitu kidogo ch hasara kubwa, *it does not matter a straw,* haidhuru hata kidogo.

stray v.i. potea, kosa - a liopotea - n. mtu mpotevu.
stream n. mto mdogo mkono wa mto, *go up stream,* kata maji - v.i. miminika, —*er,* n. bendera, — *let,* n. kijito, mkono mdogo wa mto.
street n. njia ya mji, barabara.
strength n. nguvu, uwezo, —*en,* v.t. tia nguvu, imaarisha - v.i. pata moyo.
strenuous a. nguvu, -a juhudi, *ly,* adv. kwa nguvu, kwa bidii.
stress n. shida, taabu, mkazo, *lay stress on,* kazia, tia mkazo - v.t. kaza, tia mkazo.
stretch v.t. nyosha, kunjua - v.i. *oneself,* jinyosha, nyooka - n. mfululizo —*er,* n. machela.
strew v.t. *(strewed, strewn),* tapanya, tawanya.
strict a. -kali, halisi, —*ly,* adv. kwa kweli, kwa hakika.
stride v.i. *(strode, stridden),* panua miguu, tagaa - n. hatua ndefu *I will take it in my stride,* nitaifanya bila wasiwasi.
strife n. shindano, ugomvi.
strike v.t. *(struck),* piga, gonga - v.i. piga, gonga *it strikes me,* nadhani, *strike a baiance,* lipana, *strike a bargain,* patana *strike a light,*

washa taa, *strike a camp,* vunja kambi - n. mgomo, *go on strike,* goma.

striking a. -a. kushangaza, *the effect was most striking,* matokeo yalikuwa ya ajabu sana.

string n. uzi, kitani, - v.t. *(strung),* fungia kitani, tunga, —*ed,* a. -enye nyuzi.

strip v.t. vua, hambua, nyang'anya, - n. kipande chembamba na kirefu, — *ped,* a. uchi, -tupu.

stripe n. mlia.

strive v.i. *(strove, striven),* jaribu fanya bidii.

stroke n. piga, *give a finishing stroke to,* kamilisha, *at a stroke,* dharuba moja - v.t. papasa, *stroke up the wrong way,* kasirika, *stroke down,* tuliza.

stroll v.i. tembea pole pole.

strong a. enye nguvu, — *hold,* n. ngome —*ly,* adv. kwa nguvu sana.

structure n. ujenzi, umbo, egezo.

struggle v.i. shindana, jaribu - n. bidii, mkazo, juhudi.

stub n. kisiki.

stubborn, a. -kaidi, -shupavu, sugu, kuduku, —*ly* ad. kwa ukaidi, uthabiti, — *ness* n. ushupavu, ukaidi, ugumu.

student n. mwanafunzi.

study n. kujifunza, masomo, mafunzo - v.t. jifunza, soma, talii, durusi - v.i. soma, jifunza.

studio n. chumba cha kupigia picha.

studious a. -a bidii katika masomo, enye jitihada.

stuff n. vifaa, zana, 2. upuzi - v.t. jaza, shindilia - v.i. shiba, la kwa pupa, —*y,* a. pasipo hewa, -a jasho, *stuffy air,* hewa mbaya.

stultify v.t. pumbaza, tangua.

stumble v.i. jikwaa, *stumble upon,* kuta, pata kwa bahati, *stumbling-block,* n. kikwazo, mashaka.

stump n. shina, kigutu, kisiki, *go on the stump,* hubiri huko na huko, *be completely stumped,* pumbaa, *stir one's stumps,* kaza mwendo - v.t. fumba, tatiza.

stun v.t. fadhaisha, *be stunned,* zimai, — *ning,* a. -a kuzimisha.

stunt v.t. viza, *be stunted,* via, pumbaa.

stupefy v.t. pumbaza, viza.

stupefaction n. fadhaa.

stupendous a. -kubwa mno.

stupid a. -pumbavu, -jinga - n. mjinga, — *ity,* n. ujinga.

sturdy a. -a nguvu, -nene.

stutter v.i. gugumiza, babaika.
style n. mtindo, mwandiko, *a good style,* ufasaha.
stylish a. -zuri, -a siku hizi.
subdue v.t. tiisha, piga, adilisha, **subject** n. jambo, kitu, maudhui; raia, watu wa, *subject to,* kwa sharti ya, - v.t. tiisha, pasha.
subjection n. kuwekwa chini kutiishwa.
subjective a. -a nafsi, -a kujibumbukia nafsi.
sublime a. bora sana, ajali, adhimu, enye utukufu mkuu.
submarine n. manowari sabmarini.
submerge v.t. zamisha, tosa, didimiza - v.i. tota, zama, didimia.
submission n. utii, upole, unyenyekevu, uvumilivu.
submit v.t. jitoa, tii, shika miguu, jiweka chini.
subordinate a. -a chini, -dogo - v.t. weka chini, dhalilisha - n. mdogo.
subscribe v.t. tia sahihi, andika jina chini, tia mkano.
subscription n. kibali, sahihi, ada ya gazeti, mchango wa.
subsequent a. -a kufuata, -a baadaye, - akutokea baadaye, — *ly,* adv. baadaye, hatimaye.

subside v.i. shuka, punguka, tulia.
subsidiary a. -a kusaidia.
subsidize v.t. tolea fedha ya msaada, saidia.
subsidy n. fedha ya msaada, malipo ya msaada.
subsist v.i. kaa, ishi, *subsist on,* ponea, jilisha, — *ence,* n. chakula.
substance n. kitu, maana, asili ya vitu.
substantial a. -a kweli, imara
substantiate v.t. thibitisha, yakinisha, uinisha.
substitute v.t. weka mahali pa., badilisha.
substitution n. badilisho, kuweka kitu badala ya kingine, badilisho.
subtle a. enye hila, - erevu, -janga, laini, - kutatiza.
subtract v.t. toa, punguza, ondoa, chukua, —*ion,* n. kutoa, kuondoa, kupunguza.
suburb n. kiunga, kando ya mji, kitangaji.
subvert v.t. pindua, angamiza.
subversion n. mapinduzi, kupindua, maangamizi.
subversive a. haribifu, -angamizi.
subway n. njia ya chini ya ardhini, reli ya chini kwa chini.
succeed v.t. and i. fuata, rithi,

shika mahali pa, - v.i. faulu, fanikiwa fuzu.

success n. mafanikio, usitawi, mwisho, mwema, bahati njema, — *ful,* a. -a mafanikio, -a heri, -a kufuzu, — *ion,* n urithi, mfululizo, mfuatano, mtawalia, *a succession of events,* mfuatano wa mambo au matukio, — *or,* n. mrithi; badala, aingiaye mahali pa.

succumb v.i. *(to)* shindwa, patwa, fariki, jitoa, fa.

such a. -a jinsi hii, a namna hiyo; fulani, kama hiyo, *such as,* kama.

suck v.t. fyonza, nyonya, amwa, mumunya - v.i. fyonza, nyonya.

suckle v.i. nyonyesha.

suckling n. mtoto anyonyae; 2. mjinga, mzuzu.

sudden a. -a ghafula, *all of a sudden,* ghafula, mara moja, — *ly,* adv. ghafula — *ness,* n. ghafula, kuitokea ghafla.

sue v.t. and i. dai, omba, sihi; shitaki.

suffer v.t. vumilia, stahimili, piga moyo konde, mezea moyoni. - v.i. umwa, teswa, pata hasara, *suffer from,* patwa na, — *ance,* n. ruhusa, uvumilivu, ustahamilivu, — *ing,* n. mateso, maumivu, adhabu.

suffice v.t. and i. tosha, kifu, faa.

sufficiency n. kefu, kadiri ya kutosha.

sufficient a. -a kutosha, -a kufaa.

suffocate v.t. songa roho, nyonga roho, ziba pumzi - v.i. songwa, nyongwa, ona tabu kupumua.

sugar n. sukari, - v.t. tia sukari, — *cane,* n. muwa — *y,* a. -enye sukari, enye kuwa tamu.

suggest v.t. toa shauri, dokeza, toa maani, rai — *ion,* n. onyo, dokezo, rai, shauri.

suicide n. kujiua makusudi.

suit n. suti, *(in law),* madai; kiswa, koti, kizibao, na suruali, *follow suit,* fanya vile vile - v.t. faa, *does that suit you?* je, hii inakufaa? *suit yourself,* upendavyo, *suit each,* chukuana, — *able,* a. -a kufaa, stahiki, — *case,* n. begi la safari.

suite n. wafuasi wa mtu mkuu, jamii ya vitu vya aina moja.

sulky a. -enye uchungu, -kaidi.

sullen a. -enye uchungu, kaidi - sununu, -a kukimwa.

sum n. jumla, hesabu, fedha, *pay a large sum,* lipa fedha

summer/supposition

nyingi, *do sums,* fanya hesabu, - v.t. jumlisha, *sum up,* sema kwa ufupi, — *marize,* v.t. fupisha, gema kwa muhtasari, — *mary,* a. -a mara moja, *in a summary manner,* upesi, kwa haraka.

summer n. kiangazi, wakati wa jua kali.

summit n. kilele, upeo, juu kabisa, *on the — of,* juu ya.

summon v.t. ita, alika, — *s,* n. mwito, samonsi, mwito shaurini.

sun n. jua, - v.t. anika juani, pasha jua, — *rise,* n. mapambazuko, — *set,* n. machweo.

sunny a. -a jua, -a furaha.

sunday n. jumapili.

sundries n. vitu vinginevyo, vitu mchanganyiko.

superb a. bora, -zuri sana.

superficial a. -a kijuujuu.

superflous a. -a zaidi, -siotumika.

superintend v.t. simamia, ongoza, angalia, amuru kazi, — *ence,* n. usimamizi, madaraka, uangalizi, uongozi.

superior a. -a juu, -ema zaidi - n. mkubwa, — *ity,* n. ukuu.

superlative a. bora mno, *in a superlative degree,* kupita yote.

superstition n. ushirikina, usihiri, uramali.

supervise v.t. simamia, ongoza, angalia, amrisha.

supervision n. usimamizi, maangalizi.

supervisor n. msimamizi, mnyapara.

supper n. chakula cha usiku, kijio.

supplement n. nyongeza, utimizo v.t. ongeza, timiza, kamilisha, —*ary,* a. -a nyongeza.

supplicate v.t. omba, sihi, pemba.

supplication n. maombi, nasaha.

supply v.t. toa, leta - n. kutoa, utoaji, *supply and demand,* mali na matakwa, *supplies,* n. vifaa, zana, vyambajengo.

support v.t. tegemeza, pa moyo, unga mkono, *support life on,* ponea, *how does she support herself?* anaishije? - n. tegemeo, nguzo, *means of support,* riziki.

suppose v.t. dhani, waza, fikiri, *you want to go I suppose,* nadhani unataka kwenda, *supposing, suppose that,* ikiwa, iwapo.

supposition n. wazo, dhana,

suppress v.t. komesha, vunja, shinda, zuia, —*ed,* a. -liokomeshwa, —*ion,* n. kukomesha, kushinda, kuvunja.

supreme a. bora, kubwa kabisa, *the supreme being,* Mungu.

supremacy n. enzi kuu, uwezo, kipeo cha nguvu.

surcharge n. fedha ya kulipa zaidi, malipo ya ziada.

sure a. -a hakika, -a kweli, yakini, *be sure, feel sure,* jua sana, *make sure,* hakikisha, *yes, to be sure,* naam, kabisa, *sure enough,* hakika.

surface n. upande wa juu, uso.

surge v.i. inuka, - n. mawimbi.

surgeon n. daktari mpasuaji watu.

surgery n. udaktari, kazi ya upasuaji watu.

surly a. -kali, -a chuki.

surmise v.i. waza, dhani.

surmount v.t. shinda, faulu, pita, weza.

surname n. jina la ukoo.

surpass v.t. pita, shinda, zidi *she surpasses him in power,* anampita nguvu.

surplus n. sazo, salio, ziada, baki.

surprise n. mshangao, mastaajabu, *take by surprise,* fumania, shutusha, *cause surprise,* shangaza, - v.t. staajabisha, shangaza.

surrender v.t. and i. jitoa, kubali, kushindwa - n. kukubali umeshindwa.

surround v.t. zunguka, zingia, zingira, — *ings,* n. mazingia, makandokando.

survey n. tazamo, - v.t. kagua, pima, andika sura ya.

survival n. kuishi baada ya kufiwa, kubakia duniani baada ya wengine kufa.

survive v.t. okoka, pona hatarini, baki, salia.

susceptible *susceptive,* a. -epesi kupata, kuona, n.k.

suspect v.t. shuku, onea mashaka, wekea tuhuma, dhania - a. -lioshukiwa, - n. mtu anayeshukiwa, mtuhumiwa.

suspend v.t. tundika, angika, ahirisha, subirisha, *suspend a sitting,* vunja baraza, *suspend judgement,* ahirisha hukumu.

suspense n. mashaka, wasiwasi, kiherehere.

suspension n. kutundika, wasiwasi, jakamoyo,

suspicion n. tuhuma, shuku, wasiwasi.
suspicious a. -enye kudhaniwa wovu, si aminifu.
sustain v.t. tegemeza, saidia, chukua.
sustenance n. vyakula, riziki, mlo.
swab v.t. pangusa, safisha, futa - n. pamba au kitambaa cha kupangusia.
swagger v.i. tamba, jigamba, jivuna, randa - n. majivuno, mikogo, mbwembwe.
swallow v.t. meza, 2. vumilia 3. sadiki.
swamp n. bwawa, - v.t. jaza maji, — *y,* a. majimaji, -a matope.
swarm n. kundi la nyuki - v.i. songamana, gandamiana.
swarthy a. -eusi.
sway v.t. sukasuka, pembeza, - v.i. wayawaya, yumbayumba - n. uwezo wa utawala.
swear v.t. *(swore, sworn),* apa, apisha, la yamini, - v.i. laani, apiza.
sweat n. jasho, hani - v.i. toka jasho - v.t. chosah, toza jasho.
sweep v.t. *(swept),* fagia, safisha, *sweep up,* zoa - n. mfuto, kizoleo, *make a clean sweep,* kumba, zoa yote, — *ings,* n. takataka.
sweet a. -tamu, laini, — *s,* n. peremende, lawalawa — *heart,* n. mchumba.
swell *(swelled, swollen),* v.i. tuna, vimba, fura, jaa - v.t. vimbisha, ongeza, tunisha.
swelling n. uvimbe.
swerve v.i. potoka, epa geuka.
swift a. epesi, -a mara moja mbio, -a moio, - a haraka.
swim v.i. *(swam, swum)* ogelea, - v.t. ogelesha.
swindle v.t. punja, danganya, kapa, ghilibu - n. ukopi, ujanja, —*r,* n. ayari, mlangai.
swine n. nguruwe; mtu mchafu mnyonge kabisa.
swing *(swung),* pembea, wayawaya, *swing the lead,* jisingizia kama unafanya kazi - n. pembea, *be in full swing,* sitawi, *give full swing to,* sitawisha.
switch n. ufito, mtambo wa kuwashia umeme, kiwashio - v.t. *switch on,* washa, tia moto, *switch off,* zima.
swoon v.i. zimia, zirai, poteza fahamu - n. kuzimia.
swoop v.i. ruka chini (kama tai) - n. ruko, *At one swoop,* dharuba moja kwa.
sword n. upanga, kitara.
syllable n. silabi, herufi

tamsishi.
symbol n. mfano, ishara, alama, miumbo.
sympathy n. huruma, upole, imani, wema.
sympathize v.i. hurumia, onea imani.
symphony n. ulinganifu wa sauti, usuli, minzani.
symptom n. ishara, alama, dalili.
synonym n. neno lenye maana sawa na jingine, kwa mfano, wazo na fikira, maana somo.
synonymous a. -enye maana sawa, a maana somo.
syphilis n. kaswende, tego.
syringe n. bomba ndogo ya kutilia dawa.
system n. utaratibu, kawaida, mfumo.
systematize v.t. panga, rekebisha.

t

table n. meza, *turn tables,* pindua mambo, geuza mambo, *table of contents,* fahirisi, yaliyomo.
tablet n. kidonge, (hasa cha dawa).
taboo n. mwiko, - v.t. kataza kama mwiko, ziza, zuia.
tacit a. -a kimya, *a tacit consent,* kukubali bila kusema.
tackle n. zana, - v.t. kamata, shikilia, shambulia.
tact n. busara, akili, hekima, — *ful,* a. busara, kibusara, — *fully adv.* kwa hekima.
tactics n. maarifa ya vita, njia za hekima za kivita, mbinu.
tactical a. maarifa ya vita, -a mizungu ya vita.
tail n. mkia, *wag the tail,* sukasuka mkia, kubali.
taint n. waa, - v.t. ambukiza, pata wiche, chafua.
take *(took, taken),* v.t. twaa, chukua, kamata, shika, - v.i. *take aback,* shangaza, *take a bite,* mega, *take a walk,* tembea, *take aim,* piga shabaha, lenga shabaha, *take after,* fanana na, *take by force,* nyang'anya, pokonya, *take care,* tunza, *take leave of,* aga, taka udhuru, *take steps,* fanya shauri, chukua hatua zifaazo, *be taken ill,* ugua, wa mwele.

tale n. hadithi, kisa, hekaya.
talent n. akili, kipaji, ujuzi.
talk n. usemi, maongezi - v.i. ongea, *talk about,* zungumza juu ya, *talk loud,* sema sana, piga kelele.
tall a. -refu, *a tall story,* hadithi ya mashaka.
tame a. -liofugika, pole, enye kuweza kufugika, - v.t. fuga.
tamper *(with),* v.i. haribu, vuruga, geuza.
tan v.t. tia ngozi dawa - v.i. geuka mwekundu.
tangent, *at a tangent,* kwenda upande, mshazari.
tangible a. -a kugusika, wazi.
tangle n. matata, tatizo, - v.t. tatiza.
tank n. tangi.
tantalize v.t. kutumainisha mtu kitu kwa ahadi isiyotimizwa, udhi, hangaisha.
tantalizing a. enye kushawishi, enye kupindapinda.
tap v.t. zibua, *tap room,* n. duka la kunywea ulevi, *tap root,* mzizi mkuu wa mmea.
tape n. utepe, ugwe, *tapeworm,* n. tegu.
taper v.i. chongoka, - v.t. chonga ncha, tia ncha, — *ing,* a. -a kuchongoka, embamba.
tar n. lami, - v.t. paka lami, tia lami, *tarred with the same brush,* enye fadhila au tabia mbaya sawa.
target n. shabaha, lengo.
tariff n. orodha ya ushuru wa forodha.
tarnish v.t. fifisha, aibisha, uchafua, - v.i. geuka rangi kwa kutu, chafuka - n. kutu, aibu, mchafu.
task n. kazi, *take to task,* kemea, gombeza.
tassel n. kishada, kifundo.
taste v.t. and i. onja, jaribu, - v.i. kolea, *it tastes nice,* ni tamu, - n. ladha, maonjo, *a man of taste,* mtu mwenye kupenda na kujua vitu vizuri, *have a taste for,* penda, *give a nice taste to, (food)* koleza, — *ful,* a. -zuri, enye ladha tamu; — *less,* a. -sio na ladha, chapwa.
tasty a. -tamu, zuri, -a ladha.
tax n. kodi, - v.t. toza kodi, lipa ushuru, *tax strength, (resources),* tumia nguvu (gharama) mno.
taxi n. teksi, - v.i. safiri kwa teksi.
tea n. chai, *tea time,* wakati wa chai.
teach v.t. *(taught),* fundisha, elimisha, taalamisha, *teach one a lesson,* adibisha, tiisha, adhibu, komesha, —*er,* n.

mwalimu, mtaalamu, — *ing*, n. mafundisho.

team n. timu, kikundi cha watu kwa kazi fulani au mchezo.

tear *(tore, torn)*, pasua, tatua, rarua, *tear away,* gandua, *tear in pieces,* chamvua, *tear down,* angusha, - n. chozi, *shed tears, burst into tears,* toka machozi, lia, *affect to tears,* toa machozi, *in tears,* kwa machozi, akilia.

tease v.t. kejeli, kera, chokoza, tania.

teat n. titi, chuchu ya ziwa.

technical a. -a ufundi, -a mtambo.

technician n. fundi, mweledi wa kazi ya ufundi fulani.

technique n. ufundi, ustadi, umahiri wa fani fulani.

tedious a. -chovu, dufu, -a kuchosha, a kukimwa.

teeming with -liojaa sana, tele, pomoni.

teens n. umri kati ya 13 na 19 *teenager,* n. mwenye umri kati ya 13—19.

teeth n. meno, *in the teeth of,* kwa kushindana na.

telegram n. simu ya maandishi.

telegraph n. simu.

telephone n. simu ya kuongea, simu ya upepo.

telescope n. darubini.

television n. televisioni, kionea mbali.

tell v.t. *(told),* nena, ambia, julisha, eleza, tangaza, *tell tales,* chongea, fitini, *tell on,* chosha.

temper v.t. changanya, biganya, koroganya, v.i. lainika, - n. tabia, hali, *be in a temper,* -wa na hasira, *keep one's temper,* tulia, *lose one's temper,* hamaki, *be in a good temper,* kunjuka, *hot tempered,* a. -a harara.

temperament n. tabia, hali, mwenendo, — *al,* a. epesi wa hasira.

temperate a. -a kadiri, *temperate zone,* nchi za baridi kiasi.

temperance n. kiasi.

temperature n. hali ya hewa (joto au baridi), *have a temperature,* wa na homa.

tempest n. tufani, dhoruba, kimbunga.

temple n. hekalu, kanisa, sinagogi.

temporal a. -a duniani, -a kilimwengu.

tempt v.t. jaribu, shawishi, vutia, — *ation,* n. kishawishi, kivutio.

ten n. kumi; *tenfold,* marakumi.

tenable a. -a kushika.

tenacious a. -a kushikamana, shupavu.

tenacity n. ushupavu, uthabiti, uimara.

tend v.t. tunza, linda, - v.i. elekea, kubali.

tendency n. maelekeo, utashi.

tender a. -ororo, laini, -a kuuma, *of tender age*, - changa, — *ly*, adv. polepole, kwa huruma.

tendon n. ukano, mshipa.

tenet n. itikadi.

tennis n. mchezo wa tufe na vibao, tenisi.

tense a. -liyokazana, iliyoshikana -a mkazo, - n. (safuri), wakati wa kitendo.

tension n. mkazo, wasiwasi, hamkani, harakati.

tent n. hema, *strike a tent*, ng'oa hema, *pitch a tent*, piga hema.

tentative a. -a kujaribia.

tenter-hooks *be on* -, fadhaika, hamanika.

tenth a. -a kumi.

tepid a. -a uvuguvugu, ufufulende, — *ity*, n. uvuguvugu.

term n. muda, muhula, 2. neno, *be on good terms*, wa marafiki, *come to terms*, patana, - v.t. taja, ita.

terminal n. mwisho, ncha, - a. -a mwishoni.

terminate v.t. komesha, maliza, achisha - v.i. koma, isha.

termination n. kikomo, mwisho.

termite n. mchwa, kumbikumbi.

terrible a. -a kuogofya, -a hofu, a kutisha.

terrific a. -a kuogofya, -a kutisha.

terrify v.t. tisha, tia hofu, ogofisha.

territory n. nchi, ukanda (wa nchi) jimbo.

territorial a. -a nchi fulani.

terror n. hofu kuu, ogofyo, *ize* v.t. tisha.

terse a. -a maneno machache, — *ly*, adv. kwa kifupi.

test v.t. jaribu, pumua, onja, - n. jaribio, mpimo, mwonjo.

testament n. wosia.

testicle n. pumbu, kende, kodo.

testify v.t. shuhudia, thibitisha, hakikisha.

testimony n. ushahidi, uthibitisho.

text n. maneno yenyewe, matini.

textile a. -a kusokotwa, -a nyuzi.

texture n. umbo.

than conj. kuliko, kama, *more than*, zaidi ya, kuliko.

thank v.t. shukuru, toa asante,

- s, asante, *thanks to,* kwa sababu ya, — *ful,* a. -enye shukrani, — *less,* a. sio na shukrani, — *sgiving,* n. shukrani.

that a. and pron. yule, ile ... *in that,* kwa kuwa, *that is to say,* yaani.

thatch v.t. ezeka, paua - n. maezeko.

the *(def. article),* neno la kuonyesha kitu au mtu maalumu, e.g. *the teacher,* mwalimu yule tunayemfahamu, *the book,* kitabu tunachojua.

theatre n. thieta, chumba cha kazi za upasuaji hospitali, 2. jumba lenye ukumbi wa kuonyeshea michezo ya kuigiza.

theft n. wizi, udokozi, udumuzi.

their theirs a. -ao, -a wao.

them pron. wao, hao, — *selves,* pron. wao wenyewe.

then adv. wakati ule, hapo, kwa hiyo, *now and then,* mara kwa mara, *then and there,* papo hapo, *till then,* mpaka wakati huo.

theory n. itikadi, maelezo, nadharia.

there adv. kule, pale, *thereafter,* baadaye, *thereby,* kwa hiyo, *therefore,* kwa sababu *thereupon,* kwa hiyo.

thermometer n. kipimo cha joto.

thick a. nene, zito.

thief n. *(thieves),* mwizi, mdumuzi, mdokozi.

thin a. -embabamba, liokonda, v.t. fanya kuwa nyembamba, kondesha - v.i. wa -embabamba.

thing n. kitu, *poor thing,* maskini, *be the thing,* faa, wa -zima.

think v.i. *(thought),* fikiri, waza, *think better of,* shauri, *think well of,* penda, sifu, *think much of,* kumbuka, wazawaza.

third n. and a. -a tatu, *thirdly,* adv. mara ya tatu.

thirteen n. kumi na tatu.

thirst n. kiu, nyota - v.i. ona kiu, shikwa na nyota, wa na nyota.

thirsty a. -enye kiu, enye nyota, *I am thirsty,* nina kiu.

this a. huyu, hii, hiki, n.k.

thorn n. mwiba, *be on thorns,* ona wasi wasi, hangaika.

thorough a. kamilifu, halisi, — *ly,* adv. kabisa, kwelikweli.

those dem., wale, yale, vile, n.k.

though conj. ingawa, ijapokuwa, *as though,* kama kwam-

thought/tide

ba, *even though,* ingawa.
thought n. wazo, nia, fikira, — *ful,* a. -zingativu, -angalifu, —*less,* a. si angalifu, -zembe.
thousand n. elfu.
thrash v.t. pigapiga, twanga, paga, *thrash out a question,* chambua, — *ing floor,* n. sakafu ya kutwangia.
thread n. uzi ugwe, ufumwele, *take up the thread of the discussion,* rejea kwenye majadiliano, *hang by a thread,* uu hatarini, shikaa uzi.
threat n. kamio, tishio, — *en,* v.t. kamia, tisha, *be threatened with,* wa na hofu ya.
three a. tatu, *threefold* -a mara tatu.
threshold n. kizingiti cha chini cha mlango, *cross the,* ingia
thrice adv. mara tatu.
thrift n. uangalifu wa mali, -*y.* a. angalizi wa mali
thrill v.t. sisimua, furahisha sana, changamsha, — *ing,* a. -enye kusisimua sana, -n. msisimuko.
thrive v.i. *(throve, thriven),* fanikiwa, sitawi.
throat v.i. furukuta, - n. tetemo.
throne n. kiti cha enzi.
throng n. msongamano wa watu, mkongamano, kundo.
throttle v.t. kaba roho.
through prep. *go through,* pitia — *out,* toka mwanzo mpaka mwisho, *pass through,* penya.
throw v.t. *(threw, thrown),* tupa, gea, rusha, *threw, thrown),* tupa, gea, rusha, *throw up,* jitoa, tapika *throw about,* tapanya, eneza.
thrust v.t. sukuma, sogeza hamisha - n. kumbo, darrab, msukumo.
thug n. mwizi na muaji, jahili.
thumb n. kidole gumba, *under the thumb of,* chini ya utawala wa.
thunder n. radi, ngurumo - v.i. piga ngurumo, — *bolt,* n. radi, 2. jambo la kushtusha sana, — *storm,* n. mvua na ngurumo, *be thunder-struck,* a. shangazwa sana.
thursday n. Alhamisi.
thus adv. hivyo, ndivyo.
thrwart v.t. zuia, pinga.
tick n. kupe, papasi - v.i. pigapiga kama saa.
ticket n. cheti, tikiti.
tickle v.t. tekenya, nyea.
ticklish a. enye kutekenyeka.
tide n. maji kujaa na kupwa *high tide,* maji kujaa, *low*

tide, maji kupwa, - v.i. *tide over a difficulty,* faulu.

tidings n. habari.

tidy a. nadhifu, safi - v.i. takasa, weka sawa.

tie v.t. funga, piga fundo - n. fundo, tai (ya shingoni).

tiger n. chui mkubwa.

tight a. -liokaza, enye kubana, *a tight corner,* shida, *be tight,* bana, 2. lewa, — *en,* v.t. kaza, - v.i. kazana.

tile n. kigae, v.t. ezeka kwa vigae.

till conj. hata, mpaka.

till v.i. lima, *tillage,* n. kilimo.

tilt v.t. inamisha, pindisha v.i. inama, lala upande.

timber n. mbao.

time n. wakati, *in time,* halafu, muda ule ule, *be in time,* wahi, *at times,* pengine, *from time to time,* mara kwa mara, *keep time,* shika mwendo, *mark time,* chapa miguu - v.i. chagua wakati wa kufaa, *that's well-timed* -a wakati wake, — *ly,* a. -a wakati wa kufaa, — *table,* n. taratibu, orodha ya saa au wakati.

timid a. -oga, enye kushtuka upesi.

tin n. bati, kopo v.t. tia bati, tia koponi, *a tin, tin vessel,* debe, *tinned, (milk, meat, fruit),* -a kopo, liowekwa koponi.

tincture n. dawa ya maji.

tinge n. rangi, alama - v.t. tia rangi.

tinkle v.i. lia kama njuga.

tint n. rangi.

tiny a. -dogo mno.

tip v.t. inamisha, - v.i. inama, *tip over,* pindua, *tip up,* inamisha - n. bakshishi - v.t. - pa bakshishi.

tiptoe adv. kwa ncha za vidole vya miguu, *be on tiptoe, (of expectation),* tazamia kwa juhudi sana - v.i. enda kwa ncha za vidole.

tire v.t. chosa, taabisha - v.i. choka, *I am tired of this talk,* sipendi mazungumzo haya, *become tired of each other,* chokana, — *d,* a. chovu, liochoka, — *less,* a. -siochoka, — *some,* a. -a kuchosha.

tissue n. nguo ya hariri, 2. nyama ya mwili, **3.** mafuatano, *a tissue of lies,* uwongo mtupu.

tit n. *tit for tat,* jicho kwa jicho.

titilate v.t. tekenya, sisimua.

title n. anwani, jina la

heshima.

to prep. and conj. kwa katika, -ni, *to and fro,* huko na huko, *to go,* kwenda, *to a man,* wote.

toad n. chura.

toast v.t. banika, takia heri kwa kuinua vinywaji juu, *to toast a person,* kunywa kwa heshima yake - n. mkate uliobanikwa, tosti.

tobacco n. tumbako, duhani.

today n. and adv. leo, leo hii.

toe n. kidole cha mguu.

together ad. pamoja.

toil n. kazi ngumu, ngwamba - v.t. fanya kazi ngumu.

toilet n. choo, msalani.

token n. alama, dalili.

tolerance n. uvumilivu, ustahamilivu.

tolerant a. vumilivu.

tolerate v.. vumilia, stahamili.

toll n. ushuru wa barabara.

tomato n. nyanya.

tomb n. kaburi, —*stone,* n. jiwe la kaburi.

tome n. kitabu kikubwa.

tomorrow adv. kesho.

ton n. tani, *tons of,* wingi wa *tonnage,* n. kadiri ya shehena.

tone n. sauti, - v.t. geuza sauti *tone down,* punguza, tuliza - v.i. pungua, tulia.

tongs n. koleo.

tongue n. ulimi, *hold the tongue,* nyamaza, — *tied,* a. bubu, nyamavu.

tonic n. dawa ya kutia nguvu.

too adv. mno, kupita kiasi, *be too much for,* lemea, zidi.

tool n. chombo, aala, kifaa.

tooth n. *(teeth),* jino. *show the tooth,* toa meno, *fight tooth and nail,* fanya kazi kwa juhudi sana, *in the teeth of,* bila hofu ya.

toothache n. maumivu ja meno.

top n. kilele, ncha, upeo, *at the top of his voice,* kwa sauti ya juu sana, *on the top of,* juu ya, *on top of that,* juu ya hayo.

top-heavy -zito juu kuliko chini.

topic n. jambo la kujadili, kiini cha habari.

topple v.i. tetereka, dondoka, *topple over,* pinduka.

topsy-turvy a. and adv. kichwa chini, -liovurugika.

torch n. tochi, mwenge.

torment n. maumivu, mateso - v.t. tesa. sumbua.

torrent n. maji ya ghafula, mfuko.

torrid a. -a joto jingi.

tortoise n. kobe, kasa.

torture n. mateso makali, adhabu kali - v.t. tesa sana.

toss v.t. rusha juu, - v.i. chafuka, *Toss about,* gaagaa, rusharusha.

total n. jumla, -a . -ote pia, pamoja.

totter v.i. tikisika, pepesuka, yumbayumba.

touch v.t. gusa, papasa, *touch on,* eleza kidogo, *touch at,* tua kwa - mguso, *a touch of fever,* homa kidogo, *touch and go,* shida kubwa, *be in touch with,* jua sana juu ya, juana na.

touchy a. -epesi kukasirika.

tough a. -gumu, -shupavu, — *en,* v.t. and i. kuwa gumu, fanya gumu.

tour n. utalii, utembezi - v.i. talii, — *ist,* n. mtalii.

tow v.t. vuta kwa kamba, shusha chombo maji, *take in tow,* fungasha.

toward (s), prep. kwenda kwa, kuelekea kwa.

tower n. mnara, boma - v.i. enda juu sana, *tower above,* zidi urefu.

town n. mji, *go up to town,* enda mjini, *town council,* baraza la mji.

toy n. kitu cha kuchezea watoto, - v.i. chezacheza.

trace v.t. fuatia kwa kuangalia nyayo, fuata dalili.

track n. njia, mwendo, nyayo, *the beaten track,* njia ya kawaida - v.t. fuata nyayo, — *less,* a. pasipo njia.

tractor n. trekta.

trade n. biashara, - v.i. fanya biashara trade-mark, n. chapa ya bidhaa.

tradition n. mila, mapokeo, jadi.

traditional a. -a mila na mapokeo, -a kijadi.

traffic n. biashara, uchuuzi, *police,* n. polisi wa barabarani.

tragedy n. mchezo wa thieta wa huzuni.

trail n. nyayo, mkokoto, mburuzo, - v.t. kokota, buruta, - v.i. tambaa, — *er,* n. gari la kufungasha nyuma.

train v.t. fundisha, lea, elimisha - v.i. jifunza - n. treni, — *ing,* n. malezi.

trait n. tofauti, tabia, hali.

traitor n. haini, msaliti, mfisadi, kaini.

trammel n. kizuio, mgogoro, kifungo.

tramp v.i. safiri kwa miguu - n. maskini asiye na kikao.

trample v.t. *(down),* kanyaga, ponda.

trance n. hali kama usingizi, uziezie.

tranquil a. -tulivu, -a starehe,

transact/treat

—*lity,* n. utulivu, —*lize,* v.t. tuliza, burudisha, starehesha.

transact v.t. tenda shughuli, endesha kazi, — *ion,* n. shughuli, tendo, utendaji wa.

transfer v.t. hamisha, ondosha, safirisha - n. uhamisho.

transform v.t. badili, geuza, — *ation,* n. mabadiliko.

transfuse v.t. nywesha, tia damu na kutia kwa mgonjwa.

transfusion n. kutia damu mgonjwa.

transgress v.t. kosa, halifu, wa hatia, — *ion,* n. kosa, dhambi, — *or,* n. mkosefu.

transient a. siodumu, sioishi.

transit n. kupita, *in transit,* watu au bidhaa zinazopita.

transition n. kipindi cha mabadiliko.

transitory a. -a kupita.

translation n. tafsiri, fasiri.

translate v.t. fasiri.

translucent a. -a kupenya nuru.

transmission n. kupeleka toka upande mmoja hadi mwingine.

transmit v.t. pitisha kwenda kwingine.

transparent a. -enye kupenywa na nuru.

transplant v.t. pandikiza, — *ation,* n. kupandikiza.

transport v.t. safirisha, - n. uchukuzi, — *ation,* n. uchukuzi, usafirishaji, upelekaji.

trap n. mtego, - v.t. tega, nasa — *pings,* n. matandiko ya farasi.

trash n. takataka, upuzi.

travel v.i. safiri, n. msafiri, *traveller,* n. msafiri, n. safari.

traverse v.t. pitia, 2. kanusha.

trawl v.t. vua samaki kwa kuvuta nyavu.

tray n. sinia, chano.

treacherous a. -danganyifu, haini.

treachery n. udanganyifu, usaliti.

tread v.t. *(trod, trodden),* kanyaga, kandamiza.

treason n. uhalifu, maasi, *high treason,* uhaini.

treasure n. hazina, azizi - v.t. tunuka, thamini.

treasury n. hazina, nyumba ya hazina.

treat v.t. tendea, eleza, uguza *treat with,* fanya shauri na, *be treated,* tibiwa - n. karamu, mapendezi, *it's a treat,* ni furaha, — *ment,* n. *be under treatment,* tibiwa.

treaty n. mkataba, mapatano, maagano.

tree n. mti, *up a tree, (in doubt),* mashakani.

trek v.i. safiri, hama, ondoka.

tremble v.i. tetema, hangaika, tetema.

trembling n. hofu, uwoga, mtetemeko.

tremor n. tetemeko.

tremendous a. -a kutisha, kubwa mno.

trench n. handaki, - v.t. chimba handaki.

trend v.i. pinda, elekea - n. maelekeo.

trepidation n. tetemo, hofu, woga.

trespass n. v.i. (kosa la) kupita njia isiyoruhusiwa.

trial n. jaribio, taabu.

triangle n. pembe tatu.

tribe n. kabila, *tribal,* a. -a kabila.

tribute n. ushuru, kodi, *pay tribute to a person,* sifu.

trick n. hila; ujanja, ulagha, *this will do the trick,* hiki kitafaa - v.t. punja, danganya, *trick out,* pamba.

trickery n. werevu, ujanja, maarifa, udanganyifu.

trickel v.i. tiririka, churuzika - n. mtiririko, mchuruzo.

trifle n. jambo hafifu, kitu kidogo - v.i. chezacheza, puza.

trim v.t. sawazisha, pamba.

trinity n. utatu.

trip n. safari, matembezi. mwendo - v.i. kwaa, *trip up,* kwaza.

triple a. -a mara tatu - v.t. zidisha mara tatu.

trite a. liojulikana sana, -dufu.

triumph n. shangwe, *have, enjoy a —,* shangiliwa - v.i. shangilia, shinda, faulu.

trivial a. -sio na maana sana, duni, *— ity,* n. uhatitu, upuzi.

troop n. kundi, jeshi, kikosi - v.i. enda wengi pamoja.

trophy n. ukumbusho wa kushinda.

tropical a. -a joto jingi, -a joto.

tropics n. nchi za jua kali.

trot v.i. enda shoti, ruka ruka - n. mwendo wa shoti.

trouble n. taabu, shida - v.t. sumbua, hangaisha, *— some,* a. sumbufu, chokozi.

trousers n. suruali.

truant n. mtoro, *play —,* toroka shule.

truce n. amani ya muda.

truck n. lori, *don't have any truck with him,* achana naye.

true a. kweli, *be true to,* fuatana, *come true,* timia.

truly adv. kweli, hakika.

trump v.t. *(up)*, a. na uwongo.
trumpet n. tarumbeta - v.t. tangaza.
trunk n. shina, jiti.
trust n. imani, itibari, tumaini - v.t. amini, — *ee,* n. mdhamini, — *ful,* n. a. tumainifu, — *worthy,* a. aminifu.
truth n. ukweli, uhakika, — *ful,* a. aminifu, kweli.
try v.t. *(tried),* jaribu, fanya bidii, *try on clothes,* jaribu nguo.
tsetse fly n. mbung'o, ndorobo.
tube n. bomba, mrija.
tuberculosis n. kifua kikuu.
tuck v.t. futika, fyata, *tuck up sleeves,* kunja mikono ya shati, *tuck in the shirt,* ingiza shati ndani ya suruali.
Tuesday n. Jumanne.
tug n. mvuto, *a tug of war,* mavutano michezo ya kuvutana kamba.
tumble v.i. *(down),* anguka, *(into)* tumbukia, *(over),* pinduka, *(about),* gaagaa - v.t. chafua, vuruga, pindua, — *er,* n. bilauri.
tumid a. -liovimba, lio futuko -a kufura.
tumour n. uvimbe, jipu.
tumult n. makelele, machafuko, vurugu, mayowe, —*ous,* a liochafuka.
tune n. sauti, ulinganifu wa sauti - v.t. linganya sauti, *tune up,* linganisha sauti.
tunnel n. tundu refu ndani ya mlima.
turbulent a. -a makelele, -a jeuri.
turkey n. bata mzinga.
turmoil n. makelele, mayowe.
turn v.t. zungusha, pindua, geuza - v.i. zunguka, pinduka, *turn the back on,* dharau, *turn the head,* poteza akili, *turn a corner,* geuka, pona, *turn against,* geuza mambo, *turn up,* tokea, fika - n. mzunguko, mzingo 2. -zamu, *it is your turn,* ni zamu yako, *by turns,* kwa zamu, *in turns,* kwa zamu, *do a good (bad) turn to,* tendea mema (mabaya), *take a turn,* enda kutembea, *serve a turn,* faa, *it gave us quite a turn,* ilitushtua sana, *turning point,* n. kikomo, jambo kuu, *turn-out,* n. watu waliofika.
tusk n. jino la tembo.
tutor n. mwalimu, — *ial,* a. -a mwalimu.
twelve n. kumi na mbili.
twenty n. ishirini.
twice adv. mara mbili,

marudufu.
twig n. kijiti, kitawi.
twilight n. mapambazuko.
twin n. pacha.
twinge n. mchomo wa maumivu, - v.i. choma, umiza, uma.
twinkle v.i. metameta, meremeta - n. wangavu, mwanga, *twinkling,* n. *in the twinkling of an eye,* kufumba na kufumbua.
twist v.t. sokota, suka, geuza - v.i. sokoteka, potoka, geuka *twist off,* konyoa - n. pindi, mageuzi, mkunjo.
twitch v.t. gutusha, — *off,* nyakua, pokonya.
two n. mbili.
type n. chapa, mfano, namna - v.t. piga chapa kwa tapureta.
typewriter n. tapureta, mashine.
typical a. -a mfano halisi.
typify v.t. wa mfano wa.
typist n. mpiga tapureta.
typhoid n. homa ya matumbo.
tyrant n. mtawala mjeuri, mfidhuli, mwonevu.
tyrannize v.t. fanyia jeuri, fanya ukorofi, onza.
tyranny n. utawala udhalimu.

U

udder n. kiwele.
ugly a. enye sura mbaya.
ulcer n. kidonda.
ultimate a. -a mwisho.
ultimatum n. neno la mwisho.
unable a. sioweza, *be — to,* shindwa.
unaccustomed a. -siozoea.
unaffected a. -nyofu, siorutwa.
unanimous a. -enye shauri moja - a wote pamoja.
unanimity n. umoja.
unarmed a. sio na silaha, mikono mitupu.
unashamed a. sio na haya.
unawares adv. bila kutazamia.
unbecoming a. siofaa, - baya.
uncertain a. sio hakika, si amini.
unchangeable a. siobadilika.
uncle n. mjomba.
uncomfortable a. siofaa, sio na raha.
unconditional a. pasipo masharti.
unconscious a. bila fahamu.

uncouth a. -jinga, -baya.
undated a. sio na tarehe, sio na taarifa.
undecided a. enye kusitasita.
undeniable a. sio kanika, siokatalika.
under adv. and prep. chini ya, katika amri ya, *under fire,* vitani, *under repair,* katika matengenezo, *be under way,* ng'oa nanga.
under-estimate, v.t. kisia chini ya ukweli.
undergo v.t. *(underwent, undergone),* tendewa, stahimili, patwa na.
underground a. and adv. chinichini.
underhand a. danganyifu, janja.
underlie v.t. wa msingi wa.
underline v.t. piga mstari chini ya neno, tia mkazo.
undermine v.t. fukua chini, dhoofisha.
underneath adv. and prep. chini ya.
understand v.t. *(understood),* elewa, *it is understood,* imekubalika, inaeleweka.
undertake v.t. *(undertook, undertaken)* diriki, shika kazi.
undertaking n. shughuli, daraka, *give an undertaking for,* jifunga kutenda.
undertone n. sauti ndogo.

underwear n. nguo ya ndani.
undeserved a. siostahili, si haki.
undesirable a. siofaa, siotakiwa.
underdeveloped a. siositawi, siokuwa, sioendelea.
undo v.t. *(undid, undone),* tangua.
undress v.t. vua nguo.
undue a. -a kadiri isiyofaa.
unduly adv. si sawa, umeongezwa au si tullvu.
uneasiness n. wasiwasi.
unexpected a. -a ghafula, siotazamiwa, — *ly,* adv. ghafula.
unfair a. si haki, si adilifu.
unfavourable a. siofaa.
unfit a. siofaa, - baya.
unflinching a. siosita, imara.
unfold v.t. funua, eleza.
unforeseen a. siotazamiwa.
unfortunate a. -a bahati mbaya.
unfounded a. sio na msingi.
unfriendly a. -a adui, kali.
ungrateful a. sio na shukrani.
ungrounded a. bila kisa.
uniform n. mavazi sare hasa ya polisi, shule n.k. -a . -enye kulingana.
uniformity n. ulinganifu.
unify v.t. unganisha, sawazisha.
unilateral a. -a mtu mmoja tu.

unimpaired a. zima, kamili.
union n. mwungano.
unique a. -a pekee, sio na kifani.
unison n. kuimba sauti moja.
unit n. kitu kimoja.
unite v.t. unganisha - v.i. ungana.
unity n. umoja.
universal a. -a watu wote, -a popote.
university n. chuo kikuu.
unkempt a. liotimka, liochafuka.
unlawful a. siofuata sheria.
unless conj. isipokuwa.
unlikely a. sioelekea kuwa kweli, *it is unlikely,* haielekei kuwa, sioonekana kuwa kweli, kama siyumkini.
unload v.t. pakua.
unlock v.t. fungua.
unknown a. siojulikana.
unknowingly, adv. bila kujua.
unlucky a. -a bahati mbaya.
unluckily adv. kwa bahati mbaya.
unmake v.t. umbua, dunisha, aziri.
unmarried a. siooa, sioolewa.
unmask v.t. funua, toa wazi.
unmindful a. zembe, siojali.
unmistakable a. dhahiri, wazi.
unnerve v.t. ogofya, tisha.
unnoticed a. sioonwa, siofahamika.

unpack v.t. fungua mizigo.
unparalleled, a. sio na kifani.
unperturbed a. - tulivu.
unprecedented a. sio na kifani -a peke yake, sio pata kutokea.
unprejudiced a. adilifu enye haki.
unprepared a. siokuwa tayari.
unravel v.t. fumua, fafanua.
unrelenting a. sio na huruma - gumu wa roho.
unreliable a. sioaminika.
unremitting a. enye bidii, siolegea.
unrest n. wasiwasi, msukosuko, kiherehere, jakamayo.
unrivalled a. sioshindika, bora.
unruffled a. tulivu, -a raha.
unruly a. kaidi, tukutu.
unsettle v.t. hangaisha, sumbua, taabisha, — d, a. -a wasiwasi, tukutu.
until conj. and prep. hata, mpaka.
untimely a. -a wakati usiofaa.
untiring a. siochoka, siolegea.
unto prep. kwa, mpaka.
untold a. -ingi sana, siohesabika.
untouchable a. siogusika.
untoward a. -kaidi, sumbufu.
untrammelled n. siozuiwa, siopingwa.

unturned a. *leave no stone unturned,* jaribu njia zote.

up adv. juu, *be up,* amka, *it is all up to you,* ni juu yako, *it is all up with him,* amekwisha *come up with,* fikia, patia, *give up,* shindwa, *ups and downs,* matatizo ya maisha, *up in arms,* enye hasira, *be up to the eyes in work,* songwa na kazi, *up to the mark,* kamili, *up to anything,* hodari sana

upheaval n. mapinduzi, mageuzi, mabadiliko.

uphill a. -a shida, -gumu, -tabu, adha.

uphold v.t. *(upheld),* tegemezuia.

upkeep n. matumizi, uangalizi.

uplift v.t. inua, burudisha.

upon, prep. juu ya.

upper a. -a juu, bora, *get the upperhand,* shinda, shika, fuzu.

uppermost a. -a juu kabisa.

upright a. enye haki, aminifu, adilifu.

uprising n. maasi.

uproar n. makelele, ghasia.

upset v.t. pindua, tia wasiwasi, *be upset,* chukia, kasirika.

upside n. upande wa juu, *turn upside down,* pindua, chafua mambo.

up-to-date a. -a siku hizi, -pya, a kisasa.

upwards adv. juu, — *of,* zaidi ya.

urban a. -a mji.

urge v.t. sihi sana, sisitiza, rairai, —*ncy,* n. umuhimu, lazima, —*nt.* a. -a lazima, muhimu, a haraka.

urinate kojoa, bawizi, tabawali.

urine n. mkojo.

us pron. sisi, kwetu pn verb, *tell us,* tuambie.

use v.t. tumia, *use up,* maliza, tumia yote, *be used to,* zoea - n. matumizi, utumishi, *make use of,* tumia, *be of use,* faa, *used to,* zoea, *we used to get milk daily,* tulizoea kupata maziwa kila siku, *be used to someone,* zoeana na.

useful a. -a kufaa, -a manufaa.

useless a. siofaa, bure tu.

usual a. -a desturi, -a kawaida, — *ly,* adv. kwa desturi.

usurp v.t. nyanganya, pokonya.

usurpation n. kunyang'anya, kupora, kupokonya.

utensil n. chombo.

utility n. faida, manufaa.

utilize v.t. tumia.

utmost a. -a mbali sana, a juu

sana, *to the utmost,* hadi mwisho.

utter v.t. tamka, sema, nena.
utterly adv. kabisa.

V

vacant a. - tupu.
vacancy n. utupu, nafasi ya kazi.
vacate v.t. ondoka, acha nafasi.
vacation n. likizo, mapumziko.
vaccinate v.t. chanja, kinga.
vaccination n. chanjo ya kinga, chanjo ya kinga ya maradhi.
vacillate v.i. sitasita.
vagabond n. mhuni.
vague a. si wazi, si hakika, si akueleweka.
vain a. tupu, -a bure, *in vain,* bila mafanikio, kazi bure.
valid a. enye sheria, -a nguvu, -akutumika, —*ity,* n. nguvu, uthabiti.
valley n. bonde.
valuable a. -a thamani.
value n. thamani, uzani, *set a value on,* thamini, *be of value,* faa, - v.t. thamini, pangia bei.
valve n. kilango, neli, valvu.
vanish v.i. toweka, fifia, potea.
vanity n. majivuno, kiburi, sodai, mbwembwe.
vanquish v.t. shinda, tiisha, tamalaki.
vantage n. *point of —,* mahali pafaapo.
vaporize v.t. fanya mvuke.
vapour n. mvuke.
variable a. -enye mabadiliko.
variance n. tofauti, *be at — with,* farakana na.
variation n. badiliko, tofauti.
vary v.t. geuza, - v.i. geuka.
variety n. vitu mbalimbali, aina mbalimbali.
various a. mbalimbali, - ingine.
vast a. -kubwa mno.
vastly adv. sana, mno.
vegetable n. mboga.
vegetate v.i. ota, mea.
vegetation n. mimea.
vehement a. -a nguvu, -a bidii.
vehemence, n. ukali, nguvu.
vehicle n. gari, chombo cha mashine.
veil n. shela, - v.t. funika ficha.
vein n. mshipa wa damu, vena.
velocity n. mbio, mwendo.
venerate v.t. heshimu.
veneration n. heshima.
venereal a. -a kuhusu uzinzi *venereal diseases,* kisonono na kaswende.

vengeance n. kisasi, *take vengeance,* lipiza kisasi.
venom n. sumu.
vent n. tundu, *give vent to,* toa.
ventilate v.t. pisha hewa safi.
ventilation n. kupitisha hewa safi.
venture v.t. thubutu, jasiri, — *some,* a. -jasiri, -a hatari.
venue n. mahali pa makutano, uwaya.
verb n. neno la kuonyesha kitendo.
verbatim adv. neno kwa neno.
verdict n. hukumu.
verge n. ukingo, kando, *on the verge of,* karibu ya.
verify v.t. hakikisha, ainisha.
vernacular n. lugha ya watu wachache.
versatile a. hodari kwa kazi ye yote.
verse n. shairi, mstari wa utenzi.
versed a. *(in)* -juzi, -zoevu.
version n. tafsiri, *that is his version of it,* ndivyo anavyolielewa yeye.
vertige n. kizunguzungu.
very adv. sana, mno.
vessel n. chombo.
vest n. fulana.
vestige n. alama, sazo.
veterinary a. -enye elimu ya wanyama.

veto n. haki ya mtu au taifa kuzuia sheria au azimio lisipitishwe, v.t. kataza, gombeza.
vex v.t. chokoza, chukiza.
vexation n. uchokozi, wasiwasi.
vexed a. -a matata, a kuchokoza, a kuudhi.
via prep. kupitia, kwa njia ya.
vibrate v.i. tikisika.
vibration n. mtikisiko.
vice n. upumbafu, uovu.
vice versa adv. vile vile, *he loves her and vice versa,* anampenda na yeye vile vile.
vicious a. - baya, -ovu.
victim n. mtu ateswaye.
victimize v.t. onea, tendea mabaya, dhulumu.
victorious a. -a ushindi, enye kufaulu.
victory n. ushindi, mafanikio.
victuals n. vyakula, mlo, malaji.
vie v.i. *(with),* shindana na, pambana na.
view n. upeo wa macho, maoni - v.t. angalia, ona, tazama *come into view,* onekana, *be in view,* onekana, *in view of,* kwa sababu ya, *with a view to,* kwa kusudi la.
vigour n. nguvu, bidii, juhudi.
vigorous a. -a nguvu, hodari.
village n. kijiji.

villain n. mtu mbaya.
vindicate v.t. tetea.
vindication n. utetezi.
vindictive a. -a kutaka kisasi.
vine n. mzabibu.
violate v.t. vunja taratibu.
violation n. uvunjaji wa sheria.
violent a. kali sana, jeuri.
violence ghasia, mapigano na mauaji.
virgin n. bikira, mwanamwali -a, safi kabisa, siyoguswa.
virgin soil, nch.i bado kuguswa.
virginity n. ubikira.
virile a. -a kiume.
virility n. nguvu ya kiume.
virtue n. fadhila, nguvu, *by virtue of,* kwa nguvu ya.
virtual a. -a kweli. *he is the virtual head,* yeye ndiye mkubwa hasa lakini cheo anacho mwingine, —*ly,* adv. karibu, *virtually over,* iko karibu kwisha.
virtuous a. -enye fadhila.
virus n. vijidudu vya magonjwa ya kuambukiza k.m. ukimwi.
visa n. ruhusa ya kuingia nchi ya kigeni.
visage n. uso, sura wajihi.
vis-a-vis adv. uso kwa uso.
viscera n. matumbo, maini.
visible a. enye kuonekana, wazi.
visibility n. mwangaza, nuru weupe.
vision n. kuona, busara, maoni — *ary,* a. -a njozi -n. mtu wa njozi.
visit v.i. enda kuamkia, zuru, amkia, sabahi, taka hali, tembelea, *visitor,* mgeni.
visual a. -a macho.
visualize v.t. ona kimawazo, sabahi - n. maamkizi, *pay a visit,* tembelea.
visitation n. msiba, huzuni.
visitor n. mgeni.
vista n. sura ya nchi.
vital a. -a uzima, -a lazima.
vitality n. uhai, utendaji.
vitamin n. vitamina.
vitiate v.t. haribu, punguza nguvu, chafua.
vituperate v.t. kemea vikali, tukana, *vituperation,* n. karipio, matusi.
vivacious a. -epesi, changamfu, - bashasha.
vivacity n. uchangamfu, ukunjufu.
viva voce adv. kwa sauti ya mtu.
vivid a. -angavu, wazi sana.
vivify v.t. amsha, tia uzima, fufua.
vocabulary n. msamiati.
vocal a. -a sauti.
vocation n. wito.

vogue n. mtindo, *be in vogue,* enea, wa ndiyo mtindo.
voice sauti, mlio.
void a. -tupu, liobatilika.
volcano n. volkeno.
volume n. kitabu, chuo, juzuu *speak volumes,* shuhudia sana.
voluntary a. -a hiari, chaguzi.
volunteer n. mtu ajitolee kwa hiari yake.
vomit v.t. tapika, *vomiting,* n. kutapika, matapishi.
voracious a. -lafi, a roho choko, enye kupenda kula.
vote v.i. chagua, piga kura - v.t. hesabia, toa shauri, - n. kura, haki ya kuchagua.
vouch v.i. shuhudia, — *er,* n. hati ya kushuhudia malipo.
vow n. nadhiri, *make a vow* weka nadhiri, - v.t. weka nadhiri.
vowel n. vokali (a, e, i, o, u).
voyage n. safari, - v.i. safiri.
vulgar a. -a kihuni, fidhuli, sununu, — *ity,* n. uhuni, ushenzi.
vulnerable a. hujeruhiwa ru hisi, si imara.
vulture n. tai.

W

wag v.t. tikisa, punga, tingisha -n. mtikiso.
wage v.t. *(war),* pigana vita, - n. mshahara, *a living wage,* mshahara wa kumtosha mtu.
wail v.i. lia kwa huzuni, lalamika.
waist n. kiuno, nyonga.
wait v.i. ngoja, kaa, subiri *wait for,* ngojea, *wait on, (for),* ngojea, *(at table),* tumikia, - n. muda wa kungojea, *lie in wait,* vizia, — *er,* n. mtumishi.
waive v.t. acha kudai.
wake v.t. (waked, woke), amsha, zindua - v.i. amka - n. kukesha — *ful,* a. -a kukesha, *we spent a wakeful night,* usingizi ulituparama.
walk v.i. enda kwa miguu, *walk about,* zurura, tangatanga, *walk away with,* shinda kwa urahisi, *walk off with,* iba, - n. matembezi, *go for a walk,* enda matembezi.
wall n. ukuta, *go to the wall,* shindwa - v.t. jengea boma.
wallet n. mkoba, mfuko, pochi.
wallow v.i. gaagaa matopeni.
wander v.i. tangatanga, han-

gaika, — *ing*, n. mzunguko.
wane v.i. pungua, fifia.
wangle v.t. pata kwa hila, laghai.
want n. ukosefu, shida, *be in want*, wa na shida - v.t. taka, hitaji, —*ing*, a. -pungufu, *sugar is wanting*, hamna sukari.
wanton a. tukutu, potovu, tundu.
war n. vita, *war to the knife*, pigana mpaka kushinda kabisa, - v.i. pigana vita, — *fare*, n. vita, mambo ya vita, — *rior*, n. askari wa vita.
warble v.i. imba kama ndege.
ward v.t. *(off)*, epusha, kinga, tenga - n. ulinzi, uhifadhi, —*en*, n. mlinzi, — *robe*, n. kabati ya nguo.
warm a. -a moto, - a vuguvugu *you are getting warm*, unakaribia kupata joto, v.t. pasha moto.
warmth n. joto, wema mwingi.
warn v.t. onya, *warning*, n. onyo.
warp v.t. pinda, potoa - v.i. potoka, pindika - n. mtande.
warrant v.t. shuhudia, thibisha n. haki, hati ya amri ya kufanya jambo.
watch n. saa ya mfukoni au mkononi 2. ulinzi, mshika zamu, *be on the watch for*, tazamia, *keep watch*, shika zamu - v.i. kesha, - wa macho, *watch over*, tunza, linda, — *maker*, n. fundi wa saa, — *man*, n. mlinzi.
water n. maji, *throw cold water on*, vunja moyo, *spend money like water*, fuja mali, *pour oil on troubled waters*, tuliza; komesha ugomvi, - v.t. nywesha, tia maji.
water closet, (W.C.), choo.
waterfall n. poromoko la maji.
water-melon n. tikiti maji.
water-pipe n. bomba la maji.
waterproof a. -siovuja maji.
watertap n. bilula.
wave n. wimbi, - v.t. punga, pepea - v.i. pepea.
waver v.i. tikisa, sitasita, pepesuka.
wavy a. -enye mawimbi.
wax v.i. ongezeka, *wax and wane*, kuzidi na kupungua, *wax merry*, furahi, n. nta - v.t. tia nta.
way n. njia. *a long way*, mbali, *a short way*, karibu, *in a way*, kidogo, kama, *in the way*, njiani *out of the way*, geni, *be in the way*, zuia, *give way*, shindwa, *make one's way*, endelea, sitawi, *ways and means*, namna ya

waylay kufanya kitu, *be under way,* wa njiani, *put oneself out of the way,* jisumbua.

waylay v.t. otea, vizia.

wayside n. kando ya njia, pembeni.

wayward a. -kaidi, -potevu.

we pron. sisi.

weak a. dhaifu, -legevu, hafifu — **en,** v.i. legea, dhoofika, tebwereka, v.t. dhoofisha.

weakling n. mtu dhaifu, hafifu, mnyonge.

weakly a. dhaifu, legevu, tepetevu.

weakness n. udhaifu, utepetevu ulegevu.

wealth n. mali, utajiri, ukwasi, — **y,** a. tajiri.

wean v.t. achisha ziwa.

weapon n. silaha.

wear v.t. *(wore, worn)* vaa - v.i. tumika siku nyingi, *wear-out,* chakaza, chakaa, *wear and tear,* uharibifu, hasara, - n. kuchakaa, kutumika sana.

weary a. liochoka, - v.t. chosha - v.i. choka.

weather n. hali ya hewa, *keep one's weather eye open,* - wa macho, -wa tayari kwa mambo - v.t. faulu, pita salama, — **forecast,** n. utabiri wa hewa.

weave *(wove, woven),* v.t. fuma, zua, shona.

web n. utando.

wed v.t. oa, olewa, funga ndoa, — **ding,** n. arusi.

wedge n. kabari, *the thin end of the wedge,* jambo dogo liwezalo kuleta matata makubwa.

wedlock n. ndoa.

Wednesday Jumatano.

wee a. -dogo sana.

weed n. gugu, sinde, - v.t. palilia.

week n. wiki, juma, — *ly,* a. -a kila wiki.

weep v.i. *(wept),* lia, —*ing,* n. kilio.

weevil n. kidudu kilacho nafaka.

weigh v.t. pima uzito, - v.i. wa na uzani, *weigh on,* lemea *weigh down,* lemeza, — *t,* n. *get under weight,* ng'oa nanga, *be under weight,* enda, pita.

weight n. uzito, uzani, - v.t. tia uzito, — *y,* a. zito, -kubwa, -a maana.

welcome a. -a kufurahia, -a kukaribisha, -a kupendeza, *be* — *to,* pokewa kwa furaha - n. makaribisho, - v.t. karibisha vizuri.

weld v.t. unga, tia weko, unga.

welfare n. hali njema, usitawi.

well n. kisima, - v.i. bubujika.
well adv. vema, vizuri, - a. - ema, enye afya, zuri, *Dida is well,* Dida hajambo.
be well, *get well,* pona, pata ahuweni, *well to do,* tajiri, mwenye mali, mkwasi, *well-being,* n. usitawi, *well-off,* a. tajiri, *well-to-do,* a. tajiri.
welter v.i. gaagaa, - n. msukosuko.
west n. magharibi.
wet a. -nyevu, chepechepe, *get wet,* lowa, lowana, v.t. tia maji, lowesha.
whale n. nyangumi.
what pron. nini, *what for,* kwa nini?
wheat n. ngano.
wheel n. gurudumu, *wheels within wheels,* mambo ya kindani yaletayo matata, *put one's shoulder to the wheel,* fanya bidii, - v.i. zunguka, geuka.
when adv. lini? -po- *when you see him,* utakapomwoma.
whence adv. and rel. pron. -ko-, -mo-, -po- *whence do you come?* unatoka wapi?
whenever adv. kila mara.
where adv. wapi? -ko- conj. *I know where you want to go,* najua unakotaka kwenda.
whereabouts adv. wapi? -n. makao, *his whereabouts,* mahali anapokaa.
whereas conj. kwa kuwa, lakini, kumbe.
whereby adv. kwa hiyo, hivyo.
wherefore adv. kwa nini? kwa sababu hii.
whereupon adv. baadaye, hapo ndipo.
wherever adv. popote.
whet v.t. noa, tamanisha, chochea, — *stone,* n. kinoo.
whether conj. kama.
which pron. ye... yo, zo... *which books?* vitabu vipi? *the books which you gave me are lost,* vitabu ulivyonipa vimepotea.
whichever *(whichsoever),* pron. -o-, -ote, cho - chote.
while n. muda, muhula *after a while,* baadaye, *all the while,* wakati wote, - v.t. pitisha wakati, *while away the time,* pitisha wakati, — conj. wakati ule ule, *he came while we were away,* alikuja tulipokuwa tumetoka.
whim n. wazo la kigeni au badilifu.
whip v.t. chapa, piga mjeledi - n. kiboko, mjeledi.
whirl v.t. zungusha, - v.i. zunguka - n. kimbunga, wasiwasi, — *wind,* n. kimbunga.
whisky n. wiski.
whisper v.i. nong'ona - n.

whistle/wing

mnong'ono.
whistle v.i. piga mluzi, piga mbinja; filimbi, kipenga, *whistle a tune,* imba kwa mluzi.
white a. -eupe — *en,* v.t. paka rangi nyeupe, — *en,* v.i. geuka - eupe, *wash,* n. chokaa, — *wash,* v.t. paka chokaa.
whither adv. -ko-, -mo-, -po-, wapi?
who pron. nani? *whoever, whosoever,* yeyote.
whole a. zima, onyo afya, ote, *on the whole,* kwa ujumla, mwisho, kisha, — *sale,* a. -a jumla, — *some,* a. -a kufaa kwa afya, -zima.
whom pron. -ye, ambaye, ambao.
whoop v.i. piga kelele, kohoa sana - n. kikohozi cha mtoto mwenye kifaduru, —*ing cough,* n. kifaduru.
whore n. kahaba, malaya, kiberenge.
whose pron. -a nani.
why adv. kwa nini? mbona? sababu - n. sababu, kisa.
wick n. utambi, mjali.
wicked a. -ovu, -baya, dhaifu chawi.
wide a. -pana, *wide-awake,* a. macho.
widen v.t. panua.
widow n. mjane, mfamku.
width n. upana, mapana.
wield v.t. tawala, shikilia.
wife n. mke.
wig n. nywele za bandia.
wiggle v.t. shtua kidogo, - v.i. shtuka.
wild a. -a mwitu, -shenzi.
wilderness, n. pori, msitu na nyika.
wile n. hila, werevu - v.t. laghai, *wile away the time,* pitisha wakati.
will n. nia, moyo, hiari, radhi, *at will,* kwa hiari, *he wrote his will,* aliandika wosia wake, - v.t. *(would),* penda, azimia, — *aux.* v. -ta, *you will see,* utaona.
wilful a. -kaidi, -potovu.
willing a. enye nia, *be willing,* kubali, — *ly,* adv. kwa hiari *willy-nilly,* adv. utake usitake.
win v.t. *(won),* shinda, *win back,* jipatie tena, —*ner,* n. mshindi, — *nings,* n. mapato, faida.
wind n. upepo, *in the wind,* vumika - v.t. *(wound),* zungusha - v.i. pindika, *wind up business,* maliza kazi.
windmill n. kinu kinachoendeshwa kwa upepo.
wine n. divai, mvinyo, waini.
wing n. bawa, *be on the wing, take wing,* ruka, *on the*

wings of the wind, upesi sana, *take under one's wing,* tunza, *clip the wings of,* zuia, haribu mipango.

wink v.i. pepesa, konyeza, gea nyusi, *wink at,* samehe, fumbia jicho, *give a wink to,* pigia kope.

winnow v.t. peta, pepeta, pembua.

winter n. majira ya baridi, kipupwe - v.i. kaa mahali wakati wa baridi.

wipe v.t. safisha kwa kufuta, *wipe out,* futa.

wire n. waya, *wireless,* n. simu ya upepo.

wisdom n. hekima, busara.

wise a. -a busara, enye hekima.

wish v.t. taka, tamani, -n. tamaa, —*-ful,* a. - enye kutaka.

wistful a. enye fikira nyingi, a kuwaza sana.

wit n. akili, *be at one's wit's end,* ishiwa akili.

witch n. mchawi, mlozi, — *craft,* n. uchawi.

with prep. na, kwa, *with a knife,* kwa kisu.

withdraw v.t. *(withdrew, withdrawn),* ondoa, rudisha, tangua, - v.i. ondoka, rudi nyuma, — *al,* n. kuondoa, kuondoka.

wither v.i. chakaa, nyauka - v.t. fifisha, nyausha.

withhold v.t. *(withheld),* nyima, zuia, *withhold help,* nyima msaada.

within adv. *and prep.* ndani ya.

without adv. *and prep.* nje ya, pasipo, *without success,* bila kufanikiwa.

withstand v.t. *(withstood),* zuia.

witness n. shahidi, - v.i. shuhudia.

witty a. enye akili na kuchekesha.

wives n. wake, *taz. wife.*

wizard n. mchawi, mlozi.

wobble v.i. yumbayumba, sitasita.

woe n. msiba, *woe is me,* ole wangu!

wolf n. *(wolves),* mbwa mwitu *keep the wolf from the door,* epusha njaa, - v.t. kula kwa pupa.

woman n. *(women),* mwanamke, wa,. — *ly,* a. - a mwanamke, -a. kike.

womb n. tumbo la uzazi.

wonder v.i. ona ajabu, - n. ajabu, — *ful,* a. -a ajabu, — *rous,* a. -a ajabu.

wont n. mazoea, *be wont to,* zoea.

woo v.t. posa, **bembeleza,**

wood/wriggle

sihi.
wood n. ubao, *firewood,* n. kuni, *a. wood,* n. msitu, *be out of the wood,* okoka, pona, *— carving,* n. nakshi, *— en,* a. -a mti, -a mbao.

wool n. sufu, *wollen,* a. -a sufu, *put wool over the ears,* hadaa.

word n. neno, *have words,* gombana, *in a word, in one word,* kwa kifupi, *word for word,* neno kwa neno, *upon my word,* nasema kweli, *keep one's word,* timiza ahadi, *give one's word,* toa ahadi, *have one's word,* toa ahadi, *have the last word,* shinda.

work n. kazi, *set to work,* shika kazi, v.t. fanya kazi, *— er,* n. mfanyakazi, *workman,* n. mfanyakazi.

world n. dunia, ulimwengu, *— wide,* a. -a popote, -a watu wote.

worm n. mchango, - v.t. *worm one's way in,* ingia kwa siri.

worry v.t. sumbua, - v.i. jisumbua, - n. mashaka.

worse a. -baya zaidi, *he is worse of sickness,* ugonjwa wake umezidi.

worst a. -baya, kuliko -ote, *get the worst,* shindwa, *at the worst,* kwa vyo vyote.

worship, n. ibada, - v.t. abudu.

worth n. thamani, *what is it worth?* thamani yake ni nini? *while, be worthwhile,* faa, *worthy,* a. -a kufaa, bora.

would taz. will, -nge. *he would do it,* angefanya vile.

wound n. kidonda, - v.t. umiza, jeruhi.

wrangle v.i. gombana, -n. ugomvi.

wrap v.t. kunja, viringisha, zongomeza, *be wrapped up in,* jitia katika, jifunga kwa.

wrath n. hasira, hamaki, uchungu.

wreath n. mzingo, mtungo wa maua.

wreathe v.t. zungushia - v.i. zunguka.

wreck n. kuvunjika, - v.t. haribu, *— age,* n. mabaki ya chombo.

wrench v.t. vuta ghafula kwa nguvu, ng'oa kwa nguvu, - n. shtuo, maumivu.

wrest v.t. pokonya, twaa kwa nguvu, vuta; v.i. shindana n. mwereka, v.t. jitahidi sana.

wretch n. maskini, *—ed,* a. -enye hali mbaya.

wriggle v.i. pindapinda, jinyonganyonga, *— out,*

okoka kwa hila.

wring *(wrung)* v.t. kamua, songoa.

wrinkle n. kikunjo, mkunjo wa mwili (hasa uso), - v.t. fanya makunyanzi, wa na vikunjo.

wrist n. kiwiko, — *watch,* saa ya mkono.

write v.i. *(wrote, written),* andika.

writhe v.i. jinyonga.

wrong a. -kosefu, si sawa, *Go wrong,* kosea, - *adv.* vibaya - n. kosa.

y

yam n. kiazi kikuu.

yard n. yadi, wari, - n. kitalu; 2. - toromali.

yarn n. nyuzi, - v.i. simulia.

yawn v.i. piga miayo, - n. miayo.

yaws n. buba, firanji.

year n. mwaka, *years ago,* zamani sana.

yearn v.i. tamani sana; — *ing,* n. hamu, tamaa.

yeast n. hamira.

yell v.i. piga kelele, ita kwa mayowe; - n. kelele, mayowe.

yellow a. -a kimanjano, *yellow-fever,* homa ya manjano.

yes adv. ndiyo, naam, labeka, bee.

yesterday n. jana.

yet adv. bado, lakini.

yield v.t. toa, acha, legea - v.i. shindwa, kubali - n. mavuno, mapato, faida.

yoke n. utumwa, nira, - v.t. fungia nira.

yolk n. kiini cha yai.

you pron. wewe, nyinyi.

young a. changa, kijana - n. kijana, barubaru, — *ster,* n. kijana, kijulanga.

your, yours, a. -ako, -enu.

yourself wewe mwenyewe, nafsi yako.

yourselves ninyi wenyewe, nafsi zenu.

youth n. ujana, - n. kijana, — *ful,* a. -a ujana.

Z

z herufi ya mwisho ya abjadi ya kiingereza.

zeal n. bidii, juhudi, ghera *zealous,* a. -enye bidii, enye moyo wa ghera.

zenith n. upeo, usitawi, upeo sawa ya utosi.

zero n. si kitu, sifuri, nunge.

zest n. bidii, pupa, ladha, utamu.

zigzag a. -a kupindapinda, upogo upogo.

zinc n. aina ya madini yenye weupe wa kibluu, hutumiwa kwa kuchanganywa na chuma ili kutengeneza bati, zinki, shaba nyekundu.

zone n. ukanda, nchi fulani.

zoology n. zuoloji, elimu - wanyama.

zoological gardens bustani ya wanyama.